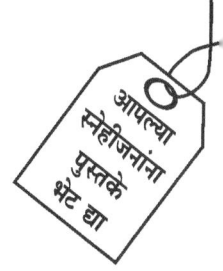

रिक्त

मोहना प्रभुदेसाई जोगळेकर

मेहता पब्लिशिंग हाऊस

RIKTA by MOHANA PRABHUDESAI JOGLEKAR

रिक्त : मोहना प्रभुदेसाई जोगळेकर / कथासंग्रह

© मोहना प्रभुदेसाई जोगळेकर

प्रकाशक : सुनील अनिल मेहता, मेहता पब्लिशिंग हाऊस,
१९४१ सदाशिव पेठ, माडीवाले कॉलनी, पुणे - ३०.

अक्षरजुळणी : इफेक्ट्स २१/६ब, आयडिअल कॉलनी, कोथरूड, पुणे - ३८.

मुखपृष्ठ : सतीश भावसार

प्रथमावृत्ती : जुलै, २०१८

P Book ISBN 9789387789937

E Book ISBN 9789353170042

E Books available on : play.google.com/store/books
www.amazon.in/b?node=15513892031

मी लिहिलेल्या गोष्टींचं, लेखांचं भरभरून कौतुक करणाऱ्या,
जे जे वाचनीय असेल ते माझ्याकरता राखून ठेवणाऱ्या
माझ्या आई-वडिलांना...
अचानक या जगाचा निरोप घेऊन कायमची हुरहुर लावून गेलेल्या
मालती आणि मनोहर प्रभुदेसाई
या दोघांना हा कथासंग्रह अर्पित.

मनोगत

हा माझा दुसरा कथासंग्रह. या कथासंग्रहातील काही कथा माहेर, श्री. व सौ., अनुराधा, रोहिणी, मायबोली या मासिकांत/दिवाळी अंकांत तसंच मॅजेस्टिक प्रकाशनच्या मायमराठी या विशेषांकात आणि अमेरिकेतील दिवाळी अंकातून प्रसिद्ध झालेल्या आहेत. लेखनाच्या निमित्ताने या अंकांच्या संपादकांशी झालेला परिचय मला महत्त्वाचा वाटतो. वेळोवेळी लेखनासंदर्भात त्यांनी केलेल्या सूचना, मार्गदर्शन अनमोल आहे. आणि अर्थातच वाचक. अंकात प्रसिद्ध झालेल्या कथांबद्दल आवर्जून प्रतिक्रिया कळविणाऱ्या वाचकांची मी आभारी आहे. लेखकाला वाचकांचा प्रतिसाद लिहिता ठेवतो. मेहता पब्लिशिंग हाऊसच्या शुचिता फडके यांनी कथा वाचून महत्त्वाच्या सूचना केल्या. त्यांना आणि मेहता पब्लिशिंग हाऊसच्या सर्वांनाच मनापासून धन्यवाद. मनोगत, मायबोली या आंतरजालांवरच्या संकेतस्थळांचीही मी ऋणी आहे. मायबोली या संकेतस्थळाचा आवर्जून उल्लेख करावासा वाटतो. कथेबद्दल सडेतोड प्रतिक्रिया देण्याबाबत मायबोलीकर माहिर आहेत. वेळोवेळी त्यांनी केलेल्या कौतुकाबरोबरच दर्शवून दिलेल्या चुकांनी/उणिवांनी कथेत यथायोग्य बदल करता आले. तेथील सर्वांचीच मी ऋणी आहे.

शुद्ध लेखनाच्या शंका दूर केल्याबद्दल रमेश झवर, संकेत पारधी, सुनंदा देवस्थळी या सर्वांचे मनापासून आभार. अंजली जोगळेकर, सुषमा लागवणकर, संजय वैशंपायन यांची मदत मी गृहीत धरते. त्यामुळे वेगळे आभार मानत नाही.

— मोहना प्रभुदेसाई जोगळेकर

अनुक्रमणिका

"पैकं भरून टाका सायबांचं." दरडावलेला आवाज ऐकून शरद सावध झाला.

"कोण बोलतंय? आणि हळू बोला. ओरडू नका."

"आमदार निवासात वस्तीला व्हता नवं तुजा भाव. त्यो पैका भरून टाक पटकीनी असं म्हनतोय मी."

"एकेरीवर येऊ नका आणि आधी कोण बोलताय ते सांगा. माझा भाऊ आमदार निवासात राहत नाही."

"राहत व्हऽऽऽता. तुज्याकडं जो आकडा येईल तेवढा पैका भरून टाकायचा. माझा काही संबंद नाही असं म्हनायचं नाय. कललं? कललं का नाय तुला मी काय बोलून राह्यलो त्ये?"

"हे बघा. मी पोलिसांकडे तक्रार नोंदवतो तुमची. बसा मग खडी फोडत म्हणजे समजेल."

"तू मला धमकी द्याया लागला व्हय? ऑ? मला धमकी देतो काय. गपगुमान सांगितलं ते कर. आनि, हा तुज्या पोरांबालांना जपून राहाया सांग. नाय म्हंजी कदी, कुनाला अपघात व्हायाचा येकादा. सांगून न्हाई ना येत येल." शरदने फोन आपटला आणि संतापाने तो तिथल्या तिथे येरझाऱ्या घालत राहिला. काही सुचेना तसं बाजूला पडलेलं वर्तमानपत्र त्याने पुढ्यात ओढलं. डोळे अक्षरांवरून फिरत होते पण मनात धमकीचे शब्द घुमत होते, दादाबद्दल विचार येत होते. दादाने लावला असेल कुणालातरी हा फोन करायला? दादाची इतकी दुर्दशा खरंच कशी झाली आणि कधी? घरातल्याच माणसांना छळून, त्रास देऊन हा काय साध्य करतो आहे? त्याच्याचमुळे अकाली प्रौढत्व आलं माथी. कायमचं. मोठ्या मुलाच्या ज्या काही जबाबदाऱ्या दादाने निभवायच्या, त्या येऊन पडल्या अंगावर. काही आपसूक काही स्वत:हून ओढवून घेतलेल्या. आणि आता तर अगदी दादाचीसुद्धा. नातंच नाकारलं, तरी ते बंध तोडता येत नव्हते. त्याची कर्मं निस्तारतानाही काचलेला दोर पूर्ण तुटू नये असंच वाटत राहिलं कायम. उसवलेले धागे जोडणं चालूच राहिलं. पाश नाकारताच आले नाहीत. पण आज दादाने टोक गाठलं. नाही जमणार आता. दादाच्या वागण्याचा रागलोभ

पाश

वाटण्यापलीकडे त्याचं वागणं जात चाललं आहे. याच मुलाचं घराण्याचा कुलदीपक म्हणून काय कौतुक व्हायचं. त्यात तो परदेशी गेलेला पहिलाच मुलगा तळेकरांच्या घरातला. त्या काळी. जवळजवळ चाळीस वर्षापूर्वी.

धोपेश्वरची घाटी चढून येणाऱ्या दादाकडे अंगणात उभं राहून घरातली सगळी मुलं उत्सुकतेने पाहत होती. घाटी चढून आलं की जेमतेम आठ-दहा घरांची वाडी. शेजारीपाजारी सगळे तळेकरच. असं ना तसं काहीतरी प्रत्येकाशी नातं एकमेकांचं. सगळ्यांच्याच घरातल्या उत्सुक नजरा बाहेर खिळल्या होत्या. पांढरं शुभ्र धोतर नेसून आप्पा व्हरांड्यात लाकडी दांड्याला धरून उभे होते. सून-लेकाची वाट पाहणाऱ्या आप्पांच्या चेहऱ्यावर प्रसन्न हसू होतं. माई हातात मीठमोहऱ्या घेऊन उभी होती. वैजू नवीन फ्रॉक घालून मिरवत होती. दादा आणि वहिनीची पुसटशी आकृती लांबवरून दिसली. मुलं पायऱ्या उतरून अंगणात नाचायला लागली, दादाच्या नावाने त्यांनी आरोळ्या ठोकायला सुरुवात केली. 'अरे, दम धरा रे पोरांनो' असं दटावणीच्या स्वरात पुटपुटत आप्पा पुढे झाले. कपाळावर आडवा हात धरून डोळ्यावर येणारं ऊन लपवत घाटीच्या दिशेने पाहत राहिले. दादा, वहिनी गड्याच्या मागून धापा टाकत चढ चढत होती. गड्याच्या डोक्यावर दोन तीन बॅगा एकावर एक चढवलेल्या आणि दोन हातात दोन पिशव्या अडकवलेल्या. सामानाकडे पाहायचं की दादा आणि वहिनीकडे तेच मुलांना समजेनासं झालं होतं. बरीच वर्षं परदेशात राहिलं की रंग गोरा होतो असं सगळ्यांनी ऐकलं होतं. सहा वर्षांनी दोघं भारतात येत होते. दादा वहिनीला भेटायला, पाहायला सगळेच उतावळे झाले होते.

दोघं अगदी दाराशी येईपर्यंत उत्सुक डोळे त्यांच्यावर रोखले होते. वैजू उगाचच लाजत वहिनीच्या बाजूला जाऊन उभी राहिली. रमाकांत मोठाले डोळे करून दादाकडे पाहत होता. माईने मीठ मोहऱ्या ओवाळून टाकल्यावर दोघं आत आली. हात पाय धुऊन त्यांचा चहा होईपर्यंत दोघांच्या हालचालींचा वेध घेत सगळी इकडेतिकडे करत राहिली. चहाचे कप खाली ठेवल्याठेवल्या दोघांभोवती घर जमा झालं. वहिनी बॅगा उघडून आणलेल्या भेटवस्तू ज्याच्या त्याच्या हाती सोपवत होती. वैजू तिच्यासाठी आणलेले सुंदर फ्रॉक पाहून हरखली. रमाकांत, शरदसाठी शर्ट आणि घरासाठी रेडिओ. माई, आप्पा रेडिओ लावून बसले. नवीन कपडे घालून सगळी मुलंही त्याभोवती कोंडाळं करून बसली. थोड्याच दिवसात नव्याची नवलाई संपली पण रेडिओची मात्र सर्वांना इतकी सवय झाली की, सकाळच्या बातम्या, संध्याकाळचे कार्यक्रम, रात्रीच्या श्रुतिका, भाषणं काही ना काही ऐकायला सगळे जण रेडिओभोवती रोज कोंडाळं करून बसायला लागले. दादा आणि वहिनी

धोपेश्वरला असेपर्यंत कॅनडाबद्दल किती आणि काय ऐकू असं होऊन गेलं होतं साऱ्यांना. तिकडच्या हिमवृष्टीबद्दल तर कोण कुतूहल होतं सगळ्यांच्याच मनात. दादा, वहिनीने कॅमेरात बंदिस्त केलेले क्षण पाहताना सगळे रंगून गेले. कॅनडाचं चित्र प्रत्येकाने दादा वहिनीकडून ऐकलेल्या वर्णनांनी आपापल्या मन:पटलावर रेखाटलं, कायमचं बंदिस्त केलं.

दादा परत आला होता तो कायमचा. पुन्हा कॅनडात न जाण्याचं ठरवून. आता तो कोल्हापूरला स्थायिक होणार होता. आल्याआल्या त्याने रमाकांत, वैजू, शरद यांच्याबद्दलचे बेत ठरवायला सुरुवात केली. शरद शिक्षणासाठी रत्नागिरीला होताच. वैजूचं लग्न आणि रमाकांतचा महाविद्यालयीन खर्च दादा करणार होता. माई, आप्पांनी धोपेश्वर सोडावं, कोल्हापूरला यावं असा आग्रहच त्याने धरला तो मात्र आप्पांनी पूर्ण केला नाही. ते दोघं धोपेश्वरलाच राहिले. दोन तीन वर्षं भर्रकन गेली. शरद शिक्षण संपवून कमवायला लागला. चिपळूणला स्थायिक झाला. वैजूचं लग्न झालं, रमाकांतचं शिक्षण पूर्ण होऊन तोही नोकरीला लागला. माई, आप्पा खूश होते. अधूनमधून दादाकडे, शरदकडे जाऊन राहत होते. या सगळ्याला खीळ बसली ती वैजूच्या आलेल्या पत्राने. आप्पांचा त्या पत्रावर काही केल्या विश्वास बसेना. येऊन जाऊन तर होते सारे जण दादाकडे. मग कधी शंका कशी आली नाही? आणि आता आता तर दादा आला होता कॅनडाहून. तो इथे स्थिर झाला, भावंडांनाही त्यानेच मार्गी लावलं, आता प्रपंचातून मुक्त व्हायचं असे मनसुबे रचत असताना हे काय अचानक? परिस्थितीतून मार्ग कसा काढायचा ते सुचेना तसं माई, आप्पा पत्र घेऊन चिपळूणला आले. आजही ते पत्र शरदला जसंच्यातसं आठवत होतं.

ती. आप्पा आणि माई

शि. सा. न. वि. वि.

माझं पत्र पाहून आश्चर्य वाटेल. कितीतरी दिवस येऊन जायचा विचार करते आहे पण जमलं नाही. या वेळेला पत्र लिहिणं अवघड जातंय. तुमच्या मनाला त्रास होईल असं काही लिहू नये असं वाटतंय पण इलाज नाही. दादाबद्दल लिहायचं आहे. कशी सुरुवात करू आणि काय लिहू तेच समजत नाही. वहिनीने मला चांगलंच तोंडघशी पाडलंय. मध्यंतरी दुकान अगदी चालेनासं झालं होतं. पुढे काय ह्या चिंतेत असतानाच हे कोल्हापूरला कामाकरता गेले होते, तेव्हा दादाची भेट झाली. बोलण्याबोलण्यातून आमच्या परिस्थितीचा अंदाज आला दादाला.

दादाने मदतीचं आश्वासन दिलं. मध्ये एकदा तो ओणीला येऊन गेला. वहिनीदेखील आली होती. सकाळी येऊन संध्याकाळी परत गेले दोघं. वहिनी निघताना म्हणाली, की मी जर माझे सोन्याचे दागिने दिले तर ती तीन महिन्यात दुप्पट करून देईल. मला आश्चर्यच वाटलं पण तिने मला अगदी सविस्तर पटवून दिलं. ती हे कसं करणार आहे त्याबद्दल सांगून उदाहरणं दिली. विचार करून मी आधी एक सुंकलं होतं ना माझं शाळेत असल्यापासूनचं ते दिलं. म्हटल्याप्रमाणे दुप्पट सोनं मला तिने अगदी महिनाभरातच दिलं. तीच आली होती घेऊन. मी तिलाच ते सोनं विकून पैसे घेतले. खूप आनंद झाला. दुकानाला मदत झाली ना. जाताना मी तिला माझे लग्नातले दागिने दिले. जवळजवळ सात तोळे सोनं. चौदा तोळे सोनं मिळेल ते आधीसारखं वहिनीलाच विकायचं, त्या पैशामुळे दुकान फार पटकन उभं राहील पुन्हा असा विचार केला. आज या गोष्टीला सहा महिने होऊन गेले. मी तिला पत्र पाठवून थकले. प्रत्येक पत्राचं उत्तर येतं लगेच. त्यात असतं भरघोस आश्वासन आणि माझ्याबद्दलची चिंता, वहिनी मला कशी मदत करतेय त्याबद्दलची खात्री. माझ्या मनात भीतीने घर केलं आहे. ह्यांना मी हे अजून सांगितलेलं नाही. आप्पा, हे लिहितानाच माझ्या डोळ्यांसमोर तुमचा चेहरा येतोय. मी ह्यांना का नाही सांगितलं हा प्रश्न पडलाय ना तुम्हाला? वहिनीने चार चार वेळा बजावून सांगितलं होतं की तिने हा व्यवसाय नव्यानेच सुरू केला आहे, नवखी आहे ती यामध्ये त्यामुळे लगेच कुठे बोलू नये मी. काम झाल्याशिवाय कुणाकडेही, अगदी ह्यांच्याकडेदेखील बोलू नकोस असं पुन्हापुन्हा तिने सांगितलं त्यामुळे मी गप्प राहिले. आता मी काय करू? सगळे मार्ग संपल्यासारखे वाटतायत. वहिनीला मी हेदेखील लिहिलं होतं की दुपटीचं वगैरे जाऊ देत. तू मला फक्त माझे दागिने परत कर. आता सणासुदीचे दिवस सुरू होतील. त्या वेळेस अंगावर दागिने दिसले नाहीत तर ह्यांच्या लक्षात येणारच. काय उत्तर देऊ मी? दादालासुद्धा लिहिलं मी पत्र. तो म्हणतो तुझी वहिनी शब्द पाळेल. एवढंच दर वेळेस. मला सांगा नं काय करू मी?

तुमची,
सौ. वैजू

पत्र वाचून शरदलाही आश्चर्य वाटलं, धक्का बसला. आप्पांशी बोलून त्याने लगेच हालचाली करायला सुरुवात केली. रमाकांतला पत्र पाठवून कोल्हापूरला

यायला सांगितलं. शरद आणि रमाकांत एकदमच कोल्हापूरला जाऊन पोचले. वैजूही ओणीहून कोल्हापूरला आली. सर्वांना अचानक पाहून दादा वहिनीला आश्चर्य वाटलं पण खूप आनंदही झाला. काय करू नं काय नको असं होऊन गेलं. त्यांच्या आनंदात तिघांना सहभागी होणं जमत नव्हतं आणि दागिन्यांचा विषय काढणं अवघड वाटत होतं. शेवटी दोन तीन दिवस गेल्यावर दुपारची जेवणं झाली आणि रमाकांतने विषय काढला,

''दादा, आम्ही खरं तर एका कामासाठी आलो आहोत तुझ्याकडे.''

''अरे, मग इतका वेळ वाट कशाला पाहिली? आल्या आल्या सांगायचं ना.''

''वहिनीने वैजूला तिचे दागिने दुप्पट करायचं वचन दिलं होतं.''

''बरोबर. ती करणारच आहे ते. काय गं?''

''हो, म्हणजे आज करतेच मी ते काम.'' वहिनीने हसून उत्तर दिलं.

''नक्की काय करणार आहेस तू वहिनी? असे दागिने दुप्पट वगैरे नाही करता येत.''

''येतात. कॅनडात होतो आम्ही तेव्हापासून एका माणसाला ओळखत होतो. तोही इथे आला आहे कायमचा. मी माझेही दागिने घेतले आहेत ना दुप्पट करून त्याच्याकडून.''

''आम्ही दोघं येतो बरोबर. त्या माणसाची भेट घडवून दे.'' रमाकांत म्हणाला.

''मी जाऊन येते आज आणि कधी भेटायला येऊ ते विचारते. वेळ ठरवून गेलेलं बरं.''

''फोन कर ना. दोन दोन खेपा कशाला. नाहीतर एकत्रच जाऊ आपण.'' शरदला वहिनीचा उत्साह पाहून चीड येत होती.

''नाही मला त्या बाजूला मैत्रिणीकडे जायचं आहे. आधी विचारून ठेवते तो माणूस घरी कधी असेल ते आणि मग जाऊ एकदम.''

सगळे गप्प राहिले. वैजूने मात्र वहिनीबरोबर जायचा हेका धरला, पण नाना कारणं देत तिलाही थोपवलं वहिनीने.

वहिनी आणि दादा एकदमच बाहेर पडले. वैजू, रमाकांत, शरद दिवसभर त्यांची वाट पाहत राहिले घरात बसून. कंटाळलेल्या, वैतागलेल्या शरदने वैजूवर आगपाखड केली.

''तू काय अक्कल गहाण टाकली होतीस का दागिने देताना? असे दुप्पट होऊन मिळाले खरंच तर सगळ्या जगाने हेच नसतं का केलं?''

''चुकलं माझं. पण गरज आहे रे पैशाची आम्हाला. वहिनी, दादा मला फसवतील अशी पुसटशी शंकादेखील आली नाही.''

''मुळात या दोघाचं हे काय चालू आहे? दागिने दुप्पट करून वहिनीला काय

मिळत असेल? पैसे? किती? आणि करायचा काय असा मिळवलेला पैसा? इतकी वर्षं कॅनडात होते, तर आर्थिक परिस्थिती व्यवस्थित असणारच ना?'' रमाकांतला दादा आणि वहिनी असं का करतायत तेच कळत नव्हतं.

"त्यांनाच विचारायला हवं. दोघांनीही काढता पाय घेतलेला दिसतोय. संध्याकाळ व्हायची वेळ आली. आपण बसू भजन करत.'' शरदला दादाची भयंकर चीड येत होती. दार वाजलं तसं वैजू उठली. दोघं आले असावेत परत असंच वाटलं तिघांना.

"तळेकर पाहिजे होते.'' दारात अपरिचित गृहस्थ उभे होते. बरोबर एक स्त्री. बायको असावी.

"ते नाहीत घरी. काही काम होतं?'' शरद पुढे झाला.

"तुम्ही कोण?''

"मी भाऊ त्यांचा. कोण आलं होतं म्हणून सांगू दादाला?.''

"आम्ही आत आलो तर चालेल का? तुमच्याशी बोललं तर...''

"या ना.'' शरद बाजूला झाला तसं ते जोडपं आत आलं. अस्वस्थ हालचाली करत उभं राहिलं. रमाकांतने दोघांना बसायचा आग्रह केला.

"सांग आता त्यांना काय झालं ते. म्हणजे आम्ही काही तुमच्या भावाची तक्रार करतो आहोत असं नाही, पण...'' ते गृहस्थ खुर्चीवर बसत म्हणाले.

"माझा स्वेटर, जॅकेट, पर्स बनविण्याचा व्यवसाय आहे. तळेकर वहिनी म्हणाल्या, तिकडे कॅनडात याला खूप भाव मिळेल. २०,००० रुपयांचा माल तयार करून मागितला. १०,००० रुपये दिले. उरलेले पंधरा दिवसात देते सांगून सगळा माल घेऊन गेल्या. पैसे अजून आलेच नाहीत. चांगल्या ओळखीच्या म्हणून मी असा माल दिला. नाहीतर चुकूनसुद्धा पैसे मिळाल्याशिवाय मी काही हातात ठेवत नाही. फसवलं हो चांगलंच.''

"इतक्या चकरा मारल्या हिने. दारच उघडत नाहीत. रोज रडत घरी येते. सुरुवातीलाच मला विचारलं असतं, तर ओळखपाळख बाजूला ठेव म्हटलं असतं. कंटाळून शेवटी मी आलो आज. तुम्ही नसता, तर सरळ पोलीस चौकीत जाणार होतो.''

शरदने त्यांचं नाव, फोन नंबर लिहून घेतला. दादाला निरोप देण्याचं आश्वासन दिलं तसं ते दोघं निघून गेले.

"चला, वैजू तू एकटीच नाहीस अडकलेली यात समाधान मान आता. आहेत तुझ्यासारखी मूर्ख माणसं.'' रमाकांत म्हणाला तशी वैजू चिडली.

"रम्या, तू जास्त शहाणपणा करू नकोस. मी चुकले हे मान्य केलंय ना. आता काही मदत करता येते ते पाहणार आहेस, की मला मूर्ख ठरवण्यात आनंद मानणार आहेस तू?''

"हे दोघं कॅनडाला जाऊन हेच कौशल्य शिकून आले की काय?" शरदच्या प्रश्नावर रमाकांत हसला.

"स्मगलिंग तर नसतील ना करत? त्यात कुठेतरी फसले असतील. आता सगळं निस्तारायला पैसे पाहिजेत. मग घाला टोप्या अशा ज्याला त्याला."

"काय असेल ते असेल. पण सख्ख्या बहिणीला असं लुबाडायचं? वहिनी तर इतकी प्रेमळ. दादापेक्षा ती जवळची वाटायची. कधी शंका पण आली नाही ती फसवेल." वैजूला आता रडायलाच यायला लागलं होतं.

"बोलून पाहू दादा आणि वहिनीशी दोघं एकत्र असताना. त्यांना पैशाची मदत हवी असेल ती करू. पण थांबवा म्हणावं हे आता. आज ते जोडपं आलं. अजून कुणाला फसवलं असेल तर? तळेकरांच्या नावाला चांगलंच काळं फासणार हा दादा." शरदचा संताप संताप होत होता.

संध्याकाळी काळोख पडतापडता दोघं घरी आले. शरद वाटच पाहत होता,

"दादा, अरे काय हे? सकाळी बाहेर पडलेला तू. आत्ता परत येताय दोघं. काय दागिने घडवून आणलेत की काय?"

"हे बघ शरद, चिडू नकोस तू. उद्यापर्यंत वैजूचे दागिने देतो परत. मग तर झालं?"

"आज आणणार होतास ना? आता उद्यावर गेलं. कोणाकोणाच्या तोंडाला अशी पानं पुसली आहेस रे?"

"कुणाच्याही नाही. असले भलतेसलते आरोप करू नकोस."

"एक जोडपं येऊन गेलं मगाशी. त्यांनी जे सांगितलं त्यावरून तरी तसंच वाटलं."

"कोण आलं होतं?" वहिनीच्या चेहऱ्यावर प्रश्नचिन्ह होतं.

"वैजूसारखं आणखी कुणीतरी फसलेलं तुझ्या गोड बोलण्याला."

"शरद, आम्ही कुणालाही फसवलेलं नाही. देणार आहोत वैजूचे दागिने." वहिनीने शरदच्या कडवट स्वराकडे दुर्लक्ष करत म्हटलं.

"कधी? किती दिवसांनी? वैजूला पैशाची नड आहे हे माहीत असूनही दागिने घेतलेत. आणि दादा तू पण वहिनीला सामील आहेस का?"

"सामील? आम्ही काही कुणाला फसवण्याचा घाट घातलेला नाही. उद्या वैजूचे दागिने करू परत." दादाने शांतपणे सांगितलं.

"आणि त्या जोडप्याचे पैसे?"

"त्यांची काळजी तुला कशाला? बोलेन मी त्यांच्याशी आणि देईन त्यांचे पैसे त्यांना. खरंच दुप्पट दागिने दिसले की स्वतःचे घेऊन येऊ नका म्हणजे झालं."

"काय वेड लागलेलं नाही आम्हाला. वैजूचे दागिने परत मिळेपर्यंत आम्ही राहतो इथेच." रमाकांत ठामपणे म्हणाला. वहिनी एकदम रडायलाच लागली.

"तू कशाला रडतेस वहिनी? आम्ही राहू नये इथे असं वाटतंय का?" रमाकांतला वहिनीच्या अचानक हुंदके देऊन रडण्याचं कारणच समजेना.

"राहा रे. घरचीच तर आहात सगळी. पण आपलीच माणसं आपल्या बोलण्यावर विश्वास ठेवत नाहीत, याचं वाईट वाटलं. घरातलेच असं वागतात, मग बाहेरच्यांनी टोकलं तर काय नवल. एक हे तेवढे माझ्या बाजूने ठाम उभे आहेत." डोळ्याला पदर लावत वहिनी पुन्हा रडायला लागली तसा शरदचा तोल ढळला.

"दादा तुझ्या बाजूने उभा आहे की तुला सामील ते कळायचं आहे वहिनी. आणि स्वत:च्या नणंदेला लुबाडलंस, तेव्हा विसर पडला का तुला आपल्या माणसांचा? कमाल आहे! गेली सहा वर्षं घरात, नातेवाइकांमध्ये कोण कौतुक चालायचं तुमच्या परदेशी असण्याचं. आमच्या दृष्टीने तुम्ही दोघं 'हीरो' होता आणि परत आल्यापासून काय चालवलंय हे तुम्ही? तळेकरांच्या नावाला काळिमा नाही फासलात म्हणजे मिळवली."

"शरऽऽऽद!" दादा जोरात ओरडला तसा शरद एकदम गप्प झाला.

"काळिमा फासला म्हणे. काळिमा फासायला तळेकरांच्या घरातल्यांनी काय अटकेपार झेंडे फडकवले आहेत?"

"नाही, अटकेपार झेंडे नाही लावलेले; पण अब्रूचे धिंडवडे निघतील असंही कुणी वागलेलं नाही आत्तापर्यंत. ते तू करणार अशीच लक्षणं आहेत. नाहीतर वहिनी."

"गप्प बस रे. मोठी वहिनी आहे ती तुमची आणि काय सारखं तिला बोलताय दोघं? वैजूचे दागिने आहेत ना, मग त्या दोघी बघतील काय ते. मोठा भाऊ, वहिनी म्हणून आदर दाखवायचा सोडून बोलताय आपलं तोंडाला येईल ते." दादा तडतड करत तिथून उठला.

चार दिवस राहूनही दागिने परत मिळाले नाहीत. शरद आणि रमाकांतचा वहिनी-दादाच्या साळसूदपणामुळे अंगाचा तिळपापड होत होता, वैजूच्या मुळूमुळू रडण्याचा वैताग यायला लागला होता. शेवटी तिघं आपापल्या मुक्कामी रवाना झाले. शरद मात्र चिपळूणला न जाता धोपेश्वरला गेला. जे काही कोल्हापूरला घडलं ते त्याने माई-आप्पांच्या कानावर घातलं. कितीतरी वेळ शरद काय सांगतो आहे त्यावर आप्पांचा विश्वास बसेना. ते निराश झाले. हताश होत रेडिओवर चालू असलेलं मंद संगीत बटण पिरगळीत त्यांनी खाडकन बंद केलं.

"मसणात घाला ह्या दादाने आणलेल्या गोष्टी. फॉरेनात जाऊन हेच शिकून येतात की काय? माझ्या हयातीत आपल्या घरातलं आजपर्यंत कुणीही असं

वागलेलं नाही. शरद, आता सगळा भरवसा तुझ्यावर. तूच सांग काय करायचं? नाहीतर असं करू. जमिनीचा एक तुकडा विकून टाकतो. वैजूकडे जाऊन परिस्थितीबद्दल स्पष्ट बोलतो. जावईबापूंची मी वैजूच्या वतीने माफी मागतो. तिच्या स्त्रीधनाचे पैसे देऊ आपण जावईबापूंना. उपयोगही होईल दुकानासाठी. बाकी उरतील ते दादाकडे देऊ.'' बोलताबोलता आप्पा थांबले. क्षणभर विचार करून म्हणाले, ''नको, त्याच्या हातात नको द्यायला पैसा. त्याच्याबरोबर जाऊ प्रत्येकाच्या घरी. झाल्या प्रकाराची माफी मागू आणि देणं देऊन टाकू. पण लोकांचे शिव्याशाप नको रे आपल्याला. इतकी वर्षं सचोटीने काढली. दादाने धुळीला नको मिळवायला आपलं नाव.''

''अहो, आपण दोघं जाऊ या का कोल्हापूरला? काहीतरी अडचणीत सापडले असणार दोघं. तुम्ही धीर द्या. आधार देऊ याची खात्री द्या. मग बोलतील पोरं, मोकळी होतील.'' माईच्या बोलण्यावर शरदने मान डोलावली.

''पाहा प्रयत्न करून. आम्ही हरलो. काही नाकारतही नाहीत आणि परतही देत नाहीत. तुमच्याशी बोलतील कदाचित मोकळेपणाने.''

कोल्हापूरला कधी जायचं ते ठरवून शरद चिपळूणला गेला. ठरल्याप्रमाणे चार दिवसांनी माई-आप्पांना घेऊन तो कोल्हापूरला पोचला. दादा हरखलाच दोघांना पाहून. बरोबर शरदला पाहिल्यावर मात्र त्याला कल्पना आली. पण तसं जाणवू न देता त्याने तिघांचं स्वागत केलं. माई, आप्पा अवघडून बसले.

''माई, तुमच्याच घरी आला आहात. आता एक-दोन महिने मस्त आराम करा. आप्पा, तुमच्यासाठी ढीगभर पुस्तकं आहेत वाचायला. वेळ कसा जाईल ते समजणार नाही. रंकाळा आपल्या घराच्या अगदी जवळ आहे. आजच घेऊन जाईन म्हणजे रोजच्या रोज चक्कर मारायला जाता येईल तुमचं तुम्हाला.'' दादाने हक्काने सांगितलं. पुन्हा तेच. दोघं इतकी लाघवीपणाने बोलत होती की, विषय कसा काढावा तेच माई, आप्पांना कळेना.

चहाचा घोट घेत शेवटी आप्पा म्हणाले, ''बाबा रे, आम्ही विश्रांतीसाठी नाही आलेलो. तुमचं दोघांचं जे काही चाललं आहे ते ऐकून राहवलं नाही, म्हणून आलो. काय ऐकतोय मी दादा तुम्हा दोघांबद्दल? हे बघ, कशात काही अडकला असशील तर सांग लगेच. मी येण्यापूर्वी जमीन विकण्यासाठी गिऱ्हाइक पाहून आलेलो आहे. किती पैसे देणं आहेस?''

''शरदने चांगलं काम केलेलं दिसतंय. काय रे, इथून गेलास ते धोपेश्वर गाठलंस ना? कशातही अडकलेलो नाही आम्ही. सगळं व्यवस्थित होईल. तुम्ही काळजी करू नका. वैजूला तिचे दागिने लवकरच देऊ कबूल केल्याप्रमाणे.'' पुन्हा पुन्हा वहिनी आणि दादाने आश्वासन दिलं. शेवटी माई-आप्पांनी विश्वास टाकला आणि काही दिवस कोल्हापूरला विश्रांतीसाठी राहण्याचंही ठरवलं. शरद चिपळूणला

परत आला.

ती माई-आप्पांची शेवटची खेप बहुधा कोल्हापूरची. त्यानंतर दादा आणि वहिनीने कोल्हापूरच सोडलं. माईला दादाचा ठावठिकाणा शोधून काढायचा ध्यास लागलेला. आल्यागेल्याला ती दादाबद्दल विचारत राही. धोपेश्वरला आलेल्या देणेकऱ्यांच्या तगाद्यांनी आप्पा खचले. अचानक दहा वर्षांनी म्हातारे दिसायला लागले, एकेकाची देणी फेडत राहिले. शरद आणि रमाकांत आपल्या परीने त्यांना कधी विरोध करत राहिले, तर कधी न राहवून मदत.

त्या दिवशी गणपतीच्या निमित्ताने सारे जमले होते. पाच दिवस म्हटलं तर कसे गेले हेही समजलं नाही. आरास रचण्याची गडबड, बेंबीच्या देठापासून ओरडून आरत्या म्हणण्याचा खटाटोप, संध्याकाळी चहा पिऊन झाल्यावर रवळनाथाच्या दर्शनाला जाणं, पडवीत पत्त्यांचा अड्डा जमवणं असं सगळं चालू असलं, तरी प्रत्येकाच्या मनात विचारांची खळबळ होती. विसर्जन झालं, जेवणं आटोपली आणि सुपारी कातरत आप्पा अंगणातल्या बाजेवर पायाची घडी घालून बसले. एकेक करून सगळीच आजूबाजूला येऊन बसली. माईंनी दुधाचा कप आप्पांच्यासमोर धरला.

"घर अगदी भरून गेल्यासारखं झालं हो आज. छान वाटलं. दादा आला असता तर जिवाला शांतता लाभती." बाजूच्या पायरीवर टेकत माई म्हणाल्या.

"आम्ही सर्व आहोत त्यात आनंद मान ना माई." वैजू म्हणाली, तसं आप्पांनी चमकून तिच्याकडे पाहिलं.

"नाहीतर काय? त्या दादाला नाही कुणाची फिकीर आणि हिचा आपला सतत दादाच्या नावाचा जप. आप्पा, अनायसे माईनेच विषय काढला आहे दादाचा, तर माझ्या मनातलं बोलतेच आता." वैजूचा स्वर, आवेश पाहून ती आता आणखी काय सांगणार या शंकेने आप्पांचा जीव धास्तावला. सगळेच जण शांत झाले.

"आप्पा, दादा तुमचा मुलगा आहे, त्यासाठी तुमचा जीव तुटणार हे ओघाने आलंच; पण जमिनीचा एक तुकडा विकू म्हणता म्हणता फक्त एक तुकडाच तुमच्यासाठी शिल्लक राहिला असं होऊन जाईल. मी माझ्या दागिन्यांवर कधीच पाणी सोडलंय. माझ्या घरच्यांचीही तुम्ही काळजी करू नका. घेतले का ह्यांनी पैसे तुम्ही घेऊन आलात तेव्हा? पण आता हे अपराधीपण सोडा. त्या दोघांच्या वागण्याला स्वत:ला जबाबदार धरू नका. दादा, वहिनीने काहीही संबंध ठेवलेला नाही आपल्याशी, तर का तुम्ही त्यांची देणी फेडताय? आधी वाईट वाटायचं; पण तुम्ही असे परिस्थितीला शरण जाताय ते बघून राग येतो आता मला. काढून टाका ना आपल्या आयुष्यातून दादाला आता. खूप झालं. भोगला एवढा त्रास पुरे झाला."

वैजू काकुळतीने विनवत होती. गणपतीच्या निमित्ताने सारी भावंडं जमली होती ती ह्या विषयाचा सोक्षमोक्ष लावायचा ठरवूनच.

"आपलेच दात आपलेच ओठ पोरी. तुझ्या घरचे मोठ्या मनाचे. पण बाकिच्यांचे तळतळाट आपल्या घराण्याला नकोत म्हणून करतोय हे सारं."

"कशाला पण? सगळीकडे तुमचं किंवा आमचं नाव, पत्ता देणार हा दादा; पण त्याचा ठावठिकाणा कळू देतोय का? आणि आपल्यापरीने आपण केले प्रयत्न. आता बास." शरद न राहवून बोलला.

"मध्ये दोघं माझ्याकडे राहायला आली होती." रमाकांतच्या बोलण्यावर सगळ्यांनीच चमकून त्याच्याकडे पाहिलं.

"हो, खरं सांगतोय. मलाही दया आली. राहायला जागा नाही. रेल्वे स्टेशनवर झोपतो रात्री असं वहिनी डोळ्यांत पाणी आणून सांगत होती. राहवलं नाही मला."

"अरे, मग आहेत कुठे आता? घेऊन यायचंस ना दोघांना." माईच्या स्वरातला ओलावा जाणवला तसा वैजूचा राग उफाळून आला.

"हेच. आपलं हळवेपण घात करतं आहे आपला आणि त्यांचाही. आता इतकं बोलले मी, एवढं ऐकते आहेस आणि तरी निघालीस लगेच धोपेश्वरला बोलवायला. तू सुद्धा कमाल केलीस रमाकांत. कशाला ठेवून घेतलंस?"

"अगं, सख्खा भाऊ आहे तो आपला. वहिनीने खूप लाड केले आहेत आपले आपण लहान असताना. ते सगळं आठवलं, म्हणून एक दोन दिवस राहा म्हटलं, पण त्या आधी शरदशी बोललो."

"हो. मी पण म्हटलं राहू दे, पण तिथेही पुन्हा रंग दाखवलेच त्यांनी आपले."

"काय केलं?" आप्पांच्या आवाजाला कंप सुटला.

"रमाकांतच्याच घरातलं सामान चोरीला जायला लागलं."

"हद्द झाली दादापुढे. हे आपलंच रक्त आहे ना हो?" आप्पांच्या आवाजातली असहायता शरदचं काळीज चिरून गेली.

"रमाकांतने मग त्यांना तिथून जायला भाग पाडलं." शरदने पटकन म्हटलं.

"आता कुठे आहेत?" माईने विचारलं आणि रमाकांत चिडला.

"कमाल आहे माई तुझी. तोंडाला काळं फासलं आपल्या. आपण सारेच निस्तरतो आहोत त्याचे उद्योग. आप्पांवर तर कफल्लक व्हायची वेळ आणली आहे त्याने आणि तरी माई तुला तो कुठे आहे ह्याची चिंता पडली आहे?"

"ओरडू नकोस रे असा. आत्ता वैजूने फटकारलं, आता तू. चुकलंच माझं. पोटचा गोळा आहे रे बाबांनो शेवटी. येते माया आड. विचार करत राहते बाबा, काय चुकलं आमचं? पाठवायला नको होतं की काय परदेशात? आणि काही चुकलं असेल, तर मग तुम्ही सगळी कशी व्यवस्थित आहात? कितीतरी वेळा वाटतं, की

तो गुंतला ह्यात त्याच्या बायकोमुळे. पण मग हा गप्प का राहतो ते समजत नाही. कुठल्या जन्माचं पाप भोगतो आहोत आम्ही कोण जाणे. अब्रूने राहिलो आतापर्यंत आणि आता काय वेळ आणली आहे या मुलाने. पण नाळ नाही रे तुटत. काळजी वाटते, प्रश्न पडतात. पुन्हा हे विचारायची भीती. चिडता ना तुम्ही सगळेच. तुम्हाला आमच्या पोटातलं ओठावर आणलं त्याचा इतका त्रास होत असेल, तर आता नाही हो नाव काढायची दादाचं.''

माईने एकदम पड खाल्ल्यावर कुणाला काय बोलावं ते सुचेना; पण रमाकांतनेच सूत्रं हातात घेतली.

''खरंच आता सोडा त्याचं नाव. तुम्हालाच त्रास होतो. मानसिक, आर्थिक दोन्ही बाजूने. आणि वहिनीला एकट्याला का दोष देता? आपला तो बाब्या असं नका करू. यामध्ये दोघांचाही तितकाच हात आहे. आपलंच नाणं खणखणीत असल्याचा दावा करण्यात जे काही चाललं आहे त्यावरून काही अर्थ नाही. आपल्याला माहीत होता तो हा दादा नाही. किती खेपा मारल्या, दोघांना बोलतं करायचा प्रयत्न केला. वहिनीच्या माहेरच्यांनी पण काय कमी प्रयत्न केले का? पण दोघंही दाद देत नाहीत. एखाद्याला चिखलात रुतायचंच असेल, तर नाही गं बाहेर काढता येत माई. आपलाच पाय त्यांच्याबरोबर खोलात जातो, चिखल अंगावर उडायला लागतो...''

रमाकांतचं बोलणं तोडत आप्पा म्हणाले, ''मी बोलत नाही म्हणून चिडता. ती बोलते म्हणूनही तिच्यावर चिडता. काय असं वागता रे आमच्याशी? आता एकदा आमची दोघांची बाजू सांगूनच टाकतो. दादाबद्दल सांगता, तक्रारी करता तेव्हा अपराधी वाटतं, त्रास होतो. वाटतं, आपल्या ह्या दिवट्यामुळे बाकीच्या मुलांना का हा त्रास, व्याप? भाऊ झाला म्हणून तुम्ही किती आपलं नुकसान करून घ्यायचं? आता खरंच कंटाळा आला आहे या परिस्थितीचा. रात्ररात्र डोळा लागत नाही. विचार पाठ सोडत नाहीत. रक्तातूनच आलं आहे की काय हे असं वागणं, या शंकेने आपल्या घरात कुणी असं पूर्वी वागलं होतं का, याची मन सतत चाचपणी करत राहतं, बाहेर तोंड दाखवायची तर सोयच राहिलेली नाही. कुठेही गेलं की दादाची चौकशी असतेच नातेवाइकांच्या घोळक्यात. आपल्या अगदी जवळच्या नातेवाइकांना तो कुठल्याशा देवळापाशी भेटायला बोलावतो आणि ते जातात. बरं त्यांना दोष काय देणार? त्यांना काही ह्या गोष्टींची झळ लागलेली नाही. त्याने बोलावलं, भेटावंसं वाटलो म्हणून गेलो भेटायला म्हणतील. खाजवून खरूज काढल्यासारखं करतात रे. फाजील उत्सुकता दिसते बोलण्यातून, डोकावते डोळ्यांतून. आव मात्र असतो काळजीचा. थकलो आता. तुम्हीच सांगा काय करायचं ते.''

आप्पा बोलायचे थांबले. शरद आणि रमाकांतने एकमेकाकडे नजर टाकली.

“मी आणि रमाकांतने खूप विचार केलाय याबाबतीत. असं वाटतंय, की वर्तमानपत्रात देऊन टाकायचं आमचा ह्या व्यक्तीशी काही संबंध नाही म्हणून.”

“अरे, काहीतरीच काय. नको रे इतकं टोक गाठायला.” वैजूलाच राहवलं नाही.

“मग राहा तसेच. ज्याला त्याला त्या नालायकाचा पुळका. अरे, बघायला या. माझं घर अक्षरश: धुऊन काढलं आहे दोघांनी. आता माझा जम बसला आहे तर लग्न कर म्हणून मागे लागली होतीस ना माई? तुमच्या मोठ्या चिरंजीवांनी सगळं घर खाली केलं आहे. आता पुन्हा जमवाजमव करेपर्यंत कुठला करतो आहे लग्नाचा विचार. एक दिवस जरा बाहेर गेलो, तर ट्रक आणून सगळं सामान न्यावं ह्या दोघांनी? सख्ख्या भावाला लुबाडतात? तुझं वाटोळं केलं, आप्पांवर या वयात कफल्लक व्हायची वेळ आली, नातेवाइकांमध्ये, ओळखी-पाळखीच्या लोकांमध्ये मान खाली घालावी लागते विषय निघाला की. कुणी नवीन माणूस समोर आलं की भीती वाटते, दादा याचं काही देणं तर लागत नाही ना अशी शंका येते. आणि तू म्हणते आहेस टोक गाठायला नको. ठरवा मग तुम्ही काय करायचं ते, नाहीतर बसा देणी फेडत, नशिबाला बोल लावत.” रमाकांतचा स्वर टिपेला पोचला.

वाद, चर्चा, चिडाचीड होऊन शेवटी रमाकांतने दादाशी तळेकरांच्या घरातील कोणत्याही व्यक्तीचा काही संबंध नाही, असं निवेदन वर्तमानपत्रात दिलं. त्या दिवशी धोपेश्वरच्या तळेकरांच्या घरात सुतक असल्यासारखं वातावरण होतं. शरदला याची कल्पना असल्यासारखी तो मुद्दाम दोन-तीन दिवस राहायला आला होता. ते वर्तमानपत्र हातात घेऊन रडणाऱ्या माईची समजूत घालणं कठीण झालं त्याला.

“माई, आपण सर्वांनी एकत्र मिळून घेतलेला हा निर्णय आहे.”

“हो, मला मेलीला मत आहे कुठे. तुम्ही बोलायचं, मी मान डोलवायची. पण असं निवेदन देऊन संबंध संपत नाही पोरांनो. खरं सांगा, संपतो असा संबंध?”

आप्पांनी बायकोकडे नजर टाकली. “कायदेशीरदृष्ट्या संपतो. त्याच्या कुठल्याही वागण्याला, फसवणुकीला आपण जबाबदार नाही. जमिनीच्या व्यवहाराला त्याच्या स्वाक्षरीची गरज नाही, आपलं जे काही आहे त्यातला वाटा त्याला मिळणार नाही.”

“जीव गुंतला आहे त्याचा संबंध कसा संपवायचा?” डोळ्यात येणारे अश्रू लपवत माईंनी विचारलं.

“आपला जीव गेला की.” कठोर स्वरात आप्पा उत्तरले.

“अहो, असं काय बोलता?”

“खरं तेच सांगतो आहे माई. थोडीथोडकी नाही, जवळजवळ पंधरा वर्षंतरी झाली असतील दादाशी संबंध तुटून. जो येतो तो त्याची देणी फेडण्यापुरता. आता

एक लक्षात ठेवा, त्याचं नावंही काढू नका. एकदातरी आला का आपल्याला भेटायला तो? दुखलंखुपलं विचारायला? कुणीतरी सांगतं आपल्याला, दादरला दिसला होता, पुण्यात आला होता. इकडे जाऊन भेटून आलो त्याला. आता इतक्या ठिकाणी हा जातो मग आपल्याला भेटावं असं वाटू नये त्याला एकदाही? आता तर घरात फोनही आलाय. फोन करावासा नाही वाटला. आता आपण पिकली पानं याची जाणीव असेलच ना त्यालाही. तोच पोचला आता पन्नाशीला.''

''घाबरत असेल हो शरदला, रमाकांतला. वैजूला तोंड दाखवायची लाज वाटत असेल.''

''वैजूला फसवलं तेव्हा घाबरला नाही तो? आणि आपल्याला भेटायला आला तर काय आपण लगेच सर्वांना बोलावून घेणार आहोत? म्हणावं तर पोलीसही त्याच्या मागावर नाहीत. संबंध संपले हेच अंतिम सत्य आहे. दोघं कुठेतरी आहेत, आपले आपण जगतायत यावर आता समाधान माना. आणि एक करा. येता-जाता मुलांसमोर दादाची चौकशी करू नका. रागावतात मुलं. त्यांना वाटतं, ती इतकं करतात आपल्यासाठी, दादाच्या गुन्ह्यांवरही सतत पांघरूण घालतात आणि आपणमात्र त्याचीच आठवण काढत राहतो.'' चिडले की आप्पा माईंशी अहो-जाहो करून बोलत. ते जाणवलं तशा माई गप्प झाल्या.

धमकीचा फोन आल्यापासून हातात धरलेल्या वर्तमानपत्रातली अक्षरं पुसट होत हे सारे प्रसंग ठळकपणे चित्रित होत होते शरदच्या मनात. आप्पांनी दादाचं नाव आता या घरात पुन्हा काढायचं नाही असं माईला बजावून सांगितलं, त्यानंतर काही दिवसांनी दोघंही त्याच्याकडे चिपळूणला कायमचे वास्तव्याला आले. आणि खरंच निश्चय केल्यासारखं दोघांनी पुन्हा दादाच्या नावाचा उल्लेखही केला नाही. या ना त्या मार्गाने रमाकांतने दादाला पोचवलेल्या निरोपांमुळे एकदा अखेर आप्पांशी बोलायला म्हणून दादाचा फोन आला. आप्पा, माईंशी निदान एकदातरी त्याने बोलावं म्हणून चालवलेली धडपड होती ती भावंडांची. पण आप्पांनी त्याच्याशी बोलायलाच नकार दिला. माईची इच्छा असावी, पण आप्पांना घाबरून तिने नाही म्हटलं असावं असंच वाटलं होतं तेव्हा सर्वांना. आप्पा गेल्यानंतर किती वेळा सगळ्यांनी तिला दादाला शोधायचा प्रयत्न करायचा का विचारलं होतं; पण त्यालाही तिने ठाम नकार दिला. माईच्या शेवटच्या क्षणी घरातल्या प्रत्येकाला वाटत होतं ती दादाची चौकशी करेल, म्हणजे तशी तिने ती करावी अशी प्रत्येकाचीच अपेक्षा होती. पण तिने मौनव्रत धारण केलं. का केलं असेल तिने असं? जात्या जिवाला एक तपाहून अधिक काळ नजरेलाही न पडलेल्या मुलाची चिंता असणारच. बाकी मुलांचं जीवन फुललं, बहरलं आणि एकाचं अकाली भरकटलं त्याचाच विचार

तिच्या मनी अखंड राहिला हे नक्की. मग का नाही तिने ते व्यक्त केलं? केवळ इतर मुलांचा धाक? त्यांना दुखवू नये ही इच्छा की आयुष्याच्या अशा पायरीवर ती उभी होती जिथे आता फक्त मृत्यू समीप होता, पैलतीर डोळ्यांना खुणावत होता, त्यापुढे इतरांचं अस्तित्व पुसट होत गेलं असावं? हा प्रश्न आता अनुत्तरितच राहणार हे नक्की असलं, तरी शरदचं हृदय अधूनमधून कासावीस करून टाकी.

आणि आज हे नव्याने सुरू झालेलं धमकीचं सत्र. कधी नव्हे तो एक हताशपणा शरदला वेढून गेला. आप्पा म्हणाले होते, दादाशी काही संबंध राहिला नाही निवेदन दिल्यानंतर आपल्या बाजूने. पण हे झालं आपलं. त्याच्या बाजूने काय? त्याच्या दृष्टीने आपण सर्व भावंडंच आहोत अजून. त्याच्या स्वार्थासाठी का होईना तो अप्रत्यक्षरीत्या आपल्याला घट्ट धरून आहेच. पन्नाशी पार केली तरी याचे उद्योग निस्तरायचं नशिबातून सुटत नाही. आता आणखी किती दिवस, वर्षं हे असंच चालू राहणार, या विचाराने शरदच्या कपाळावरच्या आठ्या गडद झाल्या. पुन्हा फोन वाजला तसा तिरमिरीत शरद उठला. पलीकडच्या माणसाला बोलायची संधीही न देता ओरडला.

"बंद करा धमक्यांचे फोन करणं. किती पैसे दिले आहेत तुम्हाला त्या तळेकरांनी आमची झोप उडवण्यासाठी?"

"अरे शरद, मी रमाकांत बोलतोय."

"तू आहेस होय. मला वाटलं..."

त्याचं वाक्य तोडत रमाकांत म्हणाला, "धमकीचा फोन. हो ना?"

"तुला कसं कळलं? का तुलापण आला होता?"

"म्हणूनच तुला केला लगेच. कुणीतरी गावठी भाषेत बोलत होतं. आमदार निवासाचे पैसे भरा, भावाला सांगा मुलाबाळांची काळजी घ्या. रस्त्यात एखादा अपघात... असं काहीबाही बोलत होता तो माणूस."

"कळलं. मी बोलतो तुझ्याशी नंतर. ही कधीची उभी आहे. माझा चढलेला आवाज ऐकून घाबरली असेल."

"बरं ठेवतो मी; पण मुलांशी बोलून घे. समजावून सांग त्यांना." रमाकांतने फोन ठेवला.

"रमाकांत होता. त्या आधी धमकीचे फोन. दादाने आतामात्र टोक गाठलं आहे. मुलांना अपघात होऊ शकतो अशी गर्भित धमकी देतोय. स्वतःचं धाडस नाही. भाडोत्री गुंडांचा पर्याय वापरतोय मूर्ख." शैलाकडे बघत शरदने काय घडतंय ते सांगून टाकलं. शैला घाबरून बसलीच बाजूच्या दिवाणावर.

"तुम्ही पैसे भरून टाका. उगाच नसती डोकेदुखी नको ."

"किती वेळा भरू पैसे? आणि हे काय शेवटचं आहे का? तो किंवा मी गेलो की मगच संपणार हे सगळं असं दिसतंय. या ना त्या मार्गाने दादाचे उद्योग निस्तरतो आहोत आपण सगळेच. कितीतरी वर्षं. त्याच्या काळजीने खंगून आप्पा, माई गेले, आम्ही भावंडही असेच भरडत राहणार त्याची किंवा आमची अखेर होईपर्यंत. थकत चालला आहे आता देह आणि मनही; पण ही दादाची थेरं काही बंद होत नाहीत."

"अपघाताची धमकी, मुलांना काही होईल हे पहिल्यांदाच आहे. ती दोघं कोणत्या थराला जाऊ शकतील याची निशाणीच म्हणायला हवी ना ही?"

"अशा धमक्यांना आपण भीक घातली, तर हे दुष्टचक्र कधी संपणारच नाही. काहीतरी करायला हवं आता निर्वाणीचं."

"अहो, तरुण मुलं आहेत आपली. दादाला धडा शिकवायला जाल आणि एक म्हणता एक होऊन जायचं. आणि हे बघा, मी सांगून ठेवते तुम्हाला. एकदाच आणि शेवटचं. या तुमच्या भानगडीतून माझ्या मुलांना काही झालं, तर कुणालाच माफ करणार नाही मी. कळलं ना?" शैला एकदम रडकुंडीला आली.

"अगं, मलातरी आवडेल का आपल्या मुलांना काही झालं तर? पोकळ धमक्या आहेत एवढंच म्हणायचं होतं मला."

"आणि त्या तशा नसतील तर?"

शरद एकदम गप्प झाला. असा विचारच डोकावला नव्हता मनात. शैलाच्या शब्दांनी शरदच्या अंगावर काटा आला.

"परत फोन येऊ दे. विचारतोच त्याला कोण पैसे देतं आहे फोन करून धमक्या देण्यासाठी. आणि हा दादा. समोर तर येऊ दे कधी. नाहीसाच करून टाकेन." शरदचे डोळे संतापाने रक्त साकळल्यासारखे लाल झाले. दोघं एकमेकांकडे बघत विचारात गुंतून गेले. बराच वेळ. आणि अचानक शरदने दचकून फोनकडे पाहिलं. फोन पुन्हा एकदा वाजत होता. काही वेळ तो तसाच बसून राहिला. मग संथ पावलं टाकत शरद फोनच्या दिशेने वळला.

आता त्याला या गोष्टीचा शेवट करायचाच होता. मुलाने तुरुंगात जाऊ नये म्हणून आप्पांनी सगळं आयुष्य देणी फेडण्यात घालवलं, भावंडांनी त्यांचाच वारसा चालवला पण पोटच्या मुलांच्या जीवावर बेतणं म्हणजे... आता कुठेतरी खीळ बसायला हवी होती. त्यासाठी दादा-वहिनींना तुरुंगाचा मार्ग दाखवावा लागला तरी बेहत्तर. हे होण्यासाठी काय पावलं उचलायला हवीत याचा विचार करत शांत मनाने शरदने फोन उचलला.

◆

सावकाश एका बाजूला घेत महेशने गाडी थांबवली. अरुणा आणि सई दोघीही पटकन खाली उतरल्या. सईने आईला घट्ट मिठी मारली. बाबाकडे बघून हात हलवला आणि झरझर पावलं टाकत ती आत शिरली. विमान वेळेवर होतं. नेहमीचे सोपस्कार पार पडूनही हाताशी चांगले दोन तास होते. सई तिथल्या खुर्चीवर टेकली, पण काल रात्रीपासून घेरून रहिलेली बेचैनीही तिच्या बाजूला येऊन बसली. करावा आई, बाबाला आताच फोन? पोचले असतील घरी? फोनशी चाळा करताकरता तिने कधी फोन लावला तेच तिला कळलं नाही.

"आई..." फोनवर अरुणाचा आवाज ऐकल्यावर उगाचच गळा भरून आल्यासारखं वाटलं तिला.

"विमान आहे ना गं वेळेवर?"

"हो. चांगले दोन तास आहेत. आई, पण मला तुला आणि बाबाला काहीतरी सांगायचंय." सईच्या आवाजातलं गांभीर्य जाणवलं आणि अरुणाच्या पोटात खड्डा पडला. काय सांगायचं असेल? लग्न केलं असेल की काय परस्पर? भारतीय मुलगा नसेल का? गोरा, काळा असं कुणीतरी? हल्ली कामाच्या निमित्ताने सतत बाहेर असते. कुणाबरोबर राहत असेल? पण काही असलं तरी तिने ते आपल्यापर्यंत न बिचकता पोचवावं हेच तर प्रत्यक्ष, अप्रत्यक्षरीत्या शिकवत आलो आतापर्यंत. मग असं काय असेल की समोर असताना सांगण्याचं धाडस झालं नाही सईला.

"आई, ऐकतेयस ना?" सईच्या प्रश्नाने ती एकदम भानावर आली.

"हो, हो. थांब बाबाला बोलावते." महेश वरून खाली येईपर्यंतची दोन मिनिटं म्हणजे दोन तासासारखे वाटले तिला.

"आई-बाबा, आधीच माफी मागते मी तुमची. प्रत्यक्ष बोलायचं धाडस झालं नाही माझं; पण मी भारतात नोकरी स्वीकारली आहे."

"भारतात? अगं, तू कामासाठी न्यू यॉर्कला जात होतीस ना?" अरुणाला सईच्या म्हणण्याचा अर्थ लागत नव्हता.

"हो, भारतात लगेच नाही चाललेले; पण कालच मी कंपनीला होकार कळवलाय. निघायच्या आधी घरातलं वातावरण ढवळून काढायचं नव्हतं मला. आज मी न्यू यॉर्कलाच चाललेय; पण पुढच्या महिन्यात नोकरीवर हजर व्हायचं आहे भारतात. तिथल्या एन.जी.ओ.मध्ये काम करणार आहे मी आता.''

"सई, हे असं फोनवर सांगतेयस ते नाही आवडलेलं मला. भारतात असं अचानक आणि कायमचं जायचं का ठरवलंस? कामानिमित्ताने होतात की तुझ्या खेपा भारतात. हे काय भलतंच खूळ?'' महेश, अरुणा दोघांनाही सईने असं का करावं त्याचा उलगडा होत नव्हता.

"बाबा, खूळ नको म्हणूस. मी काही आता लहान नाही, की कुठलंतरी खूळ घ्यायचं डोक्यात आणि करायच्या गोष्टी असं करायला. आणि खरं सांगायचं, तर माझ्यापेक्षा तूच काहीतरी खूळ डोक्यात ठेवून करत आलास गोष्टी आतापर्यंत.''

"सईऽऽऽ हे अती होतंय हं.'' अरुणा तिच्यावर चिडली. महेशने तिला हातानेच शांत होण्याची खूण केली.

"सई, फोनवर वाद घालण्याची ही वेळ नाही. तू न्यू यॉर्कहून आलीस की बोलू आणि ठरवू काय करायचं ते.''

"नाही बाबा. ठरवायचं काय वेगळं? आपण बोलू हे नक्की, पण मी माझा निर्णय बदलणार नाही. खरं सांगू का? फार बरं वाटतंय. एकदम कर्तृत्ववान झाल्यासारखं. मी, माझा स्वतःचा निर्णय घेतलाय आणि तो अमलात आणतेय.''

"कमाल करतेस तू. अगं, आम्ही कधी तुला कशाला नको म्हटलंय का? आमचं सगळं विश्व तुझ्या अवतीभवतीच तर आहे. जे काही चाललंय ते सगळं तुझ्यासाठीच तर करतोय. दुसरं आहे कोण आम्हाला?'' अरुणाला सईच्या वागण्याचा अर्थच उलगडत नव्हता.

"हेच, हेच ते. कळायला लागल्यापासून सगळं माझ्यासाठी करताय हेच ऐकत आलेय मी आई-बाबा. पण ते तसं नव्हतं, हे तुम्हाला माझ्या आजच्या बोलण्यामुळे तरी कळावं इतकीच इच्छा आहे.''

"तू काय आम्हाला धडा शिकवायला निघाली आहेस, की आमच्या चुका दाखवण्यासाठी हे चाललंय? सई, ही काही पद्धत नव्हे वागण्याची. हेच शिकवलं का मी तुला इतक्या वर्षांत?'' सईच्या बोलण्याने अरुणाचा संताप संताप व्हायला लागला होता.

"सई, तू येतेयस ना दोन दिवसांत परत. घरी आलीस की बोलू. भारतात जायची तारीख नक्की झालीये का?''

"हो. सुरुवातीला एकच महिना जायचंय; पण फिरायचं आहे बऱ्याच ठिकाणी कामाचं स्वरूप समजून घेण्यासाठी. न्यू यॉर्कहून परत आले की बोलू आपण.

विमानाची वेळ होत आली.'' सईने फोन बंद केला आणि ती विमानाच्या दिशेने चालायला लागली.

विमानात खिडकीची जागा मिळाली, तसा तिला लहान मुलीसारखा आनंद झाला. काचेला डोकं टेकून तिने डोळे मिटले. मनावरचं ओझं उतरलं होतं. तिला एकदम मोकळंमोकळं वाटत होतं. गेले कितीतरी महिने मनावरचं दडपण हळूहळू वाढत चाललं होतं. आई-बाबापासून बेत लपवणं रुचत नव्हतं, पटत नव्हतं; पण त्यांना सांगितलं तर परवानगी मिळणंही अशक्य होतं. आता जे होईल ते होईल. चिडतील, रागावतील, बाबा अबोला धरेल काही दिवस; पण निदान लपवाछपवी तरी करावी लागणार नाही. लहानपणी खोटं बोललं की भीती वाटत राहायची. एकदा कबुली दिली की आई, बाबा रागावायचेच; पण माफही करून टाकायचे. आताही होईल तसं? काचेला डोकं टेकल्याटेकल्या ती स्वतःचं वय विसरली. अलगद तिचं लहानपण तिच्यासमोर येऊन उभं ठाकलं. मनाने ती बोल्डरच्या तिच्या खोलीत पोचली. हातात पुस्तक. रहस्यमय गोष्टीत अडकलेलं मन आणि तितक्यात खालून आईची ऐकू आलेली हाक.

"सई, खाली ये. तुझ्याशी बोलायचंय महत्त्वाचं.''

"काय गं? वाचू दे ना. मी नाही येणार आता.''

"अगं, महत्त्वाचं बोलायचंय म्हटलं ना. ये पटकन.'' नाइलाजाने सईने खोलीचं दार उघडलं. तिला खरं तर आता मुळीच खोलीतून बाहेर पडायचं नव्हतं. जिन्याच्या पायरीशी उभी राहून आई हाका मारत होती. बाजूला उभा असलेला बाबा दिसल्यावर मात्र ती किंचित धास्तावली. चुकीचं काही केलं की काय? खोटं बोललो? आईने सांगितलेली कामं केली नाहीत? पसारा? का कुठलंतरी काम अर्धवट टाकलं? झालं, आता आईच्या बरोबरीने बाबाचं सुरू होणार. बाबा फारसा रागावत नाही, पण कधीतरी रागावला की सुरूच होतं त्याचं धडे देणं. संपता संपत नाहीत उपदेशाचे डोस. दोघांचे चेहरे निरखत ती जिन्याच्या पायऱ्या उतरली. खाली येऊन त्यांच्यासमोर बसली.

"काय झालं?'' तिने घाबरत घाबरत विचारलं.

"अगं, कुणीतरी फाशी देणार असल्यासारखा चेहरा करून बसू नकोस.'' महेश हसत म्हणाला.

"पण आधी सांगा काय झालं ते.''

"सई, भारतात आजीची तब्येत बरी नसते हे ठाऊक आहे ना तुला?'' हुश्शऽऽऽ जे काही होतं ते तिच्यासंदर्भात नव्हतं. हातपाय सैलावून तिने हुंकार भरला; पण तिच्या आवाजात आजीबद्दलची काळजी उमटली.

"आजी ठीक आहे ना?"

"हो, पण तुला वेगळंच सांगायचं होतं. आपण भारतात परत जायचं ठरवतोय."

"कायऽऽऽ?" हा धक्का मात्र अनपेक्षित होता. तिला काय बोलावं ते सुचेना. रागच यायला लागला आई-बाबाचा.

"पण का?"

"हे बघ, आपण सुटीसाठी जातो तेव्हा आवडतंच की तुला. आजी-आजोबा पण खूश असतात तू त्यांच्याकडे असतेस तेव्हा."

"हो, पण त्यासाठी कायमचं कशाला जायचं? आणि तुम्ही मला असा काही बेत चालला आहे याची कल्पनाच दिली नाहीत. मला यायचंय की नाही, ते कुठे विचारलंत?"

"सई, आजी आता थकत चाललीये. आजोबाही. त्यांचा विचार नको का करायला?"

"पण..." सईला एकदम रडायलाच आलं. डोळ्यातलं पाणी कितीही आवरलं तरी तिला बोल्डर सोडून जायची कल्पनाच करवेना. आई-बाबासमोर रडायलाही लाज वाटत होती. ती तिथून उठली आणि बाजूच्या खोलीतल्या पलंगावर तिने अंग टाकलं. अरुणा आणि महेश तिथेच बसून राहिले. दोघांनी थोडा वेळ जाऊ दिला. काही वेळाने सईच पुन्हा बाहेर येऊन बसली. ती शांत झाल्यासारखी वाटल्यावर अरुणाने समजावलं, "लगेच नाही गं निघालेलो. तुझं शाळेचं वर्ष संपलं की जाऊ."

"पण का? तुम्ही जा ना दोघं. मी राहीन इथेच. मला नाही यायचं. नाहीतर असं करू या. आजी-आजोबाला बोलवून घेऊ ना इकडे."

"ते नाही यायचे. इथे आलो तेव्हाच कधीना कधी परत जायचं ठरलेलं होतं आमचं. आत्ता गेलो, तर तुला त्यांचा सहवास मिळेल. भारताची ओळख होईल."

"नाही. मी नाही येणार." सई पाय आपटत वरच्या खोलीत निघून गेली. तिच्या मागोमाग जाणाऱ्या अरुणाला महेशने थांबवलं.

"लगेच समजुतीचं काही बोलू नकोस. आता ती काहीही पटवून घेणार नाही."

वरती जाताजाता ते शब्द सईने ऐकले होते. आताही विमानात काचेला डोकं टेकल्याटेकल्या तिच्या कानात ते शब्द घुमले. बाबा म्हणाला ते अगदी खरं होतं. त्या वेळेलाच काय, भारतात परत जायचं हे पटवून घ्यायला तिला दोन-तीन महिने लागले होते. परदेशात जायचा विचारही करवत नव्हता. तेव्हा नीट सांगता येत नव्हतं, पण आता कळत होतं. तो देश आई-बाबाचा होता. बोल्डर हे तिचं गाव होतं, देश होता, घर होतं. तिच्या दृष्टीने तिचं विश्व म्हणजे बोल्डर. भारतात फक्त तिला आवडणारे तिचे आजी-आजोबा होते आणि आई-बाबाची बहीण भावंडं होती. पण आजी-आजोबांसाठी तिला इथल्या मित्र मैत्रिणींना सोडून जायचं नव्हतं. जन्म

झाल्यापासून याच गावात तर होती ती. इथले आई-बाबाचे मित्र-मैत्रिणी तिचे मावशी, काका होते. शेजारपाजारची आणि शाळेतली मुलं जिवाभावाची होती. आई-बाबामुळे घरातलं वातावरण मराठी होतं. घरात इथले आणि तिथले दोन्ही सण साजरे होत होते. मैत्रिणींना दिवाळी, गणपतीबद्दल सांगताना सईला मजाही वाटायची. भारताबद्दल त्यांनी विचारलेल्या प्रश्नांना ती उत्साहाने आपल्या परीने माहितीही पुरवायची; पण कावळ्याला मोराचं पीस लावून थोडंच मोर होता येतं? जन्माने, मनाने अमेरिकन असताना भारतात जाणं म्हणजे परदेशात जाण्यासारखंच की. भारताचं तिच्यासाठी समीकरण म्हणजे सुटी हेच होतं. अचानक कुठल्यातरी एका क्षणी कधीतरी जायचंय तर आता जाऊ असं बाबाने ठरवूनही टाकावं, याचा तिला खूप राग येत होता. दहा वर्षं ज्या मातीत तिची मुळं रुजली, तिथून उपटून दुसरीकडे रुजायचं? विमानात खिडकीला डोकं टेकल्याटेकल्या सईचं भूतकाळात डोकावणं चालू होतं. पण आई-बाबाच्या दृष्टीनेतरी हे खरंच सोपं, सहजसाध्य होतं? आणि तो निर्णय फक्त बाबाचा होता की आईचादेखील? हा प्रश्न मनात येऊनही तिने कधी आई-बाबाला आतापर्यंत विचारला नव्हता. कधीतरी विचारलं तर आवडेल दोघांना?

सईने फोन ठेवला आणि हताशपणे अरुणाने महेशकडे पाहिलं. महेशही तिच्याकडेच पाहत होता.

"हे काय वागणं झालं या मुलीचं? इतका मोठा निर्णय. साधा आपला सल्लाही घ्यावासा वाटला नाही." फोन ठेवून उभ्या असलेल्या अरुणाला बसायचंही सुचेना. महेश काही बोलत नाही हे बघून तिच बोलत राहिली.

"एका क्षणात सईने आपला भ्रम दूर केला. महेश, मला भीती वाटतेय. आपण हरवून तर नाही ना बसणार सईला?"

"नाही. तसं होणार नाही. पण समजून घ्यायला कमी पडलो आपण हे नक्की. नाहीतर इतका मोठा निर्णय घेताना आपला विचारही घेऊ नये असं तिला वाटलं नसतं."

"किती अभिमान होता आपल्याला. तिच्याशी आपण काहीही बोलू शकतो, तीदेखील काहीही सांगू शकते. कधी संपलं असेल हे सारं? कधी निसटून गेली आपली मुलगी हातातून ह्या विचाराने अस्वस्थ व्हायला झालंय." महेशला अरुणाची अस्वस्थता कळत होती. त्यालाही अचानक बसलेल्या या धक्क्यातून सावरायला थोडा वेळ हवा होता.

"फार बेचैन झालीयेस. चक्कर मारून येऊ या कुठेतरी. मोकळ्या हवेत बाहेर पडलो की मनं शांत होतील." अरुणाने पटकन पायात चपला चढवल्या आणि दोघं बाहेर पडले. एकमेकांशी चकार शब्दही न बोलता दोघं पायाखालची वाट तुडवत

राहिले. अरुणाचं मन मात्र सईच्या मनाचाच वेध घेण्याचा प्रयत्न करत राहिलं. तिच्या निर्णयामागच्या कारणांचा मागोवा घेण्यात ती चालताचालता गुंतत गेली.

महेशने आईच्या तब्येतीसाठी भारतात परतायचं ठरवलं, तो घरातला मोठा निर्णय होता सईच्या मनाविरुद्ध घडलेल्या गोष्टीचा. कदाचित तीच सुरुवात असावी सईच्या दूर जाण्याची. त्या वेळेस तिने आपल्या परीने निषेधाचे मार्गही शोधले होते. भारतात परत जायचं ठरल्यापासून घरात चालू झालेल्या कुरबुरी, अशांतता हे सगळं पाहून अरुणाला कितीतरी वेळा वाटायचं, पाहिजे तर महेशने जाऊन राहावं काही वर्षं आई-वडिलांसोबत. बसलेली घडी अशी विस्कटून टाकणं तिला नकोसं वाटत होतं; पण महेशच्या दृष्टीने भारतात परत जाण्याच्या कारणात आई, वडील हा एकच मुद्दा नव्हता, हे अरुणाला ठाऊक होतं. महेशला वाटत होतंच, की सईच्या मनात तिच्या आजी-आजोबांच्या आठवणी राहाव्यात. ती मोठी झाली की तोच तर एक ठेवा असेल. पण भारतातलं आयुष्य तिने अनुभवावं असंही त्याला मनापासून वाटत होतं. रोजच्या जगण्यातली धावपळ, साध्यासाध्या गोष्टींसाठी करावी लागणारी धडपड, स्पर्धेत टिकण्यासाठी घ्यावी लागणारी मेहनत या साऱ्याची तिला ओळख व्हावी. हे झालं सईच्या बाबतीत. पण स्वत:च्या बाबतीतही त्याला तपासून पाहायचं होतं. तुटलेली नाळ पुन्हा जोडता येते का ते अजमावयचं होतं. न घर का न घाट का होण्याआधीच काहीतरी ठरवायचं होतं. तसंही अमेरिकेत येऊन पंधरा वर्षांहून अधिक काळ लोटला होता. तारुण्यातला उत्साह कमी झाल्यावर पडणारे प्रश्न, आई-वडिलांची काळजी, ओढ हे सगळं त्याला पुन्हा आपल्या देशात घेऊन जाऊ पाहत होतं. पण तो फक्त त्याला जे वाटतंय तेच अरुणा, सईला वाटत असेल हे गृहीत धरत होता. अरुणाचं मन द्विधा होतं. जावंसं वाटतही होतं आणि नव्हतंही. तिकडे जमेल की नाही ही शंका होती. स्वतंत्र राहण्याची, इथल्या शांततेचीही सवय झाली होती. त्यामुळे जीव धास्तावत होता. वर्षानुवर्षं तिथे राहूनही पंधरा वर्षांत बदललेल्या सवयी, राहणीमान यातून बाहेर पडून पुन्हा पूर्वीचं होता येईल की नाही, या शंकेने मनातली धाकधूक वाढत होती. महेशचा निर्धार पाहिल्यावर मात्र तिने पडतं घेतलं. आणि महेशलाही पाहिजे ते अडथळे न येता घडत गेलं. मनासारखी नोकरी पटकन मिळाली. अरुणाने मात्र भारतात परत जायचं तर नोकरी करणार नाही, हा निर्णय स्वत:पुरता घेतला होता. अरुणाच्या दृष्टीने आता फक्त सई महत्त्वाची होती. सईला तो देश आपला वाटायला लावण्यात, रुळण्यात तिला खूप मदत, आधार लागेल हे अरुणाला ठाऊक होतं. ते दिवस अनुभवत असल्यासारख्या वेदना तिच्या मनाला आताही व्हायला लागल्या. बोल्डर सोडून नव्यानेच भारतात गेल्यासारखं तिथे घडलेलं सारं अरुणाला जसंच्या तसं

आठवायला लागलं.

ज्यांच्यासाठी भारतात जायचं ठरवलं, त्या महेशच्या आई-बाबांनी त्यांच्याबरोबर राहायला यायचं नाकारलं. मनात असलं तरी नारायण पेठेतल्या चाळीवजा दोन खोल्यांत राहणं महेशलाच शक्य नव्हतं. औंधला त्याने प्रशस्त बंगला घेतला. सई घर बघून खूश झाली. भारतात आल्यापासून घडलेली एकतरी चांगली घटना म्हणून अरुणालाही आनंद झाला. पण हळूहळू तिला जी धास्ती वाटत होती, ती खरी ठरली. सासरचे नातेवाईक, मान-अपमान, एकमेकांची काढली जाणारी उणीदुणी हे सुरू झालंच. इथली-तिथली तुलना अमेरिका न पाहिलेली माणसं सहजपणे करत, ते पचवणं तिला जड जात होतं. त्यांच्या परत येण्यावर टोमणे मारले जात, त्याचं दुःख व्हायचं. ह्या साऱ्या गोष्टी आल्याच; पण स्वतंत्रपणे वागण्याचं स्वातंत्र्य गमावतोय असं तिच्या मनाने घेतलं. प्रत्येक वेळी इतरांची सोय पाहून काय ते करायचं. महेशचे आई-वडील जरी कायमचे येऊन राहिले नाहीत, तरी त्यांच्या मनात आलं की ते यायचे, भावंडं यायची. अरुणाला वाटायचं, सईला आपल्या आई-वडिलांचाही सहवास लाभायला हवाच की. पण सामाजिक रीतीप्रमाणे अरुणाच्या आई-वडिलांना तिच्याकडे येऊन राहणं पटत नव्हतं, महेशलाही ते रुचेल असं तिलाच वाटत नव्हतं. मग कधीतरी होणाऱ्या भेटींवरच समाधान मानायचं. येणाऱ्या-जाणाऱ्या नातेवाइकांत सईचा गोंधळ उडत होता. तिला आजी-आजोबाही जवळचे वाटत नव्हते. ते आले की नेहमीचे प्रश्न विचारायचे. आजी खाऊ द्यायची की संपलं. ती सर्वांच्या गप्पा ऐकत मुकाट बसून राहायची. घराच्या बाहेर पडलं की गर्दीत जीव घुसमटायचा. रस्त्यावरची तुरळक झाडं हा तिच्या काळजीचा विषय झाला. गाडीपाशी भीक मागायला आलेल्या सगळ्या मुलांना आपल्या घरी न्यावं असं तिला वाटायचं. छोट्याशा जीवापुढे अनेक प्रश्न निर्माण होत होते, पण उत्तरं मिळत नव्हती. सई विचारात बुडून जाई. पाहतापाहता शाळा सुरू झाली. तिथेही सई एकटी पडायला लागली. नवीन वातावरण, नवी शाळा, शिकवण्याची वेगळी पद्धत, वेगळं वेळापत्रक. एक-दोन महिने अरुणा सावलीसारखी तिच्यामागे होती. सई थोडी रुळल्यासारखी वाटतेय असं वाटल्यावर तिने श्वास सोडला, पण लवकरच तिचा तो भ्रम दूर झाला. शाळेत मराठीची चाचणी परीक्षा झाली आणि सई घरी आली ती रडतच.

"वीसपैकी फक्त पाच गुण. मला मराठी येतं, तरी असं का?" हातातला कागद फाडून टाकत तिने घरी आल्याआल्या रडून गोंधळ घातला. महेशचे आई-बाबा आले होते. त्यांच्यासमोर अरुणाचाही तोल ढळला.

"पाहा, तुमच्यासाठी म्हणून आलो आम्ही परत. तुम्ही आमच्याबरोबर राहायला तयार नाही. सईच्या प्रगतीचं हे असं. नक्की काय साध्य करतोय महेश हेच कळेनासं

झालंय. आणि तू गं. सहावीतली मुलगी तू. रडतेस काय, आदळआपट काय. बास झालं.''

महेशच्या बाबांनी सईला जवळ घेतलं.

''अरुणा, तुम्ही भारतात आल्यापासून ऐकतोय आम्ही हे. तुमच्याबरोबर न राहिल्याबद्दलची तुझी नाराजी जाणवते आम्हाला तुझ्या बोलण्यात. पण तुम्ही दोघांनी आम्हाला एका शब्दाने कल्पना तरी द्यायचीत. तुम्ही आमच्यासाठी परत यायचा बेत करताय हे सांगायला हवं होतंत आधीच. महेश कधीतरी बोलताना म्हणालाही असेल, नाही म्हणत नाही; पण एवढं नक्की की आम्ही तुम्ही राहाल तिथे येऊन राहू असं कधीच म्हटलं नव्हतं. उभं आयुष्य त्या चाळीत गेलं. आता नको वाटतो बदल. पण येत राहू ना आम्ही अधूनमधून. सुटी असली की सईला नेत जाऊ. आता झालं ते झालं. तेच तेच उगाळण्यात काय अर्थ?'' महेशची आई न राहवून कधी नव्हे ते स्पष्टपणे म्हणाली. अरुणा त्यावर काहीतरी बोलणार तेवढ्यात महेशच्या बाबांनी सईला जवळ घेतलं.

''आणि सई आता रडणं बंद. मी शिकवेन तुला मराठी. हो, हो. तुला मराठी येतं ते ठाऊक आहे, पण परीक्षेसाठी अभ्यास कसा करावा लागतो ते शिकवेन. चालेल? पुढच्या परीक्षेत हमखास पैकीच्या पैकी. ठरलं? आणि तुला तसे गुण मिळाले तर मला बक्षीस. काय?'' आजोबांच्या बोलण्याने आता मात्र सईलाही हसायला आलं.

''ठीक आहे आजोबा. काय पाहिजे बक्षीस तुला?'' नात आणि आजोबांचं गूळपीठ छान जमलं आणि बोलल्याप्रमाणे आजोबांनी सईची तयारी करून घेतली. सईचं मराठी शिकण्याच्या निमित्ताने नारायण पेठेत जाणं, तिकडेच मुक्काम करणं वाढत गेलं. तिला आजी, आजोबांची माया लागली. इतकी की, घरात सतत त्या दोघांचं गुणगान असे. इतकं होतं तर बिनसलं कुठे? नक्की असं काय घडत गेलं की तिला आम्ही सगळं आमच्या मनाप्रमाणेच करतोय, तिचा विचार करत नाही असं वाटायला लागलं? का म्हणाली सई असं? अरुणा जो विचार करत होती, तोच विचार नेमका महेशच्या मनातही घोळत होता. दोघं एकमेकांबरोबर फिरायला बाहेर पडले होते, पण बाजूबाजूने पावलं टाकत चालत असलेल्या दोघांच्या विचारचक्राची गती एकच असली, तरी आठवणी मात्र पूर्णपणे वेगळ्या होत्या.

भारतातून बोल्डरला परत आलेलं चाललं नाही का सईला? शक्यता आहे. सुरुवातीला पुण्यात रुळायला सईला खूप त्रास झाला. त्यात आई-बाबांनी औंधला येऊन राहायचं नाकारलं, तेव्हा क्षणभर पश्चात्ताप झाला होता इथे येण्याचा निर्णय घेतला म्हणून. अरुणाही आई-बाबांच्या निर्णयावरून टोमणे मारायची. नोकरी

आवडीची मिळाली असं वाटलं, तरी प्रत्यक्षातलं चित्र वेगळं आहे, हेही लवकरच लक्षात आलं. पण बाबांच्या पुढाकारामुळे जे साध्य व्हावं असं वाटत होतं, ते अखेर झालं. सईच्या मराठीच्या अभ्यासाच्या निमित्ताने तिचे सुटीचे दिवस नारायणपेठेत; नाहीतर आई-बाबांचे औंधमध्ये जायचे. किती छान वाटत होतं. पण त्या स्तरावर सगळं सुरळीत होतंय असं वाटत असतानाच कंपनीत कुरबुरी चालू होत्या त्या वाढत गेल्या. काही कामच नव्हतं. कंपनीने मान्य केलं होतं म्हणून महेशला कबूल केल्याप्रमाणे पगार मिळत होता, पण इतरांना ते पचवणं जड जात होतं. त्याचे परिणाम या ना त्या मार्गे त्याला जाणवत होते. नुसतं बसूनतरी किती दिवस राहणार? भवितव्य काय? कंपनीला असा पगार देणंतरी किती दिवस परवडणार? महेशने इतरत्र नोकरीसाठी खटपट सुरू केली; पण वय, अनुभव, स्पर्धा आड येत होती. कुठेच काही जमत नव्हतं. तीन वर्षं अशी गेल्यावर महेशच्या मनात पुन्हा परत जायचा विचार मूळ धरायला लागला. तिथून निघतानाच त्याला अमेरिकेतल्या कंपनीने 'कधीही परत ये'चं आश्वासन दिलं होतं आणि ते कंपनी पाळेल याची त्याला खात्री होती. जेव्हा पुन्हा बोल्डरला परत जायचं निश्चित झालं, त्या वेळेस पहिला विचार आला तो सईचा. खूश होईल ती, की आता तिला पुण्यातच राहावं असं वाटेल? बोल्डरला पुन्हा परतायचं ठरवलं हेच तर कारण नसेल, तिचा आम्ही विचार करत नाही ही भावना तिच्या मनात रुजायला?

विमानात पट्टा बांधण्याची सूचना सुरू झाली, तसं सईचं थकलेलं मन पुन्हा विचार करायला लागलं. एक दिवस जसं अचानक बाबाने भारतात जायचं सांगितलं होतं, तसंच अगदी तसंच त्याने भारतातून पुन्हा बोल्डरला जायचं सांगून टाकलं. तिला तो दिवस आठवला.

"सई, आनंदाची बातमी आहे." महेशच्या प्रसन्न चेहऱ्याकडे पाहून सईचाच चेहरा खुलला. अरुणा बाजूला उभी होती. साशंक. महेशच्या मनातला पुन्हा अमेरिकेला परतायचा विचार समजला, तेव्हा अरुणाला आनंदच झाला होता; पण सारं ठरेपर्यंत सईला सांगण्यात अर्थ नव्हता. सईच्या दृष्टीने हा धक्का असेल की आनंदाची बातमी असेल, याचीही काळजी वाटत होती. तिने सईला सांगण्याचं काम महेशवर सोपवलं. सईने प्रश्नार्थक चेहऱ्याने बाबाकडे पाहिलं.

"आपण पुन्हा बोल्डरला चाललोय." सई पाहतच राहिली.

"काय? काय म्हणालास बाबा?" तिला बसलेला धक्का पाहून दोघांना अपराध्यासारखं झालं.

"अगं, तसंही तुला भारतात यायचंच नव्हतं ना. आठवतंय ना किती नाराज होतीस? मला वाटलं तू खूश होशील बोल्डरला परत जायचं म्हणून."

"माझ्यासाठी चाललोय परत? तू इथे येताना म्हणाला होतास आपण कायमचे

भारतात चाललोय. मला आवडतं आता इथे.'' सईला आश्चर्यच वाटत होतं.

''तुझ्यासाठीच असं नाही म्हणणार. पण इथे येताना मनात शंका होतीच की तुला जमेल का इथे राहणं. तुला सुरुवातीला झालेला त्रास पाहिला आहेच की. म्हणून वाटलं, या बातमीने तुला आनंद होईल. मलाही इथे मनासारखं काम मिळालेलं नाही. त्यामुळे काही पर्यायच नाही. तुझं शाळेचं हे वर्ष संपलं की जाऊ. नववीपासून परत अमेरिका. आणि अमेरिकेत इथे तिथे नाही, तर बोल्डरमध्येच आपण परत जायचंय. तुला नवीन मित्र-मैत्रिणी मिळतील की नाही ही चिंताच नको.''

बोल्डरलाच परत जायचं म्हटल्यावर क्षणभर सई खूश झालीही; पण आजी-आजोबाला सोडून जायच्या कल्पनेने तिच्या अंगावर काटा आला.

''बाबा, आता इथेही आहेत मला मित्र-मैत्रिणी. तीन वर्षं झाली आपल्याला इथे येऊन. आता पुन्हा नको ना तेच. मला आजी-आजोबाला सोडून नाही यायचं आता अमेरिकेत.''

तिने खूप हट्ट केला. किती समजावून सांगितलं, तरी तिला पटत नव्हतं. सई घुम्यासारखीच वावरायला लागली. सईची स्थिती बघून अरुणाचा जीव तीळतीळ तुटत होता. आजी-आजोबा हिरमुसले. 'सईला इथे सोडून जा' म्हणून हट्टच धरला त्यांनी, पण त्यांना आधार म्हणून इथे येऊन राहायचं ठरवलं होतं आणि एक जबाबदारी त्यांच्यावर टाकून निघून जायचं महेशच्या मनाला पटत नव्हतं. सईदेखील दोघांना सोडून राहील याची शक्यता नव्हतीच. ती आजी-आजोबाला घेऊन जाऊ या म्हणून मागे लागली. शेवटी काही दिवसांसाठी आजी-आजोबा त्यांच्याबरोबर बोल्डरला आलेही. सईबरोबर जास्तीत जास्त वेळ घालवत होते ते. तरीही एक महिन्यात दोघं कंटाळले. चार महिन्यांसाठी आलेले आजी-आजोबा दोन महिन्यांत परत गेले. आजी-आजोबा परत गेल्यानंतरचे दिवस सईच्या डोळ्यांसमोर यायला लागले. खूप आठवण यायची दोघांची. आईच्या पत्राबरोबर आता सईचंही आजी-आजोबाला पत्र जायला लागलं. नंतरनंतर तर तिला वाटलं, की ती पत्र लिहून पाठवूनही द्यायची. पंधरा दिवस झाले की दहा वेळा सई पत्र पेटी तपासायची. कधी एकदा आजी-आजोबाचं पत्र येतंय असं होऊन जायचं तिला. अरुणाही सईचा जीव रमावा, पुन्हा तिला हे गाव जवळचं वाटावं म्हणून नाना प्रकारे प्रयत्न करत होती. तिच्या जुन्या मैत्रिणींना आवर्जून घरी बोलवत होती. पण कुठेतरी काहीतरी चुकत होतं. मधल्या तीन वर्षांत तिच्या मैत्रिणींमध्येही बदल झाले होते. यौवनात पदार्पण होतानाच्या काळात त्यांच्यातले मानसिक बदलही अपरिहार्य होते. त्या काळात एकत्र असणाऱ्या सईच्या मैत्रिणींमधले बंध अधिक दृढ झाले होते. सई त्यांच्यासाठी आगंतुक होती. सईला पटकन पुन्हा सामावून घेणं त्यांना जमत नव्हतं. जाणूनबुजून होत नसलं, तरी

पुसून गेलेली तीन वर्षं कुणालाच जोडता येत नव्हती. मधल्या वर्षातल्या गोष्टींची सांगड घालता येत नव्हती सईला आणि तिच्या मैत्रिणींनाही. भारतात राहून थोडासा उच्चारांमध्ये फरक झाला होता, विचारांमध्येही नकळत काही ना काही बदल झाले असणार. ना ते तिला समजत होतं, ना तिच्या मैत्रिणींना; पण धागे जुळून येत नव्हते. जे मैत्रिणींमध्ये तेच शाळेत. सई पुन्हा एकटी पडायला लागली. अशा छोट्याछोट्या घटना तिच्या आयुष्यात घडत गेल्या, की भावनिकदृष्ट्या ती कोसळत गेली. सुरुवात झाली ती हायस्कूलच्या एका तासाला. वर्गातल्या मुलाने उच्चारावरून, तिच्या कपड्यांवरून तिला काहीतरी चिडवलं आणि भर वर्गात सई आधी वेड्यासारखी बरळायला आणि नंतर किंचाळायला लागली. शिक्षक, मुलं नक्की कुणालाच काय झालंय ते समजेना. शाळेतून घरी फोन गेला. सईला शाळेच्या कार्यालयात बसवून ठेवलं होतं. तोंडातल्या तोंडात काहीतरी पुटपुटत बसलेली सई आई दिसल्या दिसल्या तिच्या मिठीत शिरली. घाबरीघुबरी झालेली आई सईला आत्ताही तशीच्यातशी समोर उभी आहे असंच वाटत होतं.

"सई, अगं बेटा सावर गं स्वत:ला. काय होऊन बसलंय हे." सईला कुशीत घट्ट आवळून घेत अरुणा पुटपुटत होती. फोन आला तसं हातातल्या गोष्टी टाकून ती कशीबशी शाळेत पोचली होती. घर ते शाळा या दोन मैलाच्या अंतरात काय काय विचार तरळून गेले होते मनात. परिस्थितीचा, स्वत:चा, महेशचा आणि साऱ्याशी जुळवून न घेता येणाऱ्या सईचाही अरुणाला राग यायला लागला होता. काय भिकेचे डोहाळे लागले आणि भारतात गेलो असं वाटत होतं. गेलो ते गेलो, परत यायची काय आवश्यकता होती? दोर कापून गेलो असतो, तर तळ्यात मळ्यात झालंच नसतं. येईल त्या परिस्थितीशी झगडत तिथे बस्तान बसवलं असतंच ना. भोगा आता कर्माची फळं. एक ना दोन सगळ्या टोकाच्या विचारांनी डोकं भणाणून गेलं अरुणाचं. निघायच्याआधी तिने महेशला फोन केला होता. वाट्टेल तसं बोलली ती त्याला. सईचं काही बरं वाईट झालं, तर तू जबाबदार आहेस हे बजावायलाही ती विसरली नाही. महेशने तिला शांत करायचा प्रयत्न केला. तोही ताबडतोब निघतोय हे आश्वासन दिलं आणि घाईघाईत ती शाळेत पोचली. सईला पाहिल्यावर तिचा जीव शांत झाला. महेशही तोपर्यंत पोचला. सईची सगळी घुसमट यामार्गे बाहेर निघाली असेल, असंच दोघांनी गृहीत धरलं. काळ हेच त्यावरचं औषध असं वाटत असतानाच सईचं तोल जाणं, थोडं मनाविरुद्ध झालं की वाटेल तसं बरळायला लागणं सुरू झालं. दोघं हबकले. शाळेत सुरू झालेला हा प्रकार आता कुठेही व्हायला लागला. सईबरोबर घराच्या बाहेर पडायचीही अरुणाला भीती वाटायला लागली. ती शाळेतून परत येईपर्यंतचा वेळ अरुणाच्या मनावरचा ताण

असह्य होऊन जाई. अखेर मानसोपचारतज्ज्ञाकडे सईला घेऊन जाण्याशिवाय पर्याय उरला नाही. वर्षभराने सई थोडीशी माणसात आल्यासारखी वाटायला लागली. हा राग मनात घर करून बसला असेल तिच्या? आपल्या दोघांना जबाबदार धरत असेल सई तिला ज्या परिस्थितीतून जावं लागलं त्याबद्दल? अमेरिका-भारत-अमेरिका या चक्रात अडकल्याचा राग? मग इतकं होऊनही या मुलीने भारतातच का नोकरी शोधावी? आजी-आजोबांच्या जवळ राहता यावं म्हणून? अरुणाला सईच्या या निर्णयाचं कोडंच उलगडत नव्हतं. ही ओढ भारताबद्दलची होती, कामाबद्दलची, की आजी-आजोबांची? सईकडूनच कळलं असतं या प्रश्नाचं उत्तर. तिलाच हे विचारण्याचं मनाशी ठरवत अरुणा महेशला गाठण्यासाठी भरभर पावलं टाकायला लागली.

सईला अजूनही शाळेत घडलेला तो प्रसंग आठवत होता. शाळेत जे सुरू झालं ते चालूच राहिलं. थोडं जरी मनाविरुद्ध झालं की त्या काळात भीतीच वाटायला लागली होती. वाटायचं, घरातले, बाहेरचे सगळे जण आपल्याला काहीही कल्पना न देता गोष्टी करतात, टाळतात, आपली मजा उडवतात, टिंगल करतात. प्रत्येक घडणाऱ्या घटनेकडे ती त्याच नजरेने पाहायला लागली. आजी-आजोबाला तिला हे कळवावं असं वाटे. पत्र लिहायला बसलं की ती आजोबाशी गप्पा मारल्यासारखं लिहूनदेखील टाके; पण पत्र पाठवायच्याअगोदर तेवढा भाग खोडायला विसरत नसे. त्या दोघांची काळजी वाढेल असं तिला काही करायचं नव्हतं. मनातली बेचैनी कुणापुढेही व्यक्त झाली नाही की ती विचारात डुबे, त्यातून मनातले विचार ओठातून कधी बाहेर पडायला लागत, ते समजत नसे. आई-बाबा घाबरून समोर आले की या साऱ्याचा उद्रेक होई. हे असं वारंवार व्हायला लागलं, तेव्हा एक दिवस आजोबानेच सुचवलं.

"तू हायस्कूलमध्ये आहेस नं बेटा. तुमच्या तिकडे ते कम्युनिटी सर्व्हिस का काय असतं ते करतेस की नाही?" आजोबाने किडा डोक्यात सोडून दिला. सुरुवातीला बिचकतबिचकत ती उन्हाळ्याच्या सुटीत घराजवळच्या वृद्धालयात गेली आणि नंतर जातच राहिली. कधी वृद्धालय, कधी दवाखाने, कधी विशेष मुलांच्या शाळा. त्या काळातच कधीतरी लक्षात आलं, आजोबांनी हे का सुचवलं. तसं त्यांना तिने एकदा विचारलंच, "आजोबा, खरं सांग हं. माझं दु:ख, अडचणी किती छोट्या आहेत, सहजासहजी उपाय सापडणाऱ्या आहेत हे मला कळावं म्हणून तू मला समाजसेवा करण्यासाठी भाग पाडलंस ना?"

आजोबा नेहमीप्रमाणे जोरात हसला.

"का हसलास आजोबा?"

"तुला समाजसेवा शब्द कुणी सांगितला?"

"आईने. का?"

"शब्द बरोबर आहे; पण खरं तर मला वाटतं शांतीपथ किंवा मन:शांती असं काहीतरी नाव हवं अशा कामांना."

"का बरं?" आजोबाच्या बोलण्याचा रोख सईला कळत नव्हता.

"तूच सांग बेटा समाजसेवा करतानाच्या अनुभवांबद्दल."

"खूप काही शिकता आलं. समाधान मिळालं."

"तुझं चिडणं, कधीकधी आवरता न येणारं वागणं याबद्दल काही विचारलं की टाळायचीस तू. आठवतंय?"

"आजोबा, नको ना."

"मुद्दाम आठवण करून देऊन तुला दुखावण्याचा माझा हेतू नाहीये बेटा. मी वेगळ्याच कारणासाठी हे विचारतोय. तूच सांग हल्ली असं काही झालंय का? म्हणजे तू समाजसेवा सुरू केल्यापासून." आजोबाच्या प्रश्नावर सईलाच आश्चर्य वाटलं.

"आजोबा, मी विचारच केला नव्हता. पण गेले वर्षभर मी अगदी ठीक आहे. म्हणजे मी समाजसेवा करून इतरांना मदत करतेय, त्यांच्या अडचणीतून त्यांना मार्ग शोधून देतेय असं जे काही मला वाटत होतं, त्यात काहीच तथ्य नव्हतं. खरं तर मी मलाच मदत करत होते, सावरत होते हळूहळू. आजोबा, तुला म्हणून सांगते, ठाऊक आहे आई-बाबाने हे काही मुद्दाम केलं नाही; पण हे अमेरिका-भारत-अमेरिका चाललं होतं ना, त्यात मी खरंच खूप भरडली गेले. पण वाईटातून चांगलं शोधावं म्हणतात ना, तसं तुम्ही दोघं माझ्या आयुष्यात खूप जवळचे झालात. बाबाने भारतात परत जायचा बेत केलाच नसता नं, तर मी तुमच्या मायेला मुकले असते. तुमच्या भेटीगाठी होत राहिल्या असत्या; पण तुमच्या दोघांशी माझं जे नातं आहे ना आता ते नसतं निर्माण झालं. कधीतरी वर्ष-दोन वर्षांनी भेटणं किंवा दोन-चार महिन्यांसाठी तुम्ही अमेरिकेत येऊन राहणं यामध्ये आणि तिथेच राहून सतत भेटत राहणं यात फरक पडतोच. मला नं तुम्हाला दोघांना आता अगदी या क्षणी भेटावंसं वाटतंय. कडकडून मिठी मारावीशी वाटतेय."

नातीचं बोलणं ऐकून दोघंही गहिवरून गेले. आजोबाच्या बाजूलाच बसलेली आजी आता मध्ये पडली आणि हसत म्हणाली, "तिला म्हणावं, आता नोकरी शोधशील ती या समाजसेवेतलीच शोध आणि ये भारतात. आणि मग काय मारायच्या त्या मिठ्या मार आम्हाला." आजी आजोबाला हे सांगायला सांगत असली, तरी आजीचा आवाज आणि तिचं म्हणणं सईच्या कानातून मनात झिरपत गेलं.

"आजी, नक्की गं. नक्की. मी नक्की येणार तिकडे.'' बराच वेळ ती फक्त हेच म्हणत होती.

तो क्षण सईच्या आयुष्याला वेगळं वळण देऊन गेला. समाजसेवेची पदवी घेतल्यानंतर वर्षभर तिने अमेरिकेत नोकरी केली आणि जशी संधी मिळाली तसं भारतात जाऊन काम करण्याचं निश्चित केलं. आजी-आजोबा बातमी ऐकून खूश झाले. आई-बाबाला सांगायचं तिचं धाडस होत नव्हतं. ज्या अर्थी बाबानी एकदा भारतात जाऊन राहायचा प्रयत्न केला, त्याअर्थी ते विरोध करणार नाहीत हे नक्की. पण तिला तेवढ्यावर थांबायचं नव्हतं. सईला वाटत होतं, आई-बाबा भारतात गेले तेव्हा त्यांची समजूत होती, ते तिच्यासाठी भारतात जायचा प्रयत्न करतायत. सईच्या नावाचा आधार ते स्वत:च्या मनाच्या समाधानासाठी घेत होते, हे आता तरी त्यांना कळलं असेल अशी तिला आशा वाटत होती. विशेषत: बाबाला. पण पुलाखालून इतकं पाणी वाहून गेलंय की बाबा आता भारताचं नावही काढत नाही. न्यू यॉर्कहून घरी परत गेलं की तिने त्यांच्याशी हे सगळं बोलायचं ठरवलं. भारतातल्या नोकरीचं पक्कं झाल्यापासून मनात घोळत असलेला प्रश्न विचारण्याची वेळ आली होती. अखेर किनारा गाठल्याचं समाधान तिच्या मनात होतं. आता आई-बाबानीदेखील पुढचा प्रवास तिच्या बरोबरीने करावा हीच आस बाळगून होती ती. मनातल्या मनात सई आई-बाबाला विचारण्यासाठी शब्द जुळवत राहिली.

न्यू यॉर्कहून परत गेल्यागेल्या ती दोघांना विचारणार होती, "बाबा, तू आणि आई दोघांनी जे काही निर्णय घेतले आतापर्यंत ते माझ्यासाठी, माझा विचार करून असं म्हणत आलात. पण या वेळेला जर तुम्ही माझं ऐकलंत आणि भारतात कायमचा परत जायचा विचार केलात, तर खऱ्या अर्थी मला वाटेल की तुम्ही माझ्यासाठी करताय हे. जमेल तुम्हाला? या वेळेला खरंच याल माझ्यासाठी भारतात, कायमचं?''

◆

अमरचा दिवस

प्रशांतच्या वह्या अमरने इकडे-तिकडे फेकून दिल्या आणि कोपराने त्याला जोरात ढकललं. प्रशांतने तोल जाताजाता स्वत:ला सावरलं आणि त्यानेही अमरला जोरात ढकललं. दोघं एकमेकांवर तुटून पडले. आजूबाजूच्या बाकांवर बसलेल्या मुलांनी त्या दोघांभोवती कोंडाळं केलं. कुणी अमरच्या तर कुणी प्रशांतच्या मागे उभं राहून उत्तेजन देत होतं. मोगरेबाई हातातला खडू त्यांच्या दिशेने भिरकावून तार स्वरात ओरडल्या, पण त्यांचा आवाज तिथपर्यंत पोचलाच नाही. बाकीची मुलंही हात धुऊन घेतल्यासारखी त्या गोंधळात सामील झाली. एक दोघांनी दप्तर काखोटीला मारत पोबारा केला. वर्गाचं रणांगण झालं. मुख्याध्यापक यायच्याआत वर्ग शांत व्हायला हवा होता. घाईघाईत दारापाशी जाऊन मोगरेबाईंनी बाहेर डोकावून पाहिलं. वर्गातले आवाज दुसऱ्या खोलीत पोचलेले नसावेत. पटकन त्यांनी दार लावलं आणि जोरजोरात टाळ्या वाजवल्या. पण त्या गोंधळात टाळ्यांचा आवाज हवेत विरून गेला. हताश होऊन त्या तशाच उभ्या राहिल्या. काही क्षण. मग मात्र त्या तार स्वरात ओरडल्या. वर्ग एकदम शांत झाला. मुलांनी निमूटपणे आपापल्या जागा पकडल्या. अमरने पुस्तकात डोकं खुपसलं. कोणत्याही क्षणी बाई उठवणार, जाब विचारणार याची त्याला कल्पना होती पण तसं घडलं नाही. बाईंनी अर्धवट राहिलेला धडा पूर्ण केला. प्रशांत त्याच्याकडे अधूनमधून संतापाने पाहत होता पण अमरने राग आवरला तो अगदी शाळेचा शेवटचा तास संपेपर्यंत.

शाळा सुटल्याची घंटा वाजली. मुलांच्या झुंडीच्याझुंडी वर्गातून बाहेर पडल्या. आवाजाने परिसर गजबजून गेला. मागच्या बाकावर बसलेल्या अमरने दप्तर काखोटीला मारलं आणि एक जळजळीत कटाक्ष प्रशांतकडे टाकत पेंगुळल्या डोळ्यांनी तो त्या गोंधळात सामील झाला. मरगळलेली पावलं कशीबशी रेटत निघाला. शाळेच्या आवारातून तो बाहेर पडणार तेवढ्यात मोगरेबाईंनी त्याला गाठलं. वर्गात तमाशा नको म्हणून त्यांनी त्याला काही विचारायचं टाळलं होतं. तसंही मुलांनी एकमेकांना दोष देण्याव्यतिरिक्त वेगळं

काही केलं नसतं. पण अमर अभ्यासात चांगला होता. तो नको त्या मार्गाला जायला नको असं त्यांना वाटत होतं. प्रशांत तर वर्गातला हुशार मुलगा. तोही एकदम एवढा का चिडला असावा ते त्याच्याशी बोलल्यानंतरच कळणार होतं. आज सुरुवात नक्की अमरनेच केली होती तेव्हा त्याच्याशी आधी बोलावं असं मोगरेबाईंनी ठरवलं. कपाळावरची झुलपं उडवत तो नुसताच त्यांच्याकडे बघत राहिला. 'आता काय?' हा त्याच्या चेहऱ्यावरचा स्पष्ट भाव बाईंनी वाचलाच पण तिकडे दुर्लक्ष करत त्या म्हणाल्या, "आज असं का वागलास?"

"असं म्हणजे?"

"तुला ठाऊक आहे मी काय म्हणते आहे ते."

"प्रशांतने माझी कळ काढली."

"काय केलं त्याने?"

"वर्गात का नाही विचारलंत?"

"विचारायला हवं होतं. पण आधीच खूप वेळ फुकट गेला होता. नेहमी काहीतरी चालू असतं तुझं. पण आज पहिल्यांदाच एवढा बेताल वागलास म्हणून विचारतेय. रोजचंच झालं तर कठीण होईल. शाळेतून नाव काढतील तुझं."

"काढा." मोगरेबाईंचे कान अपमानाने लाल झाले. मनातला राग आवरत त्या त्याच्याकडे पाहत राहिल्या.

"काय फरक पडत नाही मला बाई. शिकून परिस्थिती बदलता येते असं तुम्ही म्हणता. पण त्यासाठी खूप शिकावं लागतं. नुसतं हायस्कूल पुरं करून काही होणार नाही हे कळलंय मला. आणि पुढे शिकायला पैसे कुठून आणायचे?"

"अरे, तू अभ्यास तर कर. बघू आपण काही करता येतं का. हुशार मुलांसाठी शिष्यवृत्ती मिळवता येते."

"त्यासाठी खूप हुशार असावं लागतं. मी काही इतका हुशार नाही. नापास होत नाही इतकंच."

"निघतात रे मार्ग काहीतरी. व्यावसायिक शिक्षण मिळेल असा अभ्यासक्रम निवडायचा हायस्कूल झाल्यावर. लवकर स्वत:च्या पायावर उभं राहता येईल तुला."

"मला तुमच्याकडे घेऊन जाता?"

"काय?" मोगरेबाई दचकल्या.

"हो, घेऊन जाता मला तुमच्याकडे? कराल माझं शिक्षण? द्याल मला नोकरी मिळवून? तुमचे उपकार जन्मात विसरणार नाही."

क्षणापूर्वी उद्धट वाटलेल्या अमरकडे त्या पाहत राहिल्या. परिस्थिती इतकं मोठं करते या मुलांना? अकाली प्रौढत्व धारण करायला भाग पाडते? खूप विचार केल्यासारखा बोलला अमर. कुठून आलं हे शहाणपण या मुलाकडे?

"मला विचार करायला हवा राजा. असं माझं मी नाही ठरवू शकत तुला घरी घेऊन जायचं. माझ्या घरची माणसं, तुझ्या घरची माणसं, शाळा – खूप गोष्टी आहेत मध्ये. पण शिक्षण सोडण्याचा विचारसुद्धा मनात आणू नकोस. बाकी सारं पुढचं पुढे."

तो हसला. मोगरेबाईना सांगायला काय जातंय. यंव कर नी त्यंव कर. घरी न्या म्हटल्यावर बसल्या गप्प. वाटेतला दगड संतापाने त्याने पायाने जोरात उडवला. फाटक्या चपलेतून त्या दगडाचं टोक अंगठ्याला टोचलं. अंगात झिणझिण्या आल्या, पण अशा लहानसहान दुखापतीचं कौतुक करणं त्याला परवडणारं नव्हतं. तो धावत सुटला. त्याच्या पाठमोऱ्या आकृतीकडे मोगरेबाई स्तब्धपणे कितीतरी वेळ पाहत राहिल्या.

घाईघाईत अमर खोपटात शिरला. कुठल्यातरी कर्ण्यावरून आदळणारा आवाज खोलीत भरून राहिला होता. बाजूच्या गल्लीतून भांडणांचा आवाज येत होता. शेजारच्या झोपडीतल्या चार-पाच जणी बाहेर गप्पा मारत उभ्या होत्या. एकमेकांना खेटून असलेल्या त्या झोपड्यांमध्ये फक्त एखादाच माणूस जा ये करू शकेल इतकीच वाट, त्यातच आजूबाजूने वाहणारं सांडपाणी. कुबट वास वातावरणात भरून राहिला होता. अमरला हे सवयीचं होतं तरीही त्याचा हात नाकावर गेला. खाली वाकून तो खोलीत शिरला. ओलसर फरशीवर त्याच्या मळलेल्या पावलांचे ठसे उमटले. मोरीत जाऊन त्याने पायावर पाणी ओतल्यासारखं केलं. चड्डीला हात पुसत त्याने बाजेसमोर दोन तीन ॲल्युमिनिअमची भांडी पडली होती त्यावरची झाकणं बाजूला केली. सगळी भांडी रिकामीच होती. बाजूला पडलेल्या मडक्यात भांडं बुडवून तो घटाघट पाणी प्यायला. दोन भांडी पाणी प्यायल्यावर पोट भरल्यासारखं वाटलं. दप्तरातली वह्या पुस्तकं काढून त्याने इकडे-तिकडे टाकली. थोडा वेळ अभ्यासात लक्ष घालायचा प्रयत्न केला, पण पोटातली भूक अस्वस्थ करत होती. तो तसाच उठला. पक्याच्या टपरीवर गेलं तर काही न बोलता एखादा पावतरी तो पुढे करेल, या आशेने त्याने पुस्तक बंद केलं.

"कुटं चालला तू सांजच्याला?" आत आलेल्या मायने अडवलं.

"पक्याकडे. भूक लागली आहे. घरात काहीच नाही खायला." त्याला मायचा विलक्षण राग आला.

"भाकरी लावते. थांब."

"तुझा स्टोव्ह पेटणार कधी आणि तू भाकरी करणार कधी. मी येतो लगेच."

"अब्यास जाला का? तो कर आनं उलथ कुटं उलतायचं ते."

"काय कटकट करते गं तू. अभ्यास, अभ्यास आणि अभ्यास. शाळेत त्या बाई

आणि इथं तू. नाय करणार अभ्यास. काय समजलीस.''

''का माज्या जीवाला घोर लावतो. अब्यास करसील, सिकसील म्हनून साळत जा म्हनते. पन तितं बी ध्यान नाय तुजं. या गटारातून तुला भायेर न्हाईच का येचं? रस्त्याच्या पलीकडची मानसं येतात इतं. समाजशेवा का कायसं करत्यात म्हनं. ती आमच्या मागं लागतात, पोरास्नी सिकवा. सालत पाटवा. तुज्यासाटी चार जादा कामं करून पैका जमवते मी. पन तुजं कायतरी येगलंच.''

तो मायकडं बघत राहिला. काय काय सांगून मुलांना शाळेत पाठवायला लावतात हे समाजसेवक. शिकवा, शिकवा म्हणून मागे लागतात. त्यांच्याकडे पाहून आपलीपण पोरं अशी व्हावीत असं वाटायला लागतं या सर्वांना. मग सगळी जण राबराब राबायला लागतात पोरांना पुस्तकं, वह्या घेऊन द्यायला. उपाशी राहतात त्यासाठी. पण पोटाच्या भुकेचं काय? शिकून पुढे कधीतरी खूप पैसा मिळणार म्हणून भूक मारायची? किती वर्षं? नोकरी मिळेपर्यंत? कधी मिळणार नोकरी? मोगरेबाई काहीतरी व्यावसायिक शिक्षणाचं म्हणत होत्या, म्हणजे काय? कोण देणार या सगळ्या प्रश्नांची उत्तरं? कोण देणार? माय? एवढा पुढचा विचार करतातरी येत असेल तिला? काय होतंय माझंतरी शिकून? सद्या, म्हाद्याचं झालं तेच होणार. शुद्ध बोलायला शिकले तेवढं एकच चांगलं झालं. नोकरी कुठे मिळाली त्यांना? रोजचं पोट कसं भरायचं या भ्रांतीत असतात. त्यांच्याकडे पाहिलं की भीती वाटते. हे असंच पुढे व्हायचं तर कशाला इतका वेळ फुकट घालवायचा? बाई शिक्षणाचा आग्रह धरतात म्हणून? त्यापेक्षा पक्यासारखं टपरीवर चहा द्यायचं काम केलं तर? निदान पोटाचा प्रश्नतरी सुटेल. विचाराच्या चक्रात तो खोलखोल गुरफटत होता. वर यायचा मार्ग त्यात कुठेच नव्हता. विचारांना खीळ घालत दार अडवून उभ्या राहिलेल्या मायचा हात अमरने खाली केला आणि पक्याच्या टपरीकडे तो धावत सुटला.

आज परत तेच. मध्ये जेमतेम दोन-तीन आठवडे गेले असतील. पुन्हा अमरने वर्गात मारामारी केली. मोगरेबाईंना काय करावं ते कळत नव्हतं. अमरने विचारलेला प्रश्न त्यांच्या मनात अधूनमधून तरळून जाई. वाट बघत असेल तो उत्तराची? पण त्याच्या प्रश्नावर फार विचार करण्याचं धाडस त्यांच्याने झालं नव्हतं. कसं घेऊन जाणार या मुलाला घरी? शिक्षिकेचा पगार तो किती. नवऱ्याची नोकरीही बेताचीच. घरात त्यांची स्वत:ची दोन मुलं होती. खायचं अजून एक तोंड असं वाढवायचं? ते तर शक्य नाही. मग काय करता येईल? अमरच्या शिक्षणाचा खर्च करायचा? कुठून आणायचे पैसे त्यासाठी? आणि अमरसारखीच कितीतरी मुलं या शाळेत आहेत. त्यांचं काय? काय करायचं? मन वेगवेगळे पर्याय शोधत राही; पण कुठलाच पर्याय तडीला जाण्यासारखा नव्हता. विचाराने त्यांना थकवा येई. परिस्थितीवर

तोडगा निघायच्या आधीच अमरने परत पेच निर्माण केला होता. आज मागच्या बाकावर बसलेल्या मुलाने अमर डुलकी काढतोय असं वाटलं म्हणून फक्त मागून त्याच्या खांद्यावर हात ठेवला तेवढ्याने तो भडकला. दोन आठवड्यापूर्वीच त्याने प्रशांतला मारलं होतं. किरकोळ कारण होतं तेव्हाही. अचानक हे काय झालं होतं अमरला? आत्तापर्यंत तसा हा मुलगा व्यवस्थित वागणारा. अभ्यासातही बरा. घरच्यांना बोलवून घ्यायचं? मोगरेबाईंनी आज हे प्रकरण मार्गी लावायचं निश्चित केलं. तास संपल्यावर अमरला त्यांनी थांबायला लावलं.

"उद्या येताना तुझ्या वडिलांना घेऊन ये."

"त्यांना कशाला? माझं चुकलं त्याची शिक्षा मला द्या. ते नाही येणार शाळेत."

"का?"

"राखणदार म्हणून काम करतात. रात्री बाहेर राहावं लागतं. दिवसा झोपतात मग बराच वेळ."

"तरी मला बोलायचं आहे त्यांच्याशी. ही चिठ्ठी दे त्यांना."

अमर हसायलाच लागला.

"काय झालं? हसतोस काय असा?" बाईंना त्याची चीड आली.

"वाचता येत नाही त्यांना."

त्या एकदम शरमल्या. शाळेत अशा पालकांच्या मुलांची संख्या जास्त हे माहीत असूनही किती अपेक्षा ठेवतो आपण या मुलांकडून, त्यांच्या पालकांकडून.

"ठीक आहे. तू वाचून दाखव. त्यांना वाचता येत नसलं, तरी तू शिकावं म्हणून पाठवतात ना ते शाळेत तुला. उद्या त्यांना मला भेटायला घेऊन यायला विसरू नकोस."

मोगरेबाईंनी दिलेली चिठ्ठी खिशात टाकून तो निघाला.

"पक्या, उद्या बाबाला शाळेत बोलावलंय." झोपडीत न पोचता अमर पक्याच्या टपरीवर जाऊन थांबला.

"कशाला?"

"बुकलून काढलंय मी वर्गात एकेकाला."

"का पण? तू शाळेत शिकायला जातोस म्हणून मी पाव देतो भुकेला असतोस तेव्हा."

"ठाऊक आहे रे मला."

"मग असं का करतोस तू? अरे, मला शाळेत जायची इच्छा आहे; पण बाप टपरीवर यायला लावतो. तुझा बाप तुला निदान शाळेत जायला मना करत नाही तर

धड वाग की.''

''ए, तू त्या मोगरेबाईंसारखं भाषण नको ठोकू. बाप येणार नाही शाळेत हे नक्की. किंवा येईलही कदाचित पण मलाच नाही त्याला न्यायचं. काय करू सांग.''

''मी काय सांगू? आईला घेऊन जा.''

''तिच्या कामाचा खाडा करून नाही येणार ती.''

''मग ने बापाला.'' पक्याकडून काही उपाय सापडेना तसा त्याने दिलेला पाव तोंडात टाकत अमर टपरीपासून बाजूला झाला.

त्यानंतर तसे दिवस बरे चालले होते. अमर वडिलांना घेऊन शाळेत आला, तसे बरे वाटले ते मोगरेबाईना. फार बोलले नाहीत, पण अमर यानंतर असं करणार नाही असं आश्वासन दिलं त्यांनी. आता 'राखण' संस्थेतून मुद्दाम त्या समाजसेविका बाईंना बोलवावं लागणार नव्हतं. त्यानंतर तसे दिवस चांगले गेले. मोगरेबाईना बरं वाटलं. एकदा अशा चक्रात अडकलं की, वारंवार संस्थेला त्या मुलाच्या वागण्याबद्दल कळवणं, त्यांचं शाळेत येऊन त्याला भेटणं एक ना दोन खूप काही करावं लागतं. अमरबद्दल कितीही जिव्हाळा असला, तरी त्यांना स्वत:ची कामं नाहक वाढवायची नव्हती. त्याच्या वडिलांना शाळेत बोलावण्याचा निर्णय योग्य ठरला. अमर परत मार्गावर आला यातच त्यांनी समाधान मानलं. मारामारी थांबली होती. फक्त त्याचं भर वर्गात डुलक्या काढणं वाढत चाललं होतं. पण जोपर्यंत सगळ्या विषयात त्याची प्रगती चांगली आहे, तोपर्यंत त्याकडे दुर्लक्ष करायचं त्यांनी ठरवलं. गाडी रुळावर आल्यासारखी वाटतेय तोच अमरचं शाळेला दांड्या मारणं सुरू झालं. आता चालढकल करून चालणार नव्हतं. एखाद्या मुलाचं आपल्यामुळे नुकसान नको या भूमिकेतून त्यांनी 'राखण'शी संपर्क साधला.

आजही आळसावलेला अमर शाळा सुटल्याची घंटा झाल्यावर सर्वांत शेवटी बाहेर पडला. डोळे चोळत पाय फरपटवत तो चालत होता. चपलेचा अंगठा तुटला होता. मध्येच कुठेतरी चपलेला भोकही पडलं होतं. बारीकसा खडा त्याला अधूनमधून टोचत होता. आपल्याच तंद्रीत चाललेल्या अमरला मोगरेबाईंनी थांबवलं.

''मंगलताई येतील आज. त्यांना तुझ्याशी बोलायचं आहे.''

''कोण मंगलताई? माझ्याशी कशाला बोलायचं आहे त्यांना?''

''तू माझ्याशी नीट बोलत नाहीस. तुझं काय बिनसलं आहे ते सांगत नाहीस, म्हणून त्या बोलतील तुझ्याशी. केव्हाकेव्हा फार अनोळखी माणसाकडे मोकळेपणा वाटतो ना; त्यासाठीच त्या येणार आहेत.''

''तुम्ही मला घरी नेणार की नाही ते सांगितलं नाही अजून.''

मोगरेबाईंना काय बोलावं ते कळेना. तरी धीर एकवटून त्या म्हणाल्या, ''तुला खोटी आशा दाखवावी असं नाही वाटत मला. माझीही परिस्थिती नाही रे आणखी एक तोंड घरात वाढवण्यासारखी.''

''मग माझ्यामागे कशाला लागता तुम्ही?''

''तुझ्यामागे लागलेय मी?''

''नाहीतर काय! सोडून द्या मला सुधारण्याचं काम. वडिलांना घेऊन यायला लावलंत, आता या मंगलताई.''

''मग काय करायला हवं होतं मी? नुसते बघत राहायचे तुझे उद्योग? तुझं अभ्यासावरून उडत चाललेलं लक्ष?''

''मग मला घरी का नेत नाही तुमच्या? तुमची सगळी कामं करेन. रात्री कुठेतरी कोपऱ्यात झोपेन. तुमचं सगळं ऐकेन.''

''इतका कंटाळा आलाय तुला तुझ्या घरी राहायचा?'' अमरच्या स्वरातील अजिजी त्यांचं काळीज हलवून गेली.

''घराचा? माय राहते त्या घराचा कसा कंटाळा येईल. तुम्ही म्हणता तसं शिकावं, स्वत:च्या पायावर उभं राहता येईल असं काहीतरी करावं असं वाटतं मला. पण अभ्यास होत नाही घरी म्हणून नाही राहायचं मला तिथे.''

''माय का म्हणतोस? आई म्हणावं रे. आणि तुझे वडील? ते कसे आहेत? शाळेत आले होते तेव्हा विशेष बोलले नाहीत, पण त्यांनाही तुझ्या अभ्यासाची काळजी आहे असं वाटलं.''

''हं!'' तो नुसताच हुंकारला.

''हे बघ अमर. तुझी परिस्थिती चांगली नाही. आईला धुण्याभांड्यांची कामं करावी लागतात याची कल्पना आहे मला. पण हेही दिवस बदलतील, तू बदलशील असा विश्वास स्वत:च्या मनात तयार करायला हवा तुला, त्यासाठी परिस्थितीशी झगडायला शिकणं आवश्यक आहे, पळून जाणं नाही.''

''थोडक्यात त्या दळभद्री झोपडीत राहा आणि कर काय ते असं सांगा ना. कशाला परतपरत तेच वेगवेगळ्या मार्गाने सांगता.'' अमरला आता कंटाळा यायला लागला होता.

''हो, माझंच चुकतंय रे बाबा! मला वाटतं माझ्या वर्गातल्या मुलांनी नीट वागावं, त्यांना मदत करावी, काही अडचणी असल्या तर समजून घ्याव्यात. कुठलाही शिक्षक विद्यार्थ्यांनी यशस्वी व्हावं म्हणूनच प्रयत्न करत असतो.''

''आम्ही मागतो तेही द्यायला हवं तुम्ही.''

''जितकं शक्य असतं ते देतोच की. तू वादच घालत बसणार आहेस का माझ्याशी. मलाही घरी जायचं आहे. उशीर होतोय.''

"मला टपरीवर जायचं आहे. पक्याला कबूल केलंय मी." अमर वैतागलाच.

"अरे, कुणी भलं करायला गेलं तर तुझं आपलं माझंच खरं असं आहे."

"बरं थांबतो." कर्कश स्वरात तो म्हणाला.

तिकडे दुर्लक्ष करत मोगरेबाई म्हणाल्या, "शाळा बंद झाली आहे. बाहेर राहशील का उभा? पाहिजे तर मीपण थांबते तुझ्याबरोबर ताई येईपर्यंत. होईल थोडा उशीर, पण थांबते मी तुला सोबत हवी असेल तर. इतक्यात यायला हव्यात त्या."

"थांबतो मी. तुम्ही गेलात तरी चालेल."

"बघ हं, मी गेल्यावर जाशील निघून."

"थांबतो म्हटलं ना." त्याचा रागीट, हुप्प चेहरा पाहून मोगरेबाईंनी फार ताणलं नाही.

त्या निघून गेल्या तसं अमरलाही स्वतःच्या उर्मट उत्तराची लाज वाटली. पण त्यावर फार विचार करायची आवश्यकता त्याला वाटली नाही. हातावरचे उमटलेले वळ कुरवाळत, कपाळावरची झुलपं मागे सारत तो तिथेच उभा राहिला. थोडा वेळ तसा गेला. मग या पायावर उभं राहा, त्या पायावर उभं राहा करत तो कंटाळलाच. आवारात चिटपाखरूही नव्हतं. तो अस्वस्थ झाला. शाळेच्या दिशेने परत फिरला. व्हरांड्यात कोपऱ्यातल्या खोलीच्या वर्गासमोर अंगाची जुडी करून बसून राहिला. ती शांतता, काळोख त्याला अंगावर आल्यासारखी वाटायला लागली. बराच वेळ पोटातही काही गेलं नव्हतं. कुठल्या कोण मंगलताई, त्या काळ्या की गोऱ्या हे ही त्याने पाहिलं नव्हतं; पण त्यांनी काही खायला आणलं तर, या आशेवर तो त्यांची वाट पाहत राहिला. हातावरचे काळेनिळे वळ निरखत, काहीबाही आठवत राहिला. मागचे पुढचे प्रसंग एकत्र जोडताना त्रयस्थासारखी मनाची होरपळ निरखत राहिला.

नेहमीच्या रात्रीसारखी ती एक रात्र. पावलांची चाहूल घेत तो झोपायचा प्रयत्न करत होता. रस्त्यावरच्या दिव्याची तिरीप डोळ्यावर आडवा हात ठेवून अडवित होता. बाजूच्या खोलीतून मायचं हळूहळू कण्हणं त्याला अस्वस्थ करत होतं. कामाने थकून जाते माय. तिचे पाय दाबून द्यावेत असं मनात येऊन गेलं त्याच्या. पण तिची झोपमोड झाली असती. तो उठला नाही. खोपट्यातल्या त्या दोन खोल्या म्हणजे एका अडनिड्या चौकोनात मध्ये दोरी बांधून अडकवलेला विटका पडदा. टक्क डोळ्यांनी तो नुसताच पडद्याकडे बघत राहिला. त्या पडद्याचाच विचार करत राहिला. गडद पिवळ्या रंगाचा तो पडदा. कुणीतरी मेहरबानी म्हणून पदरात टाकलेला. भोकं पडलेला, फाटलेला पण तरीही आडोसा म्हणून वापरात असलेला. बघताबघता त्याचे डोळे मिटायला लागले. तोंड उघडं टाकून तो घोरायला लागला. किती वेळ गेला कुणास ठाऊक. त्याला दचकून जाग आली ती दारू प्यायलेल्या

बापाच्या शिव्यांनी. मायला शिव्या घालत होता. जेवायला वाढ म्हणून मागे लागलेला. तोल सावरत तिचा एक हात धरून तिला उठवत होता. बाहेर शांतता पसरलेली. किती वाजले होते त्याचा अंदाज येत नव्हता. झोपमोड झाली म्हणून माय भडकलेली. हात झिडकारत ती उठली. तरातरा स्टोव्हपाशी जाऊन तिथेच ठेवलेला डाळ, भात तिने त्याच्यासमोर आपटला. तसं त्याचं मस्तक फिरलं. बाचाबाचीला सुरुवात झाली. आता पुढे काय होणार ते पाठ झालं होतं. तरी धडपडत, डोळे चोळत तो उठून उभा राहिला. पडद्याला पडलेल्या भोकांतून बघत राहिला. खाली ठेवलेलं ताट उचलायला बाप वाकला आणि कोलमडलाच. माय निर्विकारपणे पाहत होती. कोलमडणाऱ्या नवऱ्याला तिने सावरलं नाही. ताटातच हात पडला तसं एका हाताने त्याने ताट उडवून लावलं, कसातरी पुन्हा उठून उभा राहिला. अडखळत काहीतरी बरळत खरकट्या हातानेच त्याने मायच्या तोंडात लगावून दिली. कळवळलेल्या मायला बघून त्याला बापाला बाजूला करावं असं वाटत होतं, पण तो हलला नाही. त्यालाही मार बसला असता, बापानं लाथाबुक्क्यांनी तुडवलं असतं. तो पुन्हा जाऊन पडून राहिला. चुळबुळत या कुशीवरून त्या कुशीवर वळत राहिला. मायचं किंचाळणं, बापाचं ओरडणं त्याच्या कानात घुमत राहिलं. त्या आवाजाची सवय झाल्यासारखी एक डुलकीही त्याला लागली. जाग आली ती बाजूला येऊन लवंडलेल्या मायच्या दबक्या हुंदक्यांनी.

"उगी उगी माये."

तिच्या डोक्यावरून हात फिरवताना त्याला खूप मोठा झाल्यासारखं वाटत होतं. तिने त्याचा हात घट्ट पकडला आणि हुंदका गिळला. ती नुसतीच त्याच्याकडे पाहत राहिली. तिचे विरलेले केस, सुरकुतलेली त्वचा आणि अंधुक प्रकाशातली आशेने व्याकूळ झालेली निस्तेज नजर. अमर नुसताच एकटक पाहत राहिला. रात्रीच्या त्या नीरव शांततेत बापाचा एका लयीतला घोरण्याचा आवाज सुरू झाला आणि त्याचं अंग संतापाने थरथरायला लागलं. उठलाच तो तिथून. पडदा दूर लकटून तो झोपलेल्या बापासमोर जाऊन उभा राहिला. दारू पिऊन चिपाड झालेला तो देह लाथेने उडवावा असं त्याला मनापासून वाटलं, पण धाडस झालं नाही. स्वत:च्या भेकडपणाला मनातल्या मनात शिव्या घालत अजगरासारख्या सुस्तावलेल्या बापाचा हात त्याने अंगातला जोर एकत्र करत पिरगळला. बापाला क्षणभर काय झालं ते कळलंच नाही. बरळत त्याने हात उडवला, पण हातावरची घट्ट पकड त्याला हात हलत नाही म्हटल्यावर जाणवली. तारवटलेले डोळे उघडून त्याने हाताकडे पाहिलं. पोराचं एवढं धाडस? अमरने धरलेला हात सोडवायचा प्रयत्न करत तो उठून उभा राहिला. खूप प्रयास पडले त्याला पण अमरचा हात झटकत त्याने स्वतःची कशीबशी सुटका केली. एकदा मोकळा झाल्यावर मात्र त्याला त्याच्या कार्ट्याची

चीड आली. अंगठ्याएवढा पोर हात पकडतो, पिरगळतो. खाडकन डोळे उघडल्यासारखी जाग आली त्याला. दारूचा अंमल कुठल्याकुठे पळाला. अमरला त्याने बदडून काढलं लाथाबुक्क्यांनी. अर्धमेलंच केलं जवळजवळ, पण अमर रडला नाही. विलक्षण आनंदात होता तो. आज पहिल्यांदा त्याने त्याच्या बापाला धडा शिकवायचा प्रयत्न केला होता. पुन्हा असं करणं जमेल की नाही हे माहीत नव्हतं. पण आजच्या त्याच्या धाडसाचं त्याचं त्यालाच कौतुक वाटलं. मायला मारतो हा माणूस. कुत्रा साला... अशीच अद्दल घडायला पाहिजे. खाईन मी मार त्याचा, पण त्याला अंगाला हात लावू देणार नाही मायच्या. स्वत:ला बजावत तो तिथेच पडून राहिला. पोराला शिव्या घालत बाप पुन्हा झोपून गेला, पण अमरला झोप लागली नाही. रात्रभर तो नुसताच पडून होता. सकाळी तर सगळं अंग सुजलेलं, त्याला उठताही येईना. बाजूला डोळ्यांतलं पाणी पुसत माय त्याच्या सुजलेल्या अंगावरून हळुवार हात फिरवत होती. त्याला एकदम रडायलाच आलं.

"नगं बाबा असं रडू. आनी बापावर हात नाय उचलायचा. शपथ हाय बग माजी तुला." तो केविलवाणं हसला. तिच्याकडे असहाय्य नजरेने बघत राहिला. त्याच्या नादानं तीही थोडंफार शुद्ध बोलायला शिकली होती. शपथ अगदी व्यवस्थित म्हणाली.

"तू का मार खातेस पण?"

"नाय तर काय करू पोरा? एक दोनदा मी बी मारलं त्येला. पन झोपडपट्टी गोला जाली. फुकट तमासा. आपली लाज आपनच जाकायची ना?"

तो काहीच बोलला नाही. त्याला आता इथे राहायचंच नव्हतं. माय आली तर ठीक, नाहीतर तो एकटा ते खोपटं सोडणार होता. पण जाणार कुठे? करणार काय? प्रश्नचिन्हांच्या भेंडोळ्यांनी त्याला विळखा घातला, घेरून टाकलं.

चार दिवस अमरला शाळेतही जाता आलं नाही. अंगावरची सूज शहाण्यासारखी कधीतरी आपली आपणच उतरली. दुसरीकडे निवारा मिळणं इतकं सोपं नव्हतं. पण त्याने प्रयत्न करायचं ठरवलं. मायच्या मागेच लागला तो.

"विचार ना तुझ्या एखाद्या मालकिणीला. कोणीतरी करेल मदत."

"आरं पन म्हंजी काय करायचं त्येनी?"

"राहायला जागा द्यायची. फक्त रात्रीपुरती. दिवसा राहू कसंही आपण इथे. तो राक्षस येतो रात्री तेव्हा फक्त बाहेर."

"आरं राजा. शान्यागत इचार कर बाबा, आसं कुनी कसापायी देईल जागा."

"तू विचार माये, तू विचार तर खरं."

त्याचा घायकुतीला आलेला चेहरा पाहून मायनं नुसतीच मान हलवली.

कशातूनच सुटका नाही हे लवकरच अमरला समजलं तसं त्याने मायचं मार खाणंही निर्विकारपणे स्वीकारलं, झोप मात्र उडाली. सतत भीती, धाकधूक, आईचा मार वाचवता येत नाही त्याची लाज, शरम. त्याचं तेज लोपत चाललं, उत्साह संपला. आला दिवस तो ढकलत होता. थकल्या मरगळल्यासारखा तो पावलं ओढत शाळेत पोचायला लागला. खोपट्यात बसण्यापेक्षा हे बरं.

मंगलताई लगबगीने शाळेच्या आवारात शिरल्या. तसा उशीरच झाला होता. बराच. रस्त्यावरचे दिवे शाळेच्या आवारातला अंधार अधिकच गडद करत होते. अमर थांबला असेल की गेला असेल घरी? घरी गेला असेल तर डोकावायचं का त्याच्या घरात. त्यांना ठरवता येईना.

"मी इथे बसलोय ताई."

आवाजाच्या दिशेने त्यांनी पाहिलं आणि अंगाची मुटकळी करून बसलेली ती जुडी पाहून त्यांना भरून आलं. त्या त्याच्या शेजारी जाऊन बसल्या. त्याच्या पाठीवर हात फिरवला त्यांनी. पण त्याने अंग अधिकच चोरलं.

"अरे, बस अडकली रे बाबा गर्दीत, म्हणून उशीर झाला. रागावलास? "

त्याने नुसतीच मान हालवली.

"घाबरलो होतो काळोखात एकटाच बसायला. पोलिसांनी बघितलं असतं, तर मारच खावा लागला असता."

"पोलीस कशाला उगीच मारतील?"

तो हसला. "ताई, झोपडपट्टीतल्या पोरांना मार खायला काही करावं लागत नाही. जाऊ दे."

त्याच्या हातावरच्या काळ्या-निळ्या वळांवर हात फिरवत तो काहीतरी सांगेल, बोलेल म्हणून त्या गप्प राहिल्या. तोही तसाच बसून राहिला. एकदम लक्षात आल्यासारखं त्यांनी पिशवीत हात घातला. वाटेत त्याच्यासाठी म्हणून घेतलेली भेळ त्यांनी अमरपुढे धरली. अमरने ते पुडकं जवळजवळ ओढलंच. सगळी भेळ पोटात गेल्यावर भुकेचा डोंब शांत झाला. थोडीशी लाज वाटली त्याला, पण भुकेपुढे इलाज नव्हता. पर्समधून पाण्याची बाटली काढून ती त्यांनी त्याच्यासमोर धरली. घटाघट पाणी पिऊन शर्टावर सांडलेलं पाणी तो हाताने खसखसा पुसत राहिला.

पोट शांत झाल्यावर आता तो बोलेल या अंदाजाने मंगलताईंनी विचारलं, "असं का रे म्हटलंस?"

"कसं?"

"झोपडपट्टीतल्या पोरांना मार खायला काही करावं लागत नाही. तुझ्या चेहऱ्यावर काय नाव लिहिलेलं आहे का झोपडपट्टीतला आहेस म्हणून."

अमरला हसायला आलं. मंगलताईंना जगाचा अनुभव फार कमी आहे असं वाटून गेलं त्याला.

''नाव कशाला लिहायला हवं? माझे कपडे, चेहरा बोलतो ना.''

''म्हणजे?''

''कपड्यांवरून कळतं बाई. फाटके-तुटके, विटलेले.''

''पण त्यासाठी काही झोपडपट्टीत राहायला हवं असं नाही. परिस्थिती नसते कितीतरी जणांची. आणि चेहरा बोलतो म्हणजे?''

''ते नाही माहीत, पण पोलीसच म्हणतात चेहऱ्यावरूनच कळतं. केसांवरून असेल. झुलपं कापायलापण पैसा लागतो ना.'' तो हसत म्हणाला. आहे हे असं आहे म्हणून सर्व स्वीकारल्यामुळे बोलतोय का हा असा? मंगलताई विचार करत राहिल्या. अचानक त्यांनी विचारलं, ''रोज रोज कोण मारतं रे तुला? आणि का?''

त्याने नुसतीच मान वर करून त्यांच्याकडे पाहिलं.

''तुझे दोन्ही हात काळे-निळे दिसतायत म्हणून विचारलं. शाळेत मस्ती करतोस. घरी मार खातोस. का वागतोस असं?''

तो गप्पच झाला एकदम. फुकट गेलं मंगलताईंना आपलं मनातलं सांगणं. मोगरेबाई म्हणाल्या म्हणून त्याला वाटलं, या कोण ताई आहेत त्या समजून घेतील. त्यांच्याशी बोललं की आईचा मार चुकविण्याचा मार्ग सापडेल. मी वागतो असं? मी? च्यायला, ही मोठी माणसं, बेकार नुसती. आव तर असा आणतात; पण अक्कल म्हणून नाही. इतका वेळ कशाला बसलो अंधारात. त्यापेक्षा पक्याच बरा होता. काही विचारत नाही, खायलाही पुढे करतो काही ना काही. तो उठलाच. न बोलता चालायला लागला. मंगलताई तशाच बसून राहिल्या. इतकी धावपळ करून त्या तिथे पोचल्या होत्या आणि हा पोरगा असा निघून गेला. कसं बोलतं करायचं याला? का एकदम असं विचारायला नको होतं? तो स्वत:हून सांगेपर्यंत वाट पाहायला हवी होती? पुढे होऊन त्याला थांबवण्याइतकाही उत्साह त्यांच्यात उरला नव्हता. अमरबद्दल त्यांना कळलं त्या वेळचाच विचार करत त्या तिथेच बसून राहिल्या.

'राखण' च्या कार्यालयात बसून त्या नवीन आलेल्या मुलाची माहिती वाचत होत्या. गेली पाच वर्षं त्या इथे काम करत होत्या. जमेल तसं. फार नियमितपणा नव्हता; पण कळकळ होती. आताही पाकिटावर लिहिलेला क्रमांक आधी त्यांनी खोडून टाकला. त्या मुलीचा, मुलाचा स्वभाव, वागणं वाचलं की बऱ्याचदा त्याला शोभेल अशा फुलाचं नाव द्यायला त्यांना आवडायचं. मुलांच्या नावाचा संदर्भ नाही ना वापरायचा, ठीक आहे. संदर्भ म्हणून क्रमांक वापरण्याऐवजी फुलांच्या नावांनी

त्या मुलांना संबोधणं त्यांना भावायचं. हे काम आटपलं की त्यांना संस्था काम करत असलेल्या शाळेत पोचायचं होतं. त्या दुहेरी भूमिका पार पाडायच्या संस्थेसाठी. मानसोपचार तज्ज्ञ आणि समाजसेविका. नववीतल्या अमरबद्दल त्याच्या शिक्षिकेने संपर्क साधला होता.

''तसा फार शांत आहे अमर. पण कधीही बघा, डुलक्या काढत असतो. लक्ष नाही म्हणावं, तर काहीही विचारलं तर उत्तरं देतो व्यवस्थित.''

''पण याबाबत मी काय करू शकते? म्हणजे घरी झोप होत नसेल तर तो डुलक्या काढणारच.'' नक्की काय प्रश्न आहे ते त्यांच्या लक्षात येत नव्हतं.

''सांगते ना. डुलक्या काढणं समजू शकतो आम्ही. खूप मुलांचं होतं असं. झोपडपट्टीतल्या मुलांची काय परिस्थिती असते हे तर माहीतच आहे नं आपल्याला. आत्तापर्यंत अमरच्या डुलक्या फार गंभीरपणे घेतल्या नाहीत आम्ही. म्हटलं, जोपर्यंत अभ्यास पूर्ण करतोय, प्रगती चांगली आहे तोवर काही बोलायचं नाही. पण अमर वर्गात बसल्याबसल्या स्वतःचेच हात पिरगळत असतो हल्ली. कुणी त्याला थांबवायला गेलं, तर त्यांच्या अंगावर तुटून पडतो.''

''शिक्षकांवरही?''

''बऱ्याचदा मुलंच प्रयत्न करतात त्याला थांबवायचा. तो स्वतःचे हात पिरगळायला लागला की मुलं विचारतात ना असं का करतोस, तेवढं कारण पुरतं त्याला. कुणी थांबवायला गेलं की त्यांच्याच अंगावर जातो धावून. मग आमचं लक्ष जातं. आम्ही पुढे झालो की मुकाट बसून राहतो. तुम्ही बोलून बघा. पाहिजे तर त्याची चित्रं बघा. फार छान चित्र काढतो. मारामारी झाली, आम्ही ओरडलो की बसतो चित्र काढत. चित्रातून त्याचं मन समजतं का बघायचा प्रयत्न केला आम्ही, पण फार काही हाती लागलं नाही. म्हणजे त्या चित्राबद्दल अधिक काही बोलायलाच तयार होत नाही. पुन्हा प्रत्येक मुलाच्या काही ना काही अडचणी आहेतच. फार वेळ नाही देता येत मनात असलं तरी दर वेळेला. मानसोपचारतज्ज्ञ म्हणून तुम्हीच त्याच्याशी बोलावं असं वाटतंय.''

''बघते बोलून मी. तुम्ही त्याच्या पालकांशी बोलला आहात का?.''

''बोललो आहोत. पण ते त्याचे खरे पालक आहेत की नाही याची कल्पना नाही.''

''म्हणजे?''

''एकदा रस्त्यावरच्या एका माणसाला आणलं होतं धरून वडील म्हणून.'' मंगलताई अमरच्या शिक्षिकेकडे बघतच राहिल्या.

''खरं सांगतेय मी. तेव्हा नाही कळलं. पण नंतर काहीतरी असंच झालं, तर वडील म्हणून दुसरा माणूस समोर उभा. मी तर चांगलीच चिडले होते. काही

परिणाम झाला नाही अमरवर. मग ठरवलं बोलायचं नाही दोन दिवस. ती मात्रा लागू पडली. त्या वेळेस सांगितलं खरं. घरी जाऊन कधीतरी खऱ्या पालकांना भेटायचं मनात आहे; पण जमलेलं नाही अद्याप. जमलं तर त्याच्या मायला भेटायचं आहे. तिच्यावर फार जीव आहे त्याचा.'' अमर गेला त्या दिशेने पाहतापाहता त्यांना हे सगळं आठवलं आणि पहिल्याच भेटीत आपण नको ते बोलून गेलो हे जाणवलं त्यांना. घाईघाईत त्या उठल्या. काळोखात तो गेला त्या दिशेने पाउलं टाकत राहिल्या. मिणमिणते दिवे मिट्ट काळोख अधिकच अधोरेखित करत होते. पावलांचा वेग वाढवायला हवा. अचानक बाजूला कुणाचीतरी चाहूल लागली तशा मंगलताई दचकल्या.

''मीच आहे, अमर. काळोखातून एकट्या कशा जाल म्हणून परत आलो.''

मंगलताईंचे डोळे एकदम पाणावले. त्यांनी एकदम त्याचा हात धरला.

''चुकलं माझं राजा. माफ करशील?''

अमर गोंधळला. बाई किती मोठ्या त्याच्यापेक्षा आणि माफी मागतायत. त्याला काय बोलावं ते सुचेना.

''माझंपण चुकलं. मी निघून नको होतं जायला. तुम्ही मुद्दाम मला भेटायला आला होता.''

''आता विसरून जाऊ दोघंही ते. आणि नंतरच भेटू पुन्हा. चल तुझ्या घरापर्यंत जाऊ बोलत. नंतर मी रिक्षाने जाईन.''

पण अमरने त्यांना त्याच्या घराच्या आसपास फिरकू दिलं नाही. त्यांना रिक्षात बसवून तो घरी गेला.

त्यानंतर मंगलताईंनी वेगवेगळ्या पद्धतीने अमरशी बोलायचा प्रयत्न केला. तो स्वतःचे हात का पिरगाळतो, थांबवायला गेलं की त्या मुलांच्याच अंगावर का धावून जातो ते शोधून काढायचं होतं. त्यावर उपाय शोधायचा होता. आजही शाळा सुटल्यावर त्या त्याला भेटायला आल्या. अजून तो मोकळा झाला नव्हता. कुणावर विश्वास टाकणं कठीण वाटत असेल त्याला. मोगरेबाईंना त्याने दाद लागू दिली नव्हती. आपण पहिल्या भेटीत त्याचंच वागणं चुकत असावं हेच गृहीत धरून बोललो ते विसरला नाही का हा अजून? त्याच्याशी बोलून झाल्यावर त्यालाच त्यांनी भेळ आणायला पिटाळलं. शाळेच्या त्या कोपऱ्यात, अंधुक उजेडात अमरने काढलेल्या चित्रांचं भेंडोळं त्यांनी पर्समधून काढलं. चहाच्या टपरीचं एक चित्र होतं, मैदानावर मुलं बास्केटबॉल खेळत होती. लांबवर मैदानाच्या टोकावर उभा राहून एक मुलगा एकटाच तो खेळ बघत होता. हा मुलगा म्हणजे अमर असेल का? असंच एक आणखी चित्र. कुठल्यातरी घराच्या बाल्कनीत बसलेला मुलगा, पुस्तक वाचताना.

छान चित्रकार होईल हा मुलगा. त्या ती बोलकी चित्रं निरखत राहिल्या. अमरने स्वत:लाच त्यात रेखाटलेलं असेल, तर तो एकटा पडतोय एवढाच अर्थ निघत होता त्याचा. त्याच्या वागण्याशी याचा काही संबंध असेल? किती वेळ त्यांची तंद्री लागली होती कुणास ठाऊक. पाठमोऱ्या, पाठीत वाकलेल्या बाईच्या चित्रावर कुणाचंतरी बोट जाणवलं, तसं त्यांनी दचकून वर पाहिलं. अमर कधीतरी बाजूला येऊन बसला होता. त्याने भेळेचा पुडा त्यांच्या हातात दिला. मंगलताईंच्या चेहऱ्यावर पुसटसं स्मित उमटलं.

"माय माझी."

"अरे आई म्हण की नीट." तो नुसताच हसला.

"छान काढतोस चित्र तू." त्यांनी त्याच्या पाठीवर अलगद थोपटलं.

"मला माहीत आहे, तुम्ही माझ्या वागण्याचं उत्तर चित्रातून शोधता येतं का ते पाहताय."

मंगलताईंना त्याच्या हुशारीचं कौतुक वाटलं.

"मग कधी सांगणार आहेस तू मला ते. सहा महिने तरी होतील मी तुला भेटते आहे. अजून माझा विश्वास वाटत नाही तुला?"

"तुम्ही पहिल्यांदा भेटलात, तेव्हा तुम्हाला माझंच काहीतरी चुकतंय असं वाटलं ना? प्रत्येकाला तसंच वाटतं. म्हणून कुणाला काही सांगावंसं वाटत नाही."

"अरे, पण लगेचच मान्य केली मी माझी चूक." मंगलताईंच्या मनातलं शरमलेपण अजूनही जात नव्हतं.

"हो, म्हणून तर मी गप्पा मारतो तुमच्याशी. आवडतं मला. माय शिकली असती, तर कदाचित तुमच्यासारखंच बोलली असती."

त्या त्याचं बोलणं कान देऊन ऐकत होत्या. काही बोललं तर त्याच्या विचारांचा ओघ तुटेल म्हणून त्यांनी नुसतीच मान डोलवली.

"तुम्हाला वाटत होतं तसा मी वाईट वागत नाही मंगलताई. बाप वाईट वागतो. आता काही मी लहान नाही. समजतं मला असं वागायचं नसतं ते. पण माझ्या मोठ्या झालेल्या बापाला का नाही समजत ते? दारू पिऊन रात्री उशिरा येतो आणि मारतो माझ्या मायला, मारहाण करतो. तीही मुकाट सहन करते. लहान होतो तेव्हा मध्ये पडलो की ढकलून द्यायचा बाप, पण आता विरोध करायला लागलो आहे मी. मलाही मारतो तो मध्ये पडलो की. तो हरामखोर मारायला लागला की राक्षस होतो. मरतुकड्या देहात कुठून एवढा जोर येतो माहीत नाही त्याच्या. दुसऱ्या दिवशी शाळा चुकते माझी. उठताच येत नाही. आता मार चुकवायचा म्हणून निर्लज्जासारखा मायला सोडवत नाही मी त्या जनावरापासून. मायला मार खावा लागणार या चिंतेने रात्रभर झोप लागत नाही, म्हणून शाळेत डुलक्या काढतो. शरम वाटते. मग माझेच

हात पिरगळत बसतो स्वत:ला, बापाला शिक्षा दिल्यासारखी. कुणी मध्ये पडलं की मला तो माझा बापच वाटतो, स्वत:लाही बघतो त्यात मी. सगळा संताप बाहेर निघतो. माझ्यासाठी मी बाप असतो, मध्ये पडलेलं माणूस बाप असतो. म्हणून माझे हात काळे-निळे होतात, मध्ये पडणाऱ्याला मार खावा लागतो. बापालाच मारत असतो मी आणि ते जमत नाही म्हणून स्वत:लाही. माझ्या मायला वाचवायचं असतं मला.''

मंगलताईंचे डोळे पाणावले. अमरला कुशीत घेऊन त्याला थोपटावं, निजवावं असं अगदी आतून मनापासून वाटून गेलं त्यांना.

तितक्यात अमर म्हणाला, ''शाळेतच शिकलो मी कसं वागायचं ते, अन्यायाचा प्रतिकार करायचा असं नेहमी सांगतात मोगरेबाई; पण ते जमत नाही म्हणून माझीच चीड येते मला. तुम्हाला एक विचारू?''

त्यांनी नुसतीच मान डोलवली.

''माझ्या घरी जाऊन भेटाल माझ्या बापाला? त्यालासुद्धा माझ्यासारखं शाळेत यायला लावा आणि मायलापण. मग दोघांनाही समजेल वाईट वागायचं नसतं आणि कुणी तसं वागलं, तर त्या वागण्याला प्रतिकार करायचा असतो, शिक्षाही करायची असते. याल तुम्ही माझ्या घरी?''

मंगलताईना काय बोलावं ते सुचेना. शाळा जबाबदार होती त्याच्या वागण्याला, शाळा! तो मोकळा होत नाही म्हणताम्हणता किती थोडक्यात त्याने आपल्या वागण्याचं कारण सांगितलं होतं आणि उपायही. पण तो उपाय पेचात पाडणारा होता. खरंच लावायचं त्याच्या मायला आणि दारुड्या वडिलांना शाळेत यायला? अमरच्या घराचं चित्र त्यांच्या डोळ्यांसमोर उभं राहिलं, अनेक प्रश्नांसकट. काय करतात शेजारीपाजारी रात्री अपरात्री अमरची आई मार खाते तेव्हा? कुणीच नाही त्या माणसाला समज देत, की कुणाला काही फरकच पडत नाही? का आजूबाजूला हेच वातावरण? अनेक अमरना विघातक दिशेकडे वळविणारं. यातून कोण कोणाला सोडवणार, आणि कोण कुणाला समज देणार? मंगलताई नुसत्याच अमरकडे पाहत राहिल्या. मानसोपचारतज्ज्ञ, समाजसेविका या नात्याने त्यांना अमरच्या परिस्थितीचा अभ्यास करायचा होता, चर्चा करायची होती सहकाऱ्यांबरोबर, मोगरेबाईंबरोबर. त्यानंतर काय पावलं उचलायची, कोणता मार्ग अवलंबता येईल ते निश्चित करता येणार होतं. अमरने मात्र चुटकीसरशी सोपा उपाय सुचवला होता, त्याच्या समस्येवर तोडगा सांगितला. जायचं अमरच्या घरी आणि घ्यायला लावायचा त्याच्या मायला आणि बापाला शाळेत प्रवेश? काळोखाने घट्ट वेढलेल्या शाळेने विळखा घातल्यासारख्या त्या, त्या प्रश्नावरच थांबल्या.

◆

मीरा नेहमीच्या सवयीने धावतधावत रुग्णालयाच्या पायऱ्या चढली. कोपऱ्यातल्या तिच्या छोट्याश्या खोलीकडे ती वळणार तेवढ्यात चढलेल्या आवाजाने तिची पावलं थबकली.

"तुम्हाला आत जाता येणार नाही. मी शेवटचं सांगतेय." नर्सच्या आवाजात ठामपणा होता.

"जाता येणार नाही म्हणजे काय? माझ्या जिवाभावाचं माणूस अंतिम घटका मोजतंय." एव्हाना त्याच्या सहनशक्तीपलीकडे गेलं होतं सगळं.

"अहो, पण फक्त जवळचे नातेवाईकच राहू शकतात अतिदक्षता विभागात." नर्सने त्याला पुन्हा एकदा समजावण्याचा प्रयत्न केला.

"आयुष्य काढलं आहे आम्ही एकत्र." राग, अगतिकता, दु:ख; सारं काही सामावलं होतं त्याच्या आवाजात.

"पण कायद्याने काहीही नातं नाही तुमचं. नियमाप्रमाणे असं कुणालाही नाही सोडता येत आम्हाला. मला माफ करा, पण नाही काही करू शकत मी." त्याच्याशी बोलताबोलता ती काहीतरी लिहीत होती.

त्याने संतापाने तिच्या हातातलं पेन ओढलं. इथे त्याच्या जोडीदाराच्या जीवनमरणाचा प्रश्न होता आणि ही बया बोलताबोलता काहीतरी खरडतेय. किती सहजपणे मरणाच्या दारात उभ्या असलेल्या जिवलगाला भेटता येणार नाही म्हणून सांगतेय. दोन तुकडे करत ते पेन त्याने तिच्याच चेहऱ्यावर भिरकावलं. ती ताडकन उभी राहिली. संतप्त, रागाने थरथरत. तिथलं वातावरण बदललं. सगळ्या नजरा त्याच्यावर स्थिरावल्या.

"सिक्युरिटी, सिक्युरिटी..." घसा ताणून कुणीतरी ओरडलं. कुणीतरी त्याला आवरायला धावलं, पण त्याच्या शरीरात जोर चढला होता. त्या माणसाला मागच्यामागे ढकललं त्याने. आता धावपळ आणखी वाढली. त्या गोंधळातच तो ओरडत होता.

"मी काही गुन्हा नाही केलेला. गेली कितीतरी वर्षं तो आणि मी राहतोय एकत्र. आमचं आयुष्य आम्ही जगत होतो, शांतपणे. आणि हे काय चालवलंय तुम्ही? केवळ कायद्याला

जोडीदार

आमचं लग्न मान्य नाही म्हणून मी त्याला बघू शकत नाही? त्याच्याजवळ नाही जाऊ शकत? असं नका करू हो. कृपा करा आमच्यावर. आहे कोण दुसरं आम्हाला एकमेकांशिवाय.''

सुरक्षा अधिकारी धावत आले तसा त्याचा आवेश बदलला. आवाजातली अगतिकता संपली. तो ओरडायलाच लागला. त्या ओरडण्यातला करुणपणा बघ्यांचा जीव हेलावून टाकत होता, पण कुणालाच आपण नक्की काय करायला पाहिजे ते कळत नव्हतं.

''नालायक, साले मला पकडताय? पकडा. हाकलून द्या इथून. मरू दे तो एकटा. पोचवा मग तुम्ही त्याला. हे असंच होणार आमचं. सांगितलं होतं मी हे त्याला. म्हणायचा, पुढचं कुणी बघितलंय. आला क्षण उपभोगायचा. भविष्याची काळजी सोडून दे. बघ आता काय होतं आहे ते. बाहेर काय चालू आहे ते सांगा रे त्याला कुणीतरी. अरेऽऽऽ, त्याला म्हणावं, झोपलायस का असा, उघड डोळे. डोळे उघड म्हणतोय ना. मी म्हटलं ते कसं खरं ठरतंय ते बघ उघड्या डोळ्यांनी. आणि आमचं नातं काय हे ठरवणारे तुम्ही कोण? कोण तुम्ही? कायद्याच्या गोष्टी सांगतायत.''

त्याला आवरणाऱ्या अधिकाऱ्याचा शर्ट त्याने पकडला. टरकवायचा होता तो त्याला. फाटायलाच पाहिजे. तुकडेतुकडे करून भिरकावून देता येईल तो शर्ट. सगळा राग त्या कृतीतून दिसायला हवा. पण हे काय होतंय? हाताची पकड सैल का होतेय? त्याने त्या माणसाचा शर्ट जीव एकवटून पकडला आधारासाठी. त्याच्या हृदयात कळ उठली. काही केल्या आवाज फुटेना. संपलं सगळं. त्याचं त्यालाच ते जाणवलं. चेहऱ्यावर तीव्र वेदना पसरली. छातीवर हात दाबत तो कोसळला. डॉक्टर, नर्स, तिथे असलेले सगळे त्याच्या दिशेने धावले.

मीरा खोलीकडे वळतावळता त्याच्या आवाजाने थांबली होती. डोळ्यांतलं पाणी निपटत ती तशीच उभी राहिली. गोठल्यासारखी. सगळं शांत झाल्यावर तिची पावलं नकळत त्याच्या जोडीदाराला ठेवलेल्या खोलीकडे वळली. बराच वेळ ती तिथेच बसून राहिली. उद्या ती त्यालाही भेटणार होती. आजचा दिवसतरी मध्ये जायला हवा. मनाच्या कोपऱ्यात ते दोन पुरुष तिच्या मनात दिवसभर घर करून राहिले.

दुसऱ्या दिवशी ती त्या दोघांच्या ओढीने जरा लवकरच रुग्णालयात आली. खरं तर तिच्या नेहमीच्या वेळेपेक्षा खूपच आधी. खोलीत पाऊल टाकलं आणि समोरचा रिकामा पलंग पाहून तिला भडभडून आलं. निर्वासित म्हणून गेला असेल की आलं असेल कुणी? आता याच्या जोडीदाराचं काय? त्याला न भेटताच जग सोडलं की ह्याने. कायद्यापुढे माणुसकीला किंमत नव्हती. आता सगळं बदलतंय, कायद्याने अशा लोकांना अधिकार मिळायला सुरुवात झाली आहे ह्या सगळ्या वल्गनाच

म्हणायच्या का? का ते फक्त मोठ्या शहरात? लहान गावातली विचारसरणी बदलणारच नाही? आणि हे सगळे नियम, आडकाठ्या माणूस मरणाच्या दारात उभा असताना? तिचा जीव कोंडला. मन गोठलं. त्या रिकाम्या पलंगाकडे पाहत ती तशीच उभी राहिली. हे असं, असलंच काहीतरी शमाच्या वाट्याला येईल की काय? कसं निभावणार मग? शमा आणि मेगनचं भविष्य काय असेल? साठ वर्षांच्या आसपास असलेल्या त्या दोन पुरुषांना आता तिला तिची गोष्ट सांगायची होती. आधार चाचपडायचा होता. एक पलंग रिकामा होता. दुसऱ्याची परिस्थिती काय आहे हे बघायला जायचं धाडस तिच्यात उरलं नव्हतं. त्या दोघांमध्ये तिला शमा आणि मेगनच्या भविष्याचं अक्राळविक्राळ स्वरूप लपल्यासारखं वाटत होतं.

''आई, मेगन आणि मी एकत्र राहायचं ठरवतोय.'' भूतकाळात जमा झालेली ती संध्याकाळ मीराच्या मन:पटलावर दु:खद छायेसारखी स्थिरावली होती. त्या संध्याकाळी शमाने आपलं मन मोकळं केलं आणि घाला घातल्यासारखे साध्या शब्दांचे संदर्भ बदलले गेले. वातावरण गढुळलं. दवाखान्यातून थकून आलेल्या मीराला सुरुवातीच्या शब्दांनी खूप बरं वाटलं होतं. किती ठिकाणी अर्ज करत होती उच्चशिक्षणासाठी शमा.

''मिळाला दोघींना एकाच कॉलेजमध्ये प्रवेश?'' तिने उत्साहाने विचारलं.

''छान झालं. तुम्ही दोघी एकत्र असलात की आम्हालाही काळजी नाही.'' माधवनी मीराच्या मनातला विचार शब्दात मांडला.

शमा जराशी गोंधळली. तिला काय सांगायचं होतं आणि या दोघांनी काय समज करून घेतला होता. एम.एस.च्या प्रवेशाचंच दोघांच्या मनात घोळत होतं तर. पण विषयाला तोंड फोडलं आहे, तर बोलून टाकायला हवं या निर्धाराने तिने पोटात उठलेल्या गोळ्याला थोपवलं.

''मला काहीतरी वेगळं सांगायचं आहे. जे बोलायचं आहे, ते इतकं साधं नाही. तुमच्या कल्पनेपलीकडचं आहे. धक्कादायक आहे; पण कधीतरी सांगावं लागणारच. आत्ता वेळ आहे तुम्हाला दोघांना, की नंतर बोलू या?'' मीराने गोंधळून माधवकडे पाहिलं. ते काही न बोलता शमाकडेच पाहत होते.

''लग्न जमवलं आहेस का तुझं तू? शिकलेला मुलगा असला की झालं. बाकी काही बघायचं नाही ठरवलंय आम्ही. म्हणजे तसंही आहेत कुठे भारतीय लोक इकडे? फक्त आधी शिक्षण, स्वतःच्या पायावर उभं राहणं हे बघायला हवं आणि त्यानंतरच लग्न.'' खुंटा बळकट करायला हवा म्हणून ती माधवकडे पाहणार, तोच शमाचा पांढराफटक चेहरा, अस्वस्थ हालचाली पाहून मीरा घाबरली.

''अगं, काही चुकीचं बोलले का मी? तू मेगनबरोबर राहायचं म्हणत होतीस.

मी उगाचच लग्नाचा विषय काढला. बोल तू आत्ताच. मला दवाखान्यात चक्कर टाकायची होती, पण नाही जात आता. माधव तुम्हीपण बाहेर नका पडू आज रात्रीची चक्कर मारायला.''

शमाच्या ओठाच्या कोपऱ्यात कडवट हसू रेंगाळलं. असाच वेळ आधीही माझ्याबरोबर घालवला असता दोघांनी तर, सांगायचा प्रयत्न केला तेव्हा ऐकलं असतं तर... ती अंग चोरून बागेतल्या आरामखुर्चीवर बसली. रात्रीचे साडेआठ वाजायला आले तरी काळोखाच्या सावल्या गडद झाल्या नव्हत्या. व्हरांड्यात बसलं की लांबपर्यंत नुसतं हिरवंगार रान. ती एका कोपऱ्यातल्या लहानशा तलावातल्या माशांकडे पाहत राहिली. एरवी लयदार, चपळ वाटणाऱ्या त्यांच्या हालचाली तिला सैरभैर, कासावीस वाटत होत्या. घराच्या बाजूने जाणाऱ्या पायवाटेवरही शुकशुकाटच होता. अवकाश भरून टाकणारी जीवघेणी शांतता आणि भरीला चेहऱ्यावर रोखलेले ते चार डोळे. मनातल्या भीतीला घट्ट कवटाळून ती अवघडल्यासारखी बसून राहिली.

"तुला काहीतरी सांगायचं होतं.'' मीरा बसल्याबसल्या जोरात पाय हलवायला लागली. बेचैन झाली की उजवं पाऊल जोरात हलवत राहायची ती. एवढं काय आहे या दोघींच्या एकत्र राहण्यात वेगळं, का वेळ लावते आहे ही सांगायला?

"मी आणि मेगन एकत्र राहायचं ठरवतोय ते वेगळ्या अर्थी.'' मनात चमकून गेलेल्या शंकेला तळाशी गाडत काही न कळल्यासारखी मीरा शमाकडे पाहत राहिली. माधवनी खुर्चीचा दांडा हाताने घट्ट दाबला. पुन्हा एकदा तेच वाक्य शमाने उच्चारलं. तिच्या बोलण्याचा अर्थ एक खोलवर वेदना देत हृदयात घुसला, तेव्हा मीराचेच कान शरमेने लाल लाल झाले.

"कायऽऽ? अगं तू काय बोलते आहेस, ते तुलातरी समजतंय का?'' ती किंचाळल्यासारखी ओरडलीच. शरीर घामाने थबथबलं. हातपायाला कापरं भरलं एकदम. पटकन उठत माधवनी आत जाऊन पाणी आणलं आणि गडबडीने तिच्यापुढे फुलपात्र धरलं.

"तिला बोलूतरी दे पूर्ण. तू शांत हो आधी. शांत हो मीरा.'' माधवचा आश्वासक स्पर्श तिला धुडकावून टाकावासा वाटला, पण तिने काहीच हालचाल केली नाही.

"तिने ओळखलंय मला काय म्हणायचं आहे ते. मला माफ करा, पण यात बदल करण्याच्या पलीकडे गेलेय मी, म्हणजे आम्ही दोघी. खूप दुखावतेय मी तुम्हाला. मला नव्हतं असं करायचं, खरंच नव्हतं. हे सोपं नाही माझ्यासाठी, अजिबात सोपं नाही तुम्हाला सांगणं...'' डोळ्यातलं पाणी गालांवर ओघळू न देण्याची पराकाष्ठा करत शमा अगतिकपणे तिच्या आई, बाबांकडे पाहत राहिली.

चुकार शांततेला बाजूला न सारता माधव-मीरा आपल्या तरुण लेकीकडे पाहत राहिले. कुणीच कुणाशी बोलत नव्हतं. मीरा इतक्या जोराने पाऊल हलवत होती, की माधवना तिच्या अंगावर खेकसावं असं वाटून गेलं; पण ते नुसतेच तिच्याकडे पाहत राहिले. या क्षणी समोर बसलेल्या नतद्रष्ट कार्टीला नाहीशीच करावी एवढंच त्यांच्या मनात घोळत होतं. व्यवसायाने वकील होते ते. बघता आलं असतं पुढचं पुढे. आपल्याच विचारांची माधवना लाज वाटली. पोटच्या गोळ्याबद्दल असे विचार यावेत? स्वतःलाच दोन-चार मुस्कटात माराव्यात असं वाटलं त्यांना. निराश मनाने, शरमेने खुर्चीवर डोकं मागे टेकून ते तसेच बसून राहिले. शमाला राहवलं नाही.

"काहीतरी बोला तुम्ही दोघं. रागवा, चिडा, पाहिजे तर दोन थोबाडीत द्या, मारा, अगदी लाथाबुक्क्यांनी तुडवलंत ना, तरी चालेल. पण काहीतरी बोला, काहीतरी बोल ना तू आई." शमाने आईच्या कुशीत शिरण्याचा प्रयत्न केला; पण मीरा तशीच बसून राहिली. शमा अवघडली. आईच्या देहबोलीतून बोचकारणारा परकेपणा डोकावत होता. असं होऊन नाही चालणार. होतं कोण तिला त्या दोघांशिवाय? शमाने चिकाटीने आपलं डोकं तिच्या मांडीवर टेकवलं. मीराने हळुवारपणे तिच्या केसातून हात फिरवला; पण आपण काहीतरी चुकीचं करतोय असं वाटलं तिला. या स्पर्शाने शमाच्या कृतीला पाठिंबा देतोय असं वाटलं तिला तर? ती तटस्थ झाली. हरवलेल्या नजरेने भिंतीकडे पाहत राहिली. आईच्या मांडीत डोकं खुपसलेल्या शमाला हुंदके आवरता येत नव्हते. आई जवळ घेईल, बाबा आपलं मन समजून घेतील असं वाटलं ते चुकीचं होतं, या भावनेने तिला फार एकटं वाटायला लागलं. ओठ चावत ती तिच्या भावना आवरायचा प्रयत्न करत होती. वर मान करून त्या दोघांकडे पाहायचंही धाडस होत नव्हतं. माधवनी पुढे होत शमाच्या हातावर हात ठेवला.

"आता आणखी काय बोलायचं आहे शमा तुला? तुझ्या त्या एका वाक्यात बरंच काही बोललीस बेटा तू. तुझा ठाम निर्णय अंगावर कोसळलाय आमच्या. हा प्रसंग कधीतरी येणार, आई-वडिलांना हे सांगावं लागणार याची तू तयारी केलीस. पण आमचं काय? अनपेक्षित विचित्र धक्का बसल्यावर लगेच काय मत व्यक्त करणार बेटा आम्ही? तू असं भलतंच काहीतरी ठरवशील अशी स्वप्नातही कल्पना नव्हती."

माधवच्या 'बेटा' संबोधनाने शमाचा जीव शांत झाला. बाबांना तिची खूप काळजी वाटायला लागली की हमखास त्यांच्या तोंडून येणारा हा शब्द. ती एकाएकी मोकळी झाली. या निर्णयाला पोचेपर्यंतची तगमग या क्षणाला सांगून टाकावी, असं आतूनआतून वाटलं तिला. हीच वेळ आहे सांगायची. आत्ता नाही, तर कधीच नाही जमणार.

ती शब्द जुळवणार तेवढ्यात माधवच बोलले, "बेटा तुझ्या बोलण्यावरूनच कळतंय की, खूप दिवस घेतले असशील तू निर्णय घ्यायला आणि त्यावर आता ठाम आहेस तू. पण काही दिवस दे आम्हाला. आपण तिघं बोलू, त्यातून काही निष्पन्न झालं तर ठीकच. मेगनशीही बोलू दे तुझ्या आईला."

शमाने गप्प राहायचा आटोकाट प्रयत्न केला. आत्ता फटकळपणे काहीतरी बोलून तिला तिच्या आई-बाबांना दुखवायचं नव्हतं. इतक्या वेळा आडूनआडून त्यांना सांगायचा केलेला प्रयत्न, तिच्या वागण्यावरून त्यांना काहीतरी शंका येईल आणि विषयाला तोंड फुटेल, कदाचित त्यातूनच काहीतरी मार्ग निघेल, ह्या अपेक्षा फोल ठरल्या होत्या. किती वर्षं, किती दिवस वाट पाहिली होती तिने. आता आज शेवट करायचा होता याचा. आहे त्या स्थितीत बदल घडावा म्हणून त्यांनी प्रयत्न करावेत, असं तिला मुळीच वाटत नव्हतं आणि तशा भ्रमात त्यांना राहू देणंही तिला उचित वाटत नव्हतं. कशाला बोलायचं आहे मेगनशी ह्यांना? आम्हाला एकत्र राहण्यापासून परावृत्त करायला? ते नाही आता शक्य. हीच वेळ होती बोलून टाकायची. आहे ती गुंतागुंत अधिक नाही वाढू द्यायची. तिचा निश्चय उद्धटपणा न वाटता आई-बाबांना कळायला हवा होता. पण उशीर झालाच.

"फार लवकर सुचलं तुम्हाला हे." असं बोलायचं नव्हतं तिला. असं बोलून आई-बाबांना दुखवायची तिची इच्छा नव्हती; पण फेकलेला बाण आता परत घेता येणार नव्हता. परिणामांच्या भीतीने शरीरभर भीतीची लाट हेलखावे खात राहिली. तिला एकदम कोंडीत सापडल्यासारखं वाटलं. माधव वाचत होते ते वर्तमानपत्र समोरच पडलं होतं. तिने त्यात डोकं खुपसलं. अश्रू लपवले. तिच्या शब्दांनी माधवची सहनशक्ती संपली. शमाच्या हातातलं वर्तमानपत्र ओढून त्यांनी तिच्या चेहऱ्याच्या दिशेने भिरकावलं.

"फार लवकर. हो, फारच लवकर सुचलं. हे जे आम्ही राबतोय ते कुणासाठी? एम.एस. करायचं, एम.एस. करायचं हा धोशा आमच्या जिवावरच पार पडला ना? नुसती बघत नको राहू. काय? अं? हं, हं, बोलू नकोस एक शब्द. उभी आडवी झोडून काढेन. तू नोकरी करतेस, शिष्यवृत्ती मिळते हे सगळं खरं असलं, तरी इथलं उच्च शिक्षण तेवढ्यावर नाही पुरं करता येत, हे माहीत आहे तुलाही. नोकरी करून दमड्या मिळवता त्या जातात खाणं आणि कपड्यांवर. आता ही थेरं. आजतागायत मला नाही वाटत आमच्या दोघांच्या घराण्यात कुणी केला असेल असला विचित्रपणा. खुळचटपणा काहीतरी. नालायक नुसती. दोन लगावून द्याव्यात असं वाटतंय." रागाने थरथरत ते उभे राहिले तशी हिरमुसलेली, शरमेने लाल झालेली शमाही उभी राहिली. लहानपणी बाबा उभे राहिले की त्यांच्या पायाला घट्ट मिठी मारून ती त्यांना हलूच देत नसे. तेही गुडघ्यावर बसून तिला कुशीत घेत. आत्ताही अलगद बाबांच्या

कुशीत शिरावं असं तिला आतून आतून वाटत होतं; पण ती नुसतीच उभी राहिली. कुठून शब्द गेले तोंडातून हे दुःख तर होतंच, पण तिच्या निर्णयाची गणना बाबांनी खुळचटपणात करावी याचं तिला फार वाईट वाटत होतं.

पुतळ्यागत बसलेल्या मीराच्या छातीत धडधडलं. बापलेक ताठपणे एकमेकांच्या समोर उभे होते. खरंच थोबाडीत द्यायचा हा माणूस तिच्या. सगळं शांतपणे घेणारे माधव चिडले तर कुठच्या थराला जाऊ शकतात, याचा अंदाज होता तिला. लगबगीने ती उठली. माधवना तिने अक्षरशः बाजूला ढकललं.

''तू काय उभी राहिली आहेस मख्खासारखी. कृपा कर आणि जा आता तुझ्या खोलीत. जाऽऽ म्हणते ना लगेच. आपण बोलू नंतर.'' शमाला तिथून घालवलंच मीराने.

गर्रकन पाठमोऱ्या झालेल्या शमावरची नजर काढून तिने माधवना जबरदस्तीने खुर्चीवर बसायला लावलं. तीही बाजूच्या खुर्चीवर बसून राहिली. शब्दांची काठी नकोशी वाटत होती. मनाला, शरीराला घेरलेल्या त्या विचित्र शांततेत विरून जावं, गुप्प होऊन जावंसं वाटत होतं. दोघांनाही.

''फार वाटत होतं गं तिला जवळ घ्यावं, केसातून हात फिरवावेत, पाठीवर थोपटावं; पण शरीर साथच देईना.'' माधवच्या हताश स्वराने ती खजील झाली.

''चुकलंच माझं. तिला नको होतं खोलीत पाठवून द्यायला. एकदा आपल्याला सांगून टाकल्यावर उन्मळून गेली असेल. आता एकटीच बसेल रडत.'' मीरा पुटपुटली.

माधवनी काहीच प्रतिक्रिया व्यक्त केली नाही, तशी ती उजवा पाय हालवत बसून राहिली.

''तू बोल तिच्याशी. कधी कुठून अशी या विचित्र आकर्षणात ओढली गेली, ते विचार तिला.''

ते एकदम उठले. तीही मागोमाग धावली. हे चालले की काय तिला विचारायला? पण पायऱ्या वर चढून मागोमाग जाण्याचं त्राण तिच्यात उरलं नव्हतं. ती पायऱ्या चढणाऱ्या पाठमोऱ्या माधवना निरखत राहिली. त्यांच्या ओढल्यासारख्या हालचालींनी तिच्या हृदयात कळ उठली. माधव शमाच्या खोलीसमोर उभे होते. वर जावंसं वाटूनही ती जिन्याला धरून तिथेच थिजल्यासारखी उभी राहिली. माधव तसेच उभे राहिलेले पाहून शेवटी ती हळूहळू पायऱ्या चढायला लागली. दोघंही शमाच्या खोलीसमोर उभे होते. आतून जोरात रेडिओचा आवाज येत होता. माधवनी हळूच दरवाजा ठोठावला. उत्तर आलं नाही. ऐकू गेलं नसेल, की दार उघडायचं नाही? का रेडिओ लावून जिवाचं काही बरं वाईट करून घेणार ही मुलगी? मीरा एकदम घाबरली. जोरजोरात दारावर धक्के मारायला सुरुवात केली तिने. रेडिओ बंद

झाल्याचा आवाज, पावलांची चाहूल... शमा दाराला टेकून उभी राहिल्याचा अंदाज आला तेव्हा तिच्या छातीतली धडधड थांबली.

"मला नाही बाहेर यायचं आत्ता. उद्या सकाळी बोलेन मी." दारावर डोकं आपटल्याचा आवाज ऐकून दोघांचा जीव तीळतीळ तुटत होता. आत शमा दारालाच टेकून रडत बसली असणार याची खात्री होती तिला. लहान असताना रागावली की बसायची अशीच रडत. दरवाज्याची भिंत मध्ये ठेवून बसलेल्या शमासाठी काय करावं हेच समजत नव्हतं दोघांना. मीरा, माधव पराभूत नजरेने एकमेकांकडे पाहत उभे राहिले. माधवनी मीराच्या बोटांत बोटं गुंतवली. दोघंही तिथेच दाराला टेकून बसले, कितीतरी वेळ!

आई-बाबांच्या हालचालींचा मागोवा घेत शमा दाराशी बसून राहिली. बराच वेळ. दोघंही आसपास रेंगाळत नाहीत ही खात्री पटल्यावर ती पुन्हा येऊन पलंगावर बसून राहिली. काय नको ते घडतंय हे. चूक का बरोबर ते कळत नाही आणि त्याला पूर्णविरामही देता येत नाही. पण माझ्यासारखी, मेगनसारखी कितीतरी माणसं आहेत या जगात. का लाज वाटून घ्यायची उगाचच. जसं मी स्वीकारलंय, तसं आई-बाबांनी स्वीकारलं की सगळं सुरळीत होऊन जाईल. दुसऱ्या कुणाची पर्वा करायची गरजच नाही उरणार. जागरूकता वाढतेय या विषयावर आता. पूर्वीही ठेवायची माणसं असे संबंध; पण त्यातली शरमेची किनार पुसून टाकायला सुरुवात झाली आहे. शमा पलंगाच्या समोरच्या भिंतीवर लटकलेल्या आरशातल्या प्रतिबिंबाला समजावून सांगितल्यासारखं पुटपुटत होती. मेगनच्या मिठीत स्वत:ला मोकळं करायची आस तिला लागली. आई-बाबा फार परके वाटत होते. परग्रहावर असल्यासारखे. त्यांच्याजवळ जायचा जितका ती प्रयत्न करत होती, त्याच वेगात तिला त्यांच्यापासून लांब, दूरवर पळावं, मेगनपाशी पोचावं असं होऊन गेलं. पण शनिवार, रविवार इथे राहून तिला हे सगळं संपवायचं होतं. विषयाला तोंड फुटलं होतं. वर्षानुवर्षांचं मनावरचं दडपण झुगारून देता येईल, या नुसत्या कल्पनेने शमाचं मन सैलावलं. वादळवाऱ्यात झोडपल्यासारखा थकवा हळूहळू तिच्या देहावर पसरला. मनातली रुखरुख काट्यासारखी टोचत होतीच. डॉक्टर असूनही आई फक्त आईसारखीच वागली होती. तिच्या मनात आईबद्दल राग उफाळून आला. तिला आईला पत्र लिहावं, आपल्या भावना मोकळ्या कराव्यात असं वाटायला लागलं. कागद पुढे ओढत कितीतरी वेळा ती अडखळत शब्द चाचपडत राहिली.

'आई, तू तरी मला समजून घ्यायला हवं होतंस. वाटलं होतं, तुझातरी दृष्टिकोन वेगळा असेल. डॉक्टर आहेस ना गं तू. कदाचित तुला कल्पना असेल. म्हणशील, तुझ्याकडून कधी समजतंय याची वाट पाहत होते. तुला वाटत असेल की मला तुझा चेहरा वाचता येत नाही, भावना कळत नाहीत; पण तुझा चेहरा

बोलका आहे. शब्दांपेक्षाही बोलका. अशी मुलगी देवाने तुझ्याच माथी का मारावी, ही मुलगी जीव देऊन मोकळी का होत नाही, हा भाव वाचता आलाय मला आई. आईला असं पण वाटतं का गं स्वतःच्याच मुलांबद्दल? तुला जे वाटलं, तसं मलाही वाटत असेल याची कल्पना आहे का तुला? या क्षणी वाटतंय की अशी आई मला असण्यापेक्षा ती नसतीच तर बरं झालं असतं. आणि तुला जे वाटलं ना तसं मरून जावं, हा खेळ संपवून टाकावा असं मलाही वाटलंय, खूपदा वाटलंय; पण जमलं नाही. नाहीतर नक्की केलं असतं. तुम्हीपण सुटला असतात, हो ना? आणि मगाशी बाबांना थांबवलंस तू. पण शक्य असतं, तर तूही मला मार मार मारलं असतंस, झोडून काढलं असतंस. खरं आहे ना मी म्हणतेय ते?' तिने चिठ्ठी पुन्हा पुन्हा वाचली. अश्रूंचा पडदा बाजूला करत ती शब्दांची खाडाखोड करत राहिली. आईला हे पत्र द्यावं का नाही, हे तिला ठरवता येईना. कागद चुरगळून, बोळा करत तिने पॅन्टच्या खिशात कोंबला. पुन्हा पॅन्टच्या खिशातून काढून त्याचे तुकडेतुकडे करून टाकले तिने. रात्रभर ती कूस बदलत राहिली ते सकाळी आई-बाबांशी बोलायचं ठरवूनच.

"फार सुखाने नाही गं ठरवलेलं आम्ही हे. मी आणि मेगन चार वर्षं याच विषयावर बोलतोय. थोडा काळ नाही हा."

"अगं, पण आमच्याकडे नको होतंस का यायला तू आधी? आणि खरंच तू ते मेगन वगैरे डोक्यातून काढून टाक. किती झालं तरी आपण परक्या देशातले. हे लोक म्हणजे..."

"काहीही काय बोलतेस आई. तुम्हाला वाटत नसलं, तरी मला हाच देश माझा वाटतो. आणि आई, हे लोक म्हणजे? मेगन आणि तिच्या घरातले सगळे सुसंस्कृत आहेत. इतके दिवसांत हे लक्षात आलं नाही तुमच्या? तिचे बाबा तर भारतीयच आहेत ना? का मेगनमुळे मी बिघडले आहे असं वाटतंय तुम्हाला? इतकी साधी गोष्ट नाही ही. आणि त्यांनाही तुला आणि बाबांना झाला तसा आणि तितकाच त्रास झाला आहे; पण त्या दोघांनी, तिच्या भावाने तिला समजून घेतलं आहे. पुन्हा नको बोलूस असं त्यांच्याबद्दल."

कुणीतरी चपराक दिल्यासारखी मीरा गप्प झाली, तसं शमाने समजुतीने घेतलं.

"गेली दोन-तीन वर्षं मी बाहेर राहतेय. नाही म्हटलं तरी कधी आणि कसं अंतर पडत गेलं ते समजलं नाही. तुला आठवणार नाही कदाचित पण कितीतरी वेळा दिवसातून चार-पाच वेळा फोन केले आहेत मी तुला. हेच सांगायचं होतं. पण अभ्यास कसा चाललाय, नोकरी झेपतेय का, खरेदीला जायचं का एकत्र, यापुढे आपली गाडी कधी गेलीच नाही. इतकी स्थळं सांगितलीस तू तरी लग्नाबद्दल मी का उत्सुक नाही हे तू मला विचारलं नाहीस, कधीच."

माधव आणि मीराने एकमेकांकडे पाहिलं. बोलू का नको या संभ्रमात पडलेली मीराच बोलली, "अगं, बारीकसारीक बाबीतही मी लहान नाही, स्वतंत्र राहते, मला घेऊ दे माझे निर्णय हे तूच सांगितलंस ना दर वेळेस?"

"वाटायचं, तुला कळेल मला काय वाटतंय ते. लहान असताना म्हणायचीस तसं म्हणशील, 'लपवते आहेस तू काहीतरी शमे माझ्यापासून. आई आहे मी तुझी. कळणार नाही असं वाटतंय होय तुला?' आई, एकदा जरी हे आलं असतं ना तुझ्याकडून, तर केव्हाच कळली असती माझी भीती, मरून गेले तर बरं ही भावना." रडायचं नाही हे ठरवूनही शमाला स्वतःला सावरणं अशक्य झालं. तिचं अंग हुंदक्यांनी गदगदलं. मीरा-माधव दोघंही नुसतेच तिच्याकडे पाहत राहिले. मनं खचली होती. उत्साह हरपला होता.

"तुला बोलून दाखवलं नाही, विचारलं नाही तरी जाणवलं होतंच. काय ते मात्र नव्हतं समजत. मी बोलले होते माधवना. पण त्यांना वाटत होतं की या देशातल्या लोकांच्या विचारांचा पगडा आहे तुझ्या मनावर. तुझ्या मनासारखं वागू देणं हेच उत्तम असं ठरवलं आम्ही. भारतात जाऊ, तिथे गेल्यावर तुला लग्न करावं असं वाटायला लागेल, असं वाटायचं; पण पाच-पाच वर्षांत जाणं जमलं नाही आपल्याला. पण काही असलं, तरी ही शक्यता नव्हती गृहीत धरली. आपल्या घरात असं काही होऊ शकतं याचा आम्ही कल्पनेतसुद्धा विचार नव्हता केला."

शमाने समजल्यासारखी मान डोलवली. "माझ्या या निर्णयाला पोचेपर्यंत घडलेल्या घटनांचे तुम्ही साक्षीदार नसलात, तरी काय काय झालं, ते सांगायचं आहे मला."

दोघांनाही तेच हवं होतं. शमापासून मनाने दोन ध्रुवावर उभं असल्याची काळीज कुरतडून टाकणारी भावना, नकळत झिरपलेला परकेपणा सारं पुसून टाकायचं होतं. शमाचं मन, भावना जितक्या जपता येतील तितक्या जपायच्या होत्या. वेदनेवर मायेची फुंकर घालायची होती. दोघंही ती काय सांगते ते ऐकत राहिले. मन नाकारत असलं, तरी शमा गेलेल्या दिवसांमध्ये स्वतःला त्रयस्थासारखी निरखत राहिली .

हल्लीहल्ली शमाला बाहेर पडणं नकोसं झालं होतं. कॉलेज, घर आणि वाचन. तिला फार मित्र-मैत्रिणी नव्हत्याच. सावळा रंग, स्थूलतेकडे झुकणारी देहयष्टी. थोडासा न्यूनगंड होता या बाबींचा मनात. शमा एकलकोंडी झाली ती त्यामुळेच. वाचनाशिवाय कुठला छंदही नव्हता. ना कुणाशी फारशा गप्पा, ना कुणाबरोबर कुठे जाणं. शाळेत असल्यापासून ती स्वतःचा जीव पुस्तकात रमवायला शिकली होती. शाळेत मुलींच्या मुलांबद्दलच्या गप्पा, त्यांचं एकमेकांच्या मागेमागे फिरणं, हसणं खिदळणं तिने लांबूनच पाहिलं होतं. कॉलेजमध्ये प्रवेश घेतल्यावर तर ती फारच एकटी पडली. तिच्याबरोबरच्या जवळजवळ सर्वच जणींचं कुठल्याना कुठल्या

मुलासंदर्भात बोलणं चालू असायचं. शमाच्या मैत्रिणींचे त्यांना आवडणाऱ्या मुलांबरोबर चालणारे नजरांचे खेळ पाहिल्यावर शमा कानकोंडी होत होती. तिच्यामागे कुणी लागत नव्हतं हा भाग होताच, पण तिलाही त्यात रस वाटत नव्हता. असं आकर्षण आपल्याला का वाटत नाही हेच तिला कळत नव्हतं. त्यातच रेडिओ, दूरदर्शनवर अधूनमधून समलिंगी संबंध असल्यामुळे गमावलेली नोकरी, आत्महत्येच्या बातम्या, त्यांना दिला जाणारा त्रास अशा बातम्या ऐकल्या, पाहिल्या की शमाच्या मनात स्वतःबद्दल शंका डोकावून जायची. मुळात हे वेगळेपण कळतं कसं हेच तिला माहीत नव्हतं. तसं असणं म्हणजे गुन्हा असेल का? की कसला आजार? कुणाला विचारायचं?

आजही मनात नसताना ती कॉलेजच्या ग्रुपबरोबर ट्रेकिंगला आली होती. तिच्या वर्गातल्या बऱ्याच जणी मुलांच्या घोळक्यात होत्या. एक-दोघी इकडेतिकडे करत होत्या. तिने त्यांच्यात मिसळण्याचा प्रयत्न केला. त्या दोघींबरोबर गप्पा मारताना, फिरताना त्याही आपल्यासारख्याच असतील का हा प्रश्न तिला छळत होता, पण हे विचारून तिला पूर्णपणे एकटं पडायचं नव्हतं. तिघींनी मजेत दिवस घालवला.

थकूनभागून जंगलातल्या त्या तंबूत पाच-सहा जणींनी अंग टाकलं, तरी शमाला झोप येत नव्हती. किती दिवसांनी तिचा एकाकीपणा नष्ट झाला होता. वर्गातल्या मुलामुलींचे आणखी काही तंबू आजूबाजूला होते. प्रत्येकातून गप्पांचा, गाण्यांचा आवाज येत होता. शमाला हे सगळं खूप आवडलं होतं. त्या तिघींनी एकाच तंबूत राहायचं पक्कं केलं. गप्पा, हसणं-खिदळणं, बारीकसारीक गोष्टींवरून एकमेकींना चिडवणं... खूप दिवसांनी फार छान वेळ गेला शमाचा. तृप्त, शांत मनाने तिच्या देहावर झोपेचं आवरण चढलं. मध्यरात्रीनंतर कधीतरी सगळीकडे शांतता पसरली. शमाला पहाटेपहाटे जाग आली ती कुणाचातरी अंगावरून हात फिरतोय या जाणिवेने. प्रतिक्षिप्त क्रियेने एकदम उठत तो हात तिने बाजूला ढकलायला हवा होता, पण का कुणास ठाऊक तिने तसं केलं नाही. घाबरलेल्या अवस्थेत डोळे किलकिले करत शमाने श्वास रोखला. त्या दोघींपैकी एकीचा हात होता तो. हवासा वाटतोय हा स्पर्श? ठरवता येईना! तिने पुन्हा डोळे मिटून घेतले. थोड्या वेळाने सारं शांत झालं. सकाळी उठल्यावर शमाला अवघडल्यासारखं झालं, पण त्या दोघींच्या वागण्यात सहजपणा होता. शमा दिवसभर एकटीच राहिली. तिला कुणात मिसळावं असं वाटतच नव्हतं. रात्र येऊच नये असं तिला वाटत राहिलं. ठरलेले कार्यक्रम पार पडले तोपर्यंत संध्याकाळ झाली. शमाच्या छातीत धडधडायला लागलं. नकळत आपण रात्रीची वाट पाहतोय हे लक्षात आलं तिच्या. हे टाळायला हवं. असं आवडणं, आकर्षण अनैसर्गिक. शमाच्या अंगावर काटा उठला. अशा आवर्तनात अडकलेल्या व्यक्तींना किती त्रास सहन करावा लागतो हे

ऐकत नव्हती का ती. रात्री झोपायचं नाही अशा निश्चयाने तिने सर्वांना जागं ठेवण्यासाठी कायकाय केलं. पत्ते, भेंड्या, गप्पा. पण हळूहळू सगळ्या जणींचा डोळा लागलाच. शमालाही नाहीनाही म्हणता झोप लागली. मन, देह नकळत अपेक्षा करत होता; पण तसं काही घडलं नाही. गाढ झोप लागल्यामुळे समजलं नसेल का? तो विचार तिने झटकला. एकाच वेळी तिला काहीतरी गमावल्यासारखं पण सुटल्यासारखंही झालं.

त्या दोन दिवसांनी शमाच्या आयुष्याची दिशा बदलली. नक्की कळत नव्हतं पण स्वतःमधला वेगळेपणा चाचपडून पाहावासा वाटत होता. उगाच काहीतरी मनाने घेतलंय, की ही विकृती आहे? तसं असेल तर यावर उपाय असेल? प्रश्न पाठलाग सोडत नव्हते. पण कुणाला विचारणार? चेष्टा न करता कुणी समजून घेईल? मुलांशी मैत्री करण्याची इच्छा होत नव्हती आणि मुलींच्या निरर्थक, साध्यासाध्या होणाऱ्या स्पर्शानेही अंग फुलून येत होतं. सगळंच अवघड, अशुद्ध.

"तुला कितीतरी वेळा सांगायचा प्रयत्न केला मी." निर्विकार नजरेने आईकडे पाहत शमा म्हणाली.

मीरा मन लावून तिचं बोलणं ऐकत होती. तिच्या मनात एकदम आशा पालवली. म्हणजे तिला हे असं काही वाटायला लागलंय त्याला फार वर्षं नाही झालेली. कॉलेजमध्ये गेल्यावर म्हणजे गेल्या चार-पाच वर्षातलं हे. बदलायचं ठरवलं तर अजूनही जमलं असतं. फारसा विचार न करताच ती म्हणाली, "नाही आठवत फारसं." तरी मनात पाल चुकचुकत होती. या गोष्टी फार आधी जाणवायला लागतात असं म्हणतात. तिला एकदम शमाचं लहानपण आठवलं. तेव्हा फार साध्या वाटलेल्या गोष्टी शुल्लक नव्हत्याच का? हौसेने मीराने आणलेले दागिने, अगणित कपडे; पण शमाने फार उत्साहाने दागिने, कपडे घातले नाहीत कधी. तिची आवडही पुरुषी खेळांची. तेव्हा कौतुकाने मुलगाच आहे शमा असं ती म्हणायची. त्याच वेळेस हे लक्षात यायला हवं होतं का? पण अशा वरवरच्या लक्षणांवरून निष्कर्ष काढणंही मूर्खपणाच. मनावर कब्जा करणाऱ्या विचारांना निकराने मीराने थांबवलं.

"दोन वर्षं मी प्रयत्न केला तुला माझ्यातल्या बदलाची ओळख पटावी म्हणून. तुझ्या लक्षात येत नाही, मला सांगता येत नाही, म्हणून मग पत्र लिहायचं ठरवलं. किती वेळा पत्र लिहिली आणि नंतर फाडून टाकली ते मलाच माहिती. पण मेगन भेटली आणि सगळं बदललं." ती हळूहळू गतकाळातली एकेक पायरी चढत होती. प्रत्येक पायरी चढताना आधीच्या पायरीवर रेंगाळत होती. माधव, मीराही नकळत प्रत्येक प्रसंगाची उजळणी करत होते, त्यांच्या दृष्टिकोनातून.

नेहमीप्रमाणे मीरा दूरदर्शनवरच्या बातम्या ऐकत होती. शमा आणि मेगन, दोघी

तिच्या बाजूला येऊन बसल्या तेही तिला कळलं नाही.

"आम्ही एक चक्कर टाकून येतो." शमाने तिच्या खांद्याला स्पर्श करत सांगितलं. तिने मान डोलवली. हल्ली नाहीतरी शनिवार, रविवारीच शमा यायची. मेगनशी मैत्री झाल्यापासून माणसात आल्यासारखी वाटायला लागली होती. एकटी, घुम्यासारखी वावरायची त्यात बदल झाला होता. शमाचा वेळ मेगनच्या सहवासात जातो यातच मीरा खूश होती. भार्गव कुटुंब राहायला आल्या दिवशी शमाच्या बोलण्यात पॅम, अमर, मेगन आणि नीलचा उल्लेख दिवसभर येत होता. त्या चौघांना रात्री चक्कर टाकायलाही शमा बजावून आली होती परस्पर. ती चौघं येऊन गेल्यावर दोन दिवस त्यांच्या घरात भार्गवांशिवाय दुसरं काही बोललंच जात नव्हतं. दोन्ही कुटुंबांची मैत्री होत गेली त्यालाही दोन तीन वर्षं होऊन गेली. आत्ताही त्या चक्कर टाकायला जातायत म्हटल्यावर मीराने मान डोलवली. नाहीतरी ती खूप दमून आली होती. छोट्याशा गावातल्या या रुग्णालयात मीराला अजूनही सर्वांनी स्वीकारलं नव्हतं. तिच्या कुठल्याही निर्णयाला होणाऱ्या विरोधाने तिला निराशेने ग्रासलं होतं. त्या दोघी निघून गेल्यावर बैठकीवर तिचा डोळा लागला ते माधव येईपर्यंत. माधवनी मात्र तिला घराबाहेर काढलं. विमनस्क मन:स्थितीत हिरवीगार टेकडी चढणारी मीरा, माधवना आयुष्यातला रस गमावल्यासारखी भासत होती. क्षितिजापलीकडे लपू पाहणाऱ्या सूर्याची किरणं तिच्या चेहऱ्यावरची उदासीनता गडद करत होती. तिची निराशा कशी घालवावी, मनोबळ कसं वाढवावं ते माधवना समजत नव्हतं. मूकपणे दोघं चढ चढत राहिले. तिची मनोवस्था हळूहळू बदलली. टेकडीवरच्या दोघांच्या आवडत्या जागी ते पोचले आणि त्यांची पावलं थबकली. त्यांच्यापासून सात-आठ पावलांच्या अंतरावर वेड्यावाकड्या शीळेवर बसलेली शमा आणि मेगनची जोडी पाहून ती दोघं तशीच उभी राहिली. दोघी एकमेकींना चिकटून गळ्यात गळे घालून बसल्या होत्या. माधव, मीरा तिकडे पाहत जागच्या जागी थबकले, तसेच उभे राहिले. इतक्या कशा एकमेकींना चिकटून बसल्या आहेत? तिच्या मनात शंका तरळली. माधवही त्या दोघींकडे पाहत होते. त्यांना वाटतंय काही निराळं? मीराला त्यांच्या चेहऱ्यावरून अंदाज येईना. तिने पुन्हा दोघींकडे पाहिलं. शमाचा हात मेगनच्या मांडीवरून फिरत असल्यासारखं तिला वाटलं आणि भीतीची एक लहर तिच्या शरीरात वरपासून खालपर्यंत पसरली. ती काहीतरी बोलणार इतक्यात मेगनचं लक्ष त्या दोघांकडे गेलं. स्कर्ट सावरत ती चटकन उठून उभी राहिली. जीन्स झटकत शमाही गोंधळल्यासारखी त्या दोघांकडे पाहत राहिली.

माधव शांतपणे म्हणाले, "काळोख पडतोय. थोडा वेळ आम्ही बसतोय. तुम्ही दोघी चला आमच्याबरोबरच परत जाताना."

त्या दोघी न बोलता मीरा, माधवच्या बाजूला बसून राहिल्या. अबोल, बेचैन,

अस्वस्थ. मीरा, माधवही नजर पोचेल तिथपर्यंतचा हिरवा रंग आणि त्यापलीकडचं ते निळसर लाल छटा ल्यायलेलं आकाश टक लावून पाहत बसले. ढगांच्या वेगवेगळ्या आकारांचे अर्थ लावत बसायचं मीराला केवढं वेड, पण आता तिला काही सुचत नव्हतं. डोक्यात किडा वळवळायला लागला होता. मेगन आणि शमाची मैत्री. काहीतरी विचित्र वाटत होतं, खुपत होतं. माधवच्या चेहऱ्यावरून त्यांच्या मनातल्या विचारांचा अंदाज येत नव्हता. तिच्याच्याने तिथे बसवेना. ती उठली तसं निमूट बसलेल्या सर्वांना उठावं लागलं. मेगनला तिच्या घरी सोडून ती तिघं वळली, तसं न राहवून ती बोललीच.

"दोघीच कशाला जाता दिवेलागणीच्या वेळेला टेकडीवर?"

"कशाला म्हणजे काय? नेहमीच तर जातो." शमा फणकारली.

"इतक्या लांब जाऊ नका पण." तिच्या स्वराकडे लक्ष ने देता मीराने घोडं दामटलं.

"तू काय आम्हाला कुकुलं बाळ समजते आहेस का?"

शमाच्या चढलेल्या आवाजाला थोपवलं माधवनी. "तू शांत हो. तिला म्हणायचं आहे फार शांत असतो तो भाग. त्यात काळोख पडल्यावर दोघी मुलीच तुम्ही, तर काळजी घेतलेली बरी."

"आणि किती ते गळ्यात गळे घालून बसणं." गप्प राहणं मीराला जमलं नाही.

"तुला मी करेन ते चुकीचंच वाटतं." शमाने कपाळाला आठ्या घालत, हात उडवत म्हटलं.

"शमा, गप्प बसशील का? आई दमलेली आहे."

"बरं." संभाषण संपवत शमा घुम्यासारखी चालत राहिली. मेगनच्या हातात गुंतवलेल्या हाताची पकड घट्ट झाली.

घरात पाऊल टाकल्याटाकल्या शमा खोलीत निघून गेली. मनातली शंका बोलून दाखवावी का नाही या विचारात मीरा तिथेच घुटमळत राहिली.

"काय चाललंय तुझ्या मनात? शमावरपण केवढी वैतागलीस." माधवना विचारल्याशिवाय चैन पडेना.

"हिची ही लक्षणं, मला काही ठीक वाटत नाहीत."

"लक्षणं?"

"मला त्या दोघींबाबत काहीतरी वेगळं वाटायला लागलंय."

"तू स्पष्ट बोल. त्यांची मैत्री आवडत नाही का तुला? पण शमाला आहे कोण आजूबाजूला? मेगनमुळे फार बदलली शमा असं आपणच म्हणतो ना!" माधवना मीराच्या बोलण्याचा रोख समजेना.

''हो पण, शमा आणि मेगन.... तुमच्या लक्षात कसं येत नाही? म्हणजे मला म्हणायचं आहे, तसलं काही नाही ना या दोघीत? म्हणजे .... समलिंगी संबंधाबाबत...! आजकाल ऐकू येतं ना अधूनमधून.'' मीराला एवढं बोलतानाही शरमल्यासारखं झालं.

''त्याचा या दोघींशी काय संबंध?'' माधव बुचकळ्यात पडले.

''या दोघी तशा तर नाहीत ना?''

''मीरा...?'' माधवचा धक्का त्यांच्या आवाजात जाणवत होता.

''शमा मेगनच्या मांडीवरून कसा हात फिरवत होती ते पाहिलं नाहीत? आणि मेगनसुद्धा केवढ्याने खिदळत होती. आपल्याला पाहिल्यावर दचकण्यासारखं काय होतं? पण दोघी एकदम घाबरल्यासारख्या वाटल्या. पुन्हा मेगनशिवाय कुणाचंच नाव येत नाही तिच्या बोलण्यात.''

''काहीतरीच तुझं. मला नाही वाटत तसंलं काही असेल असं.'' माधवनी मीराचं बोलणं उडवून लावलं. विषयच थांबवला; पण नकळत माधवच्या डोक्यात किडा वळवळायला लागला. उगाच काहीतरी कसं बोलून जाईल मीरा. आपणही त्या विचारात ओढले जातोय की काय या जाणिवेने माधवना अंगातली शक्ती नष्ट झाल्यासारखं वाटलं. खरी असेल मीराच्या मनातली शंका? आणि तसं असेल तर कल्पना असेल का मेगनच्या घरात? अंदाज घ्यायला हवा का, अमर आणि पॅमशी बोलून? खरंच आपण घरात म्हणतो तशी आली आहेत का आपली दोन्ही कुटुंब जवळ? ओळखतोय का आपण खऱ्या अर्थी मेगनच्या कुटुंबाला?

मेगन आणि शमाची ओळख वाढायला लागली. त्या कॉलेजमध्ये एकत्रच असल्या, तरी तिथे त्यांची फार भेट होत नसे. पण सुट्टीत घरी आलं की गप्पा रंगत. त्या जवळ यायला लागल्या, तेव्हा शमाची द्विधा मन:स्थिती तिला वेढून राहिली. शमा आपल्यासारखीच आहे हे कळायला मेगनला फारसा वेळ लागला नाही. दोघी एकमेकींत गुंतत गेल्या, तसं शमाने घरात आपलं नातं सांगून टाकावं म्हणून मेगन शमाच्या मागेच लागली. तिच्या घरातही तिचं तसं असणं हे स्वीकारणं अजूनही जमलेलं नसलं, तरी आपापल्यापरीने सर्व कसे प्रयत्न करतायत ते मेगन शमाला वारंवार सांगत होती. शमाच्या घरातही समजून घेतील याची तिला खात्री देत होती, पण शमाचं धाडस होत नव्हतं. ती मेगनबरोबर असली की विचित्र ताणाने तिचे खांदे दुखायला लागत. किती डॉक्टरी उपचार झाले पण मीरा, माधवना तिच्या खांदे दुखण्याचं कारण कधीच लक्षात आलं नाही. कधीतरी सत्य सांगितलं की आई-बाबांना या खांदे दुखण्याचा उलगडा होईल हे तिला कळत होतं. त्यातच कुणीना कुणी शमासाठी स्थळ सुचवलं की मीरा मागे लागत होती. प्रत्येक वेळेला नाही म्हणताना तिच्यामुळे घरातलं वातावरण गढूळ होतं, याची तिला खूप शरम वाटत होती. मेगनही आता शमाने काहीतरी निर्णय घ्यायला हवा यावर ठाम होती. कॉलेज

संपणार होतं. त्यानंतर एम.एस.साठी एकत्र प्रवेश घेऊन मेगनला लवकरात लवकर नवीन आयुष्याला सुरुवात करायची होती. असं लपतछपत किती दिवस काढणार? शेवटी काय होईल ते होईल असं ठरवून शमाने शनिवार-रविवारी घरी येऊन सांगायचा निर्णय घेतला.

कितीही नाकारायचं म्हटलं, तरी आलेल्या शंकेवर शमाने शिक्कामोर्तब केलं, तेव्हा सुरुवातीला आपल्याला कशाचं वाईट वाटतंय हेच ठरवता येईना मीराला. मुलीला आरपार ओळखता आलं नाही, की मेगनच्या आईवडिलांनी त्यांच्या मुलीतला हा वेगळेपणा स्वीकारला होता, एवढंच नाही तर स्वतःच्या लेकीला जपत शमालाही आधार दिला होता याचं दुःख अधिक होतं, हे ठरवणं कठीण जातंय असं तिला वाटायला लागलं. आईपणाचा पराभवच वाटत होता तिला असं मूल जन्माला घातलं म्हणून. हा रोग नाही हे डॉक्टर असूनही कबूल करणं जड जात होतं. शमा स्वतःबद्दल बोलून थांबली नव्हती. उद्या मेगन आणि तिचे आई-वडील भेटायला येणार असल्याचंही तिने सांगून टाकलं.

"हे म्हणजे मुलीला मागणी घालायला आल्यासारखं झालं." मीराचा कुणाला लागेल असं बोलण्याचा स्वभाव नसूनही तिच्या तोंडून निघून गेलं.

"ती आज माझ्याबरोबरच येणार होती. मी थांबवलं म्हणून ते लोक एक दिवस धीर धरतायत आई. किती नाही म्हटलं, तरी पॅममावशी तुझीही मैत्रीण आहे. ती म्हणत होती, ती असेल तर बरं तुझ्याबरोबर. जसं तुम्हाला अतीव दुःख होतंय, तसंच काही वर्षांपूर्वी ती दोघंही या चक्रात भरडली होतीच."

त्या दिवशी रात्रभर ती आणि माधव जागेच राहिले. या विषयावरची पुस्तकं, वाचनालय अशी दोन-तीन साधनं डोळ्यांसमोर येत होती माहितीसाठी. तिथे काही लागेल हाती. नाहीतर पॅमने काय काय केलं ते विचारायचं. विचारचक्र सुरू होतं.

"मेगनचं आणि तिचं भेटणंच बंद केलं तर?"

माधव आश्चर्याने मीराकडे बघत राहिले. "कसं शक्य आहे? कोंडून ठेवणार आहेस का खोलीत? लहान मूल आहे का ती आता?"

"लहान मुलासारखं वागतेय ना पण." डॉक्टर असूनही आपण असं बोलतोय याचं तिला दुःख होत होतं. विषय बदलायचा ठरवलं, तरी मनातलं काहीही निसटत होतं.

"नशीब आपण भारतात नाही. फार लाजिरवाणं वाटलं असतं."

"तिथे काय, इथे काय, यायचे ते अनुभव येणारच मीरा." माधव शांतपणे म्हणाले. "आणि अशी माणसं जगात सर्वत्र असणारच. कुठे त्यांचा स्वीकार समाज सहज करतो तर कुठे नाही. भारतात असतो, तर इथल्यापेक्षा जास्त नजरा झेलाव्या लागल्या असत्या, इतकंच. आणि असा विचार कर ना, की किती वर्षं आपली

मुलगी हे सहन करतेय. आत्महत्येचे विचार घोळत होतेच ना तिच्या मनात? सुदैवाने तसं काही केलं नाही तिने. तसं काही झालं असतं तर, या कल्पनेनेच दडपण येतं. तिच्या काळजीचं ओझं तिने आपल्यावर टाकलंय. नीट वाहायला हवं ते आपल्याला. आता खरी परीक्षा असेल ती आपली.''

माधवच्या बोलण्यावर मान डोलवताना मीराला तिच्या महाविद्यालयतली एक मुलगी आठवली. केवढी कुजबुज चालायची. मुलींबरोबर तिचं जोडलेलं नाव; पण तेव्हा याचा अर्थच कळला नव्हता. माधवना तिने ते सांगितलं. ते हसले.

''बघ, म्हणजे हे ह्याहीआधी कितीतरी वर्षं, तेही भारतात. मलाही एका साप्ताहिकात याबाबत काहीना काही वाचलेलं आठवतंय. सूचक फोटोदेखील असायचे.''

''जाऊ दे! तिथे असलो काय, इथे असलो काय, आहे हे असं आहे. उद्या पॅम, अमरशी बोलणं झाल्यावरच शांतता लाभेल.''

''हो, पण लक्षात घे. इथे आपल्या होकार नकाराचा प्रश्नच नाही. त्या दोघी ठरवतील त्याला पाठिंबा देणं हेच उरलंय हातात.''

दोघंही एकमेकांना सावरत राहिले. पुढचे बेत, पेच यासंदर्भात बोलत रात्रभर जागले.

''तुम्हाला दोघींना कल्पना आहे नं रूढार्थाने तुमचं एकत्र राहणं समाजमान्य होणार नाही. आपण फार छोट्या गावात राहतोय. तुम्ही एकत्र राहता आहात हे समजलं की अंतर पडत जाईल. लोकांच्या नजरा झेलणं सोपं नसतं.'' मीरा त्या दोघींकडे पाहत म्हणाली. अमर, पॅम दोघं तिथे उपस्थित असले, तरी बोलणार काहीच नव्हते. त्या दोघांनाही ही चर्चा काय असेल त्याची पूर्ण कल्पना होती.

''आणि एकत्र राहायचं तर लग्न करायचं हे तुमच्या डोक्यात नसावं हे गृहीत धरून मुलं होण्याचा प्रश्नच उद्‌भवत नाही, हेही दोघींना स्वीकारावं लागेल याची कल्पना आहे ना?'' माधवनी मनातली शंका बोलून दाखविली.

''केलाय आम्ही विचार.'' शमा पटकन म्हणाली; पण सांगताना काहीसं अवघड वाटून तिने मेगनकडे नजर टाकली.

''मी सांगते काका. आम्ही हा विचार आधीच केलाय. मुलाबाळांचा विचार अशक्य हे तर ठाऊकच आहे, पण तुम्हाला चौघांना अगदी स्पष्टच कल्पना द्यायची, तर हे आकर्षण किती काळ टिकेल हेही सांगू शकत नाही आम्ही.''

माधव, मीराच्या चेहऱ्यावरची प्रश्नचिन्हं पाहून अमरनी त्यांच्या लेकीला काय सांगायचं आहे ते अधिक स्पष्ट केलं.

''डॉक्टरांच्या मते अशा उदाहरणांमध्ये अचानक हे आकर्षण संपुष्टात येऊन सर्वसाधारण आयुष्य जगता येतं.''

"खरंच? पण असं निश्चित किती काळानंतर होऊ शकतं?"

"ते नाही सांगता येत. आणि कधीकधी स्त्रीला पुरुष आणि स्त्री दोघांचंही आकर्षण निर्माण होतं." पॅमकडे विस्फारलेल्या नजरेने मीरा पाहत राहिली तसं तिच्या चर्येवर हसू उमटलं.

"मीरा, मला ठाऊक आहे, पुरुषाचंही आकर्षण वाटेल म्हटल्यावर नकळत आशा उंचावल्या तुझ्या. अगदी हाच विचार मानसोपचारतज्ज्ञासमोरच्या खुर्चीवर बसून मीही केला होता काही वर्षांपूर्वी. वेड्यासारखी त्या आशेवर जगायची उमेद बाळगू नकोस. यात दोष कुणाचाच नाही. ना आपल्या मुलांचा, ना आपला. आपली साथ त्यांना मिळणं एवढंच त्यांच्या दृष्टीने महत्त्वाचं आहे." बोलताबोलता पॅमचे शब्द घशात अडकले. ती खाली मान घालून डोळे पुसायला लागली. प्रत्येक जण एकमेकांची नजर टाळत बसून होते. शमाला आता अगदी बसवेना. ती उठून येरझाऱ्या घालायला लागली.

"एकदा मोकळं व्हायचं ठरवलंय तर बोलू द्या आम्हाला. मी आणि मेगनने ह्या पेचातून बाहेर पडायचं किंवा आमचं आम्हालाच पडताळून पाहायचं म्हणून; पण ठरवून मुलांशी मैत्री केली, प्रणयाचा मन:पूर्वक प्रयत्न केला. नाही, नाही, तुम्हाला वाटतं तसं नाही. चुंबनापर्यंतच मजल पोचली दोघींचीही. किळसवाणा प्रकार होता तो आमच्या दृष्टीने. आमच्यातल्या आकर्षणावर मात करायची केविलवाणी धडपड होती ती. ठरवून केलेली."

शमा आई-वडिलांच्या चेहऱ्यावरचे भाव निरखत राहिली. कुणीच काही बोलेना. अमर पुढे झाला.

"आम्हाला मेगनबद्दल कल्पना होती. सुदैव की दुर्दैव, पण शमा भेटली तिला. वेळोवेळी मी आणि पॅमने तुमच्या कानावर घालायचा प्रयत्न केला. आमचे प्रयत्न कमी पडले किंवा शमावर अवलंबून राहिलो बहुदा. मेगनबरोबर शमाही डॉक्टरांकडे आली आहे खूपदा. मनोधैर्य वाढण्यापलीकडे अशा भेटीचा उपयोग नसतो, हे कळूनही या दोघींनी हे नाकारायचा, बदलायचा केलेला प्रयत्न आम्ही पाहिलाय. आमच्याकडून त्यांच्या निर्णयाला परवानगी आहे. तुम्हाला सावरायला, निर्णय घ्यायला त्या दोघी काही दिवस देतील असंही त्यांनी कबूल केलंय." खूप बोलल्यासारखं अमर एकदम गप्प झाला. पॅमला राहवलं नाही.

"रागावू नकोस मीरा, पण कुठेतरी या भिन्नतेचा धागा तुझ्या हाताला लागला होता असं वाटतं मला. नाही म्हणू नकोस. कितीही व्यग्र असलीस, तरी शमाबाबत जागरूकही होतीस. त्यातून तू डॉक्टरही आहेस. नाकारायचा मार्ग होता का हा तुझा? असावा. त्यामुळेच माधवनापण अज्ञानात ठेवलंस. हा अंदाज आहे. तसं नसेलही कदाचित. पण परिस्थिती टाळून नुकसानच होतं. अशा अवघड क्षणी

शमाला तुम्हा दोघांची नितांत गरज होती.''

मीरा मान खाली घालून गप्प बसून राहिली. काही वेळ थांबून पॅम, अमर उठले. माधव, मीरा नुसतेच टक लावून दोघींकडे पाहत बसून राहिले. त्या दोघीही एकमेकींचे हात हातात धरून धाडसाने नजरेला नजर देत राहिल्या.

''पोरींनो, एवढी वर्षं थांबलात तसं आणखी काही दिवस थांबाल? माझ्यासाठी? मीरासाठी?''

''निश्चितच काका. आणि मावशी तुला काही शंका असतील, तर आमच्याबरोबर तूही ये डॉक्टरांकडे. मम्मीच्या डोळ्याला डोळा न लागलेल्या रात्री तुझ्याही वाट्याला यायला नकोत.'' डोळ्यांतले ओघळ पुसण्याचा प्रयत्नही न करता मीरा, माधव दोघींकडे पाहत राहिले.

'जाणवली होती ही भिन्नता?' मीरा स्वतःच्याच विचारांना घाबरली. एकदा कधीतरी तिने हे स्वतःशी कबूल केलं होतं, बोलूनही दाखवलं होतं माधवना; पण तेवढंच. त्या वेळेस माधवनी तिच्या शंकेला उडवून लावलं होतं आणि नंतर तिने अशा विचारांना जवळ फिरकूच दिलं नव्हतं. गोष्टी खटकल्या तरी मनापर्यंत पोचू दिल्या नव्हत्या.

''चुकलंच माझं. गोष्टी इतक्या थराला जातील असंही वाटलं नव्हतं.''

तिचे विमनस्क भाव पाहून माधवना दया आली. ''मीरा झालं ते झालं. आता पुढच्या गोष्टी पाहायला हव्यात. सगळी शक्ती पणाला लावून पाठीशी घालावं लागणार आहे आपल्याला शमाला आणि मेगनलाही, त्यांनी एकत्र राहायला सुरुवात केली की.''

''आपलं प्रेम, आपुलकी मिळणारच त्यांना. पण मला एकदा शमाची पूर्ण शारीरिक तपासणी करायची आहे डॉक्टर म्हणून. मेगन तयार झाली तर तिचीही.''

ध्यास घेतल्यासारखी मीरा मेगन आणि शमाच्या मागे लागली. तिने आपल्या कामातलं लक्ष कमी केलं. मिळेल त्या मार्गाने ती या विषयावर माहिती गोळा करत राहिली. तपासणीच्या, माहितीसत्राच्या चक्रात दोघी भरडल्या गेल्या; पण शमाला तिच्या आईला दुखवायचं नव्हतं. काही राहिलं असं नको व्हायला. तिच्या मनातल्या शंका-कुशंका दूर झाल्या, तरच तिला हे स्वीकारणं सोपं जाईल याची शमाला कल्पना होती. आज वाचनालयातून त्या विषयावरचा आणलेला चित्रपट पाहायला त्या चौघी बसल्या होत्या. अमर, माधवना शक्य नव्हतं; पण पॅम आवर्जून आली. वातावरणात मोकळेपणा आणण्याचा मीरा आपल्यापरीने प्रयत्न करत राहिली. काजूगर, वेफर्स समोर ठेवून काहीना काही विषय काढत तिने व्ही.सी.आर. सुरू केला. चित्रपटातील घटना उलगडायला लागल्या, तसं वातावरण एकदम शांत झालं. एक विचित्र तणाव त्या खोलीत पसरला. ती त्याही परिस्थितीत दोघींच्या

चेहऱ्याचं निरीक्षण करत राहिली. त्यांचे निर्विकार चेहरे पाहून तिचा जीव गलबलला. 'एवढ्या निर्ढावल्या असतील या मुली?' तिची चलबिचल पॅमच्या लगेचच लक्षात आली. जाताजाता ती मीराच्या कानात कुजबुजली.

"त्या दोघींनी माझ्याबरोबर पाहिला होता हा चित्रपट. चार दिवस अस्वस्थ होत्या; पण आता सरावल्या आहेत गं दोघीही." एका अवघड डावात पॅमची सरशी झाल्यासारखं वाटलं तिला.

पॅम निघून गेली, पण त्या दोघी तशाच बसून होत्या. समोरचे काजूगर संपले, एकेक वेफर्स तोंडात टाकत दोघी शांतपणे बसल्या होत्या.

"चहा करतेस? चहा पितापिता गप्पा मारल्या तर बरं वाटेल तुला. डोकं दुखायला लागलंय ना? खरं सांग आई." शमाच्या समजूतदारपणाने तिच्या डोळ्यांच्या कडा ओलावल्या. काही न बोलता ती चहा ठेवण्याकरता उठली.

दोघींसमोर चहाचे कप ठेवत तिने आपला कप तोंडाला लावला. कुणीच काही बोलत नव्हतं. शेवटी मीराने म्हटलं, "अगं, तुम्ही दोघींनी सांगायचं तरी बघितलेला चित्रपटच पाहतोय आपण."

"पण तू हा चित्रपट बघणं आवश्यक होतं. तू जो आम्हाला स्वप्न आणि वास्तवातला फरक सांगतेस, तेच तर दाखवलंय ना त्यात. एकटीने पाहू नसती शकलीस तू म्हणून काही बोललोच नाही आम्ही तुला." आईला समजावता समजावता बाजूला बसलेल्या मेगनच्या खांद्यामागे शमाने हात टाकला आणि तेवढ्या अस्वस्थतेतही मीराच्या अंगावर शहारा आला, काटा उठला.

"हीदेखील परीक्षाच आहे आई. तुझी आणि आमचीही. तुझ्या चेहऱ्यावरूनच भावना कळतायत. बाहेरच्या जगात आम्हाला याच्याशीच सामना करायचा आहे." मेगनने शमाचा खांद्यावरचा हात अलगद बाजूला केला. निमूटपणे सगळे जण चहा पीत राहिले. चहाचे रिकामे कप शमा उचलून ठेवून आली. दोघींचं तिथून हलण्याचं मात्र लक्षण दिसेना. प्रश्नार्थक नजरेने तिने पाहिलं.

"मावशी गेले चार महिने तू सांगशील ते आम्ही करतोय. आता आम्हाला दोघींना तुला न्यायचं आहे कुठेतरी." मेगनने ती कोंडी फोडली.

"कुठे?"

"एक नवीन संस्था सुरू झाली आहे आमच्यासारख्या लोकांची, नुकतीच. आम्ही दोघीही आहोत त्यात. तू आलीस तर खूप गोष्टी लक्षात येतील तुझ्या."

मीराने नकळत मान डोलवली. त्या दोघी हातात हात घालून बाहेर पडल्या त्या दिशेने तिची नजर बराच वेळ रेंगाळत राहिली.

मीराला आता पुढच्या पायरीवर चढायचं होतं. आपल्या मुलीची हरवलेली चार-पाच वर्षं पॅमकडूनच तिला परत घ्यायची होती. ती वरचेवर पॅमकडे जायला

लागली. त्या दोघींचा इथे पोचेपर्यंतचा प्रवास समजावून घेत राहिली. पॅमही कसोशीने तिच्या मनाला जपत होती. समजावून सांगत होती.

"तुला वाटत नाही जावयाचं कौतुक, नातवंडाची आजी होणं हे मूलभूत सुखच गमावतोय आपण?"

"आता नाही वाटत. काही वर्षांपूर्वी इथे यायचं ठरवलं तेव्हा वाटलं, फार वाटलं. आपलाच काहीतरी दोष असल्यासारखं वाटायचं असं मूल जन्माला घातलं म्हणून. मी भारतीय नाही, त्यामुळे अमरच्या घरचे माझाच दोष म्हणतील, याची धाकधूक वेगळीच. तुमच्याकडे इथल्या संस्कृतीबद्दल फार आपुलकी नाही, ते माहीत आहे मला. वाटायचं, इथलं काहीतरी वेड घेतलंय डोक्यात असंही म्हणतील. पण आमच्या नीलने आधी तिला, नंतर आम्हाला खूप मदत केली, म्हणूनच मेगनला आपुलकी, प्रेम देऊ शकलो. नजरा झेलायचा आत्मविश्वास नीलने दिला."

"बरोबर आहे तुझं. गेले चार महिने सतत हाच विचार रुंजी घालत असतो माझ्या. जसं आपण नातवंडं, जावयाचं कौतुक, लग्नाची खरेदी अशा गोष्टींचा विचार करतो, तसेच विचार त्या दोघींच्या मनातही आले असतीलच ना? त्यांना किती दिव्यं पार पाडावी लागणार आहेत, लागली असतील याची आपण कल्पनाही करू शकत नाही. पण त्यांचे पालक म्हणून येईल त्या प्रसंगाला सामोरं जायची तयारी ठेवायला हवी. नातेवाईक, आपला समाज. कुठेकुठे आणि कसं पाठीशी घालणार गं आपण या दोघींना?" पॅम मीराच्या चढलेल्या आवाजाकडे पाहत राहिली.

त्या दोघींनी कबूल केल्याप्रमाणे मीरा, माधवना वेळ दिला होता. आता अधिक ताणायचं नव्हतं मीराला. तिने दोघींना समोर बसवलं. पॅम, अमर, माधव होतेच.

"खरं तर खूप जड जातंय मला, पण आहे ही वस्तुस्थिती मान्य करायलाच हवी. मला जे जमलं नाही, ते पॅमने तुम्हा दोघींसाठी केलं. मेगनसाठी ते हक्काचं होतंच, पण शमासाठी माझी भूमिकाही तिनेच केली. माझं समाधान म्हणून मी पुन्हापुन्हा सगळं उकरून काढलं. जे तिच्या हाती आलं तेच माझ्या. तुम्हाला दोघींना मात्र मन:स्ताप झाला."

दोघींनी नकारार्थी माना हलवल्या. ती हसली.

"माझ्या समाधानासाठी नका माना हलवू. आता फक्त तुमचा जगावेगळा संसार उभारून द्यायचा आहे." बाजूलाच ताठरपणे बसलेल्या शमाचं डोकं तिने मांडीवर ओढलं. बराच वेळ ती तिच्या केसातून हात फिरवत राहिली. अचानक घरातलं कुणीतरी गेल्यागत तिला हुंदका फुटला. माधव तिच्या पाठीवर थोपटत राहिले. सगळ्यांचेच डोळे पाणावले. शमाने एकदम हाताच्या तळव्यात चेहरा झाकला.

"माझ्या आणि मेगनच्याच वाट्याला हे असं जीवन का आलं ?" तिच्या

अस्फुट शब्दांनी सर्वांना मुकं केलं. तिथे बसलेल्या चेहऱ्यांवर हेच प्रश्नचिन्ह नव्हतं का?

घणाचे घाव घातल्यासारखं मीराचं डोकं दुखायला लागलं. आठवणींनी भोवऱ्यात सापडल्यासारखं झोडपून काढलं होतं. ती बसल्या बसल्या जोरात पाय हलवायला लागली. भरून आलेल्या डोळ्यांतून घळघळा अश्रू वाहायला लागले ते पुसत राहिली. निकराने अश्रू थोपवता थोपवता घशातून आलेला हुंदका तिने आतल्याआत गिळला. एक दुखरा कोपरा तिने म्हटलं तर त्रयस्थापुढे, म्हटलं तर खूप जवळच्या माणसापुढे उघडा केला होता. तो तिथे नसूनही तिला आपल्या मनातलं त्याला समजलं आहे, असंच वाटत होतं. रुग्णालयातल्या त्या रिकाम्या पलंगाकडे ती पाहत राहिली.

जोडीदाराचा तो एकमेव आधार निसटून गेला होता. गेला तो एकटाच, अगदी एकटा. सर्वांशी झगडूनही त्याचा तो जोडीदार नव्हताच बाजूला. ना निरोप घ्यायला, ना निरोप द्यायला. पण तिला जी गोष्ट सांगायची होती ती सांगून झाली होती, त्याला, तो तिथे नसला तरी. ती उठली. काल तो 'जोडीदार' कोसळला त्यानंतर त्याचं काय झालं? कुठल्या खोलीत हलवलं? कसा असेल तो आता? तो सोडून गेलेला समजलं असेल त्याला, की त्याचंही काही?...? तिला एकदम अंगातलं त्राण नष्ट झाल्यासारखं वाटलं. त्याचं काही बरं वाईट होऊन चालणार नव्हतं. तो कुठे आहे ते तिला शोधायचंच होतं. ते दोघंही तिला खूप जवळचे वाटत होते. खोलीच्या बाहेर दारात मीरा उभी राहिली. परिचारिकेला विचारलं की समजलं असतं जोडीदाराबद्दल. ती त्या दिशेने वळली; पण तशीच थबकली. हातात घालून तिच्याच दिशेने येणाऱ्या मेगन, शमाकडे पाहत राहिली. त्या दोघी जशा जवळ यायला लागल्या, तसं झडून गेलेल्या पावसाने तिला आभाळ स्वच्छ झाल्यासारखं वाटलं. आंतरिक ओढीने मनात दाटून आलेल्या ममत्वाने तिची पावलं आपोआपच त्या दोघींच्या दिशेने वळली.

◆

"किंचाळणं बंद कर तुझं आधी, बंद कर म्हणते ना." खडीची घमेली उचलणाऱ्या मजूर बाईच्या अंगावर मीना जोरात ओरडली. तिच्या चढलेल्या आवाजाने गप्प होण्याऐवजी त्या बाईला अधिकच चेव चढला.

"एऽऽऽऽऽऽ बाई, माज्या मागं नगं लागू. माज्या अंगावर येत होता त्यो. त्येला धर आधी." मोठ्याने गळा काढत तिने जमिनीवर फतकल मारली. गर्दीतल्या बघ्यांनी दाखवलेल्या दिशेने मीना धावली; पण एव्हाना खूप दूर पळालेल्या पुसटशा आकृतीचा पाठलाग करणं शक्य नव्हतं. तिने तो नाद सोडून दिला. मजूर बाईच्यासमोर तीही मांडी घालून बसली. बाईने कसं जपून राहायला पाहिजे ते समजावत राहिली. तिच्याभोवती जमलेल्या कामगार बायकांच्या कलकलाटात पोटतिडकीने ती त्या बाईला आधार द्यायचा प्रयत्न करत होती. कामगार स्त्रिया समजल्यासारखं करत माना डोलवत होत्या.

मुंबई गोवा हायवेलगतच्या लांज्यातला महिलाश्रम मीनाचं विश्व होतं. शिरोळ, वडगाव, माखजन, निपाणी अशा कुठल्याकुठल्या गावातून कुणाचा आधार नसलेल्या, अत्याचाराला बळी पडलेल्या स्त्रिया या संस्थेत होत्या. प्रत्येकीचा आवाका अजमावून त्यांना स्वतःच्या पायावर उभं करणं या ध्येयाने मीना आणि तिच्या सहकारी झपाटलेल्या. वाढता व्याप सांभाळण्यासाठी नवीन इमारत बांधण्याचं काम चालू झालं. जेमतेम पंधरा दिवस झाले होते आणि आवारात पालं टाकलेल्या मजुरांमध्ये झालेला हा प्रकार.

"पालामधलाच असणार कुणीतरी. नशीब तोंडावर हात दाबून नाही ठेवला. ओरडताही आलं नसतं त्या बाईला." ज्योतीच्या बोलण्यावर मीना खिन्नपणे हसली.

"म्हणजे आपल्यासारखंच की. तोंडावर हात दाबून ठेवल्यासारख्याच आपण गप्प बसणार आहोत ना आता? कुठे ते पोलीस बोलवा, चौकशीच्या चक्रात अडका असं म्हणत तोंड बंद. अशा किती घटना, अन्याय सहन करतो, वाचाच फुटू देत नाही. हे नुसतं बाईचं नाही गं. समाजाचंच चित्र होत चाललं आहे. तोंड दाबून बुक्क्याचा मार सहन

करत राहिल्यासारखं आयुष्य. गप्प राहायचं. आवाज म्हणून उठवायचा नाही कशाविरुद्ध.'' ज्योती चकित नजरेने मीनाकडे पाहत राहिली.

''कुठून कुठे पोचलीस तू मीना. नाही म्हणजे तू म्हणते आहेस ते खरं आहे. पण आपला विषय काय आणि....''

''जाऊ दे. फार थकायला झालं आहे. थोडा वेळ विश्रांती घेते.'' मीनाने विषय संपवलाच. संथ पावलं टाकत आश्रमातल्या तिच्या खोलीकडे ती वळली. ज्योतीही पर्स उचलून तिथून बाहेर पडली.

झुलत्या खुर्चीवर मीनाचं मनही झोके घेत राहिलं. डोळे मिटून ती तशीच शांत पडून राहिली. ती शांतताही अंगावर यायला लागली तसं खुर्चीच्या बाजूलाच ठेवलेला लॅपटॉप तिने चालू केला. थोडा वेळ या पानावर, त्या पानावर निरर्थक उड्या मारत राहिली. वर्तमानपत्र, ब्लॉग वाचत राहिली. कशात मन म्हणून लागत नव्हतं. फेसबुकवर आलेल्या फ्रेंड रिक्वेस्ट तिने पाहिल्या. त्या नेहमीच भरपूर असत. समाजसेवेतल्या अनुभवावरच्या तिच्या लिखाणामुळे खूप जण मैत्रीचा प्रयत्न करत. एका नावावर ती अडखळली. चेतन? खात्री करण्यासाठी ती पुन्हा पुन्हा नाव वाचत राहिली. चेतन पाटील. अंगातून तप्त ज्वाळा आल्यासारख्या तिचे कान लाल झाले. काय करावं? स्वीकारावी ही मैत्री? की नकोच ते भूतकाळात गाडलेल्या आठवणी उकरून काढणं? तो नुसती मैत्री करण्याच्या अपेक्षेवर थांबला नव्हता. पत्रही होतं.

''प्रिय मीना,

कशी आहेस? तुला फेसबुकवर पाहिलं आणि गंमत वाटली. मी नवीन आहे फेसबुकवर. वेळ नाही, आवडत नाही, हे अनुभव न घेताच ठरवून टाकलं होतं. फेसबुक म्हणजे निरुद्योगी माणसांचा अड्डा यावर ठाम होतो. इतकी वर्षं नव्हतोच इथे. पण तुझी इथे पुन्हा भेट होईल याची कल्पना असती तर... कल्पनाच केली नव्हती की तुला तुझ्या कामातून उसंत मिळेल. त्यामुळे अशा सोशल नेटवर्किंग संकेतस्थळांवर तू आहेस, ह्याचंच आश्‍चर्य वाटतं आहे. तुझ्याकडून पत्रोत्तर यावं याची, फोनची, त्याहूनही तुला प्रत्यक्ष भेटायची अतीव इच्छा आहे. भेटशील? निदान एकदातरी?
– चेतन.''

तो अगदी तिच्यासमोर उभाच आहे असं वाटलं मीनाला. ताडमाड उंची, सावळा तजेलदार चेहरा आणि त्या व्यक्तिमत्त्वाला शोभून दिसणारा चष्मा, तिच्या बोटांना सूक्ष्म थरथर सुटली, पायातलं त्राण गेल्यासारखं वाटलं. त्याचा शोध घेण्याची इच्छा तिने जाणीवपूर्वक टाळली होती, पण त्याच्या या पत्राने तिचा निग्रह डळमळला. उतावळेपणाने तिने फेसबुकवरचे त्याचे फोटो पाहिले. फार फरक

नव्हता पडला इतक्या वर्षांत. क्षणभर तिने फोटोतली मूर्ती डोळ्यांत साठवली आणि झटकन लॅपटॉप बंद केला. का अडकतो आहोत आपण परत? कशाला पुन्हा संपर्क साधतोय हा? कशाला गाडलेली भुतं उकरायची? लॅपटॉप किंचित बाजूला सरकवून ती चेतनचाच विचार करत राहिली. किती वर्षं मध्ये लोटली, तरी त्याची पहिली भेट जशीच्या तशी आठवत होती तिला.

'आधार' संस्थेसाठी ती तेव्हा काम करत होती. समाजसेवेची पदवी नुकतीच हातात पडली होती. जग बदलून टाकायची स्वप्नं, जिद्द होती मनात. कुठल्यातरी आडगावी जाऊन, जिथे शासकीय यंत्रणा पोचूच शकत नव्हती, अशा गावी गावकऱ्यांना रस्ता बांधायच्या कामी मदत करायचं संस्थेने ठरवलं आणि त्यांचा गट दोन-तीन महिन्यांसाठी दुर्गम भागात मुक्कामालाच राहिला. सकाळी उठल्याउठल्या घमेली उचलायची, खडी फोडायची, रांग लावून गाण्याच्या तालावर खडी भरलेली घमेली पुढच्या हातात सोपवायची. उन्हं अंगावर यायला लागली की गाण्यात, हालचालीत संथपणा यायला लागायचा. दिवस संपत आला की हात-पाय एकदम पार गळून जात. त्या दिवशी तर सकाळी मीनाला उठवतही नव्हतं. सगळं सोडून घरी जावं, आईच्या हातचे चार घास खावेत आणि ताणून झोपावं याच विचारांची साखळी फेर घालत होती.

"समाजसेवा करता आहात म्हणे. अक्कलतरी आहे का समाजसेवा कशाशी खातात त्याची? हात हलत नसतील तर कशाला ती नाटकं कामं करण्याची. तुमच्यासारख्यांना नाही हे झेपण्यासारखं.''

शब्दांच्या दिशेने तिची मान आपोआप वळली. काय बोलतोय हा माणूस? आणि याला कुणी दिला हा अधिकार हे असं काही बोलण्याचा. आजूबाजूचे सगळे जण माना खालून काम करत होते.

"मी तुमच्यासारख्यांबद्दलच बोलतो आहे. मख्खासारख्या उभ्या काय राहिल्या आहात?''

ती तशीच ताठपणे त्याच्या नजरेला नजर देत उभी राहिली.

"तुमच्यासारखे म्हणजे?''

"म्हणजे घरी सुखाच्या राशीत लोळत पडता. मग काहीतरी काम करायला हवं म्हणून पाट्या टाकायचं झालं.''

"तुम्हाला कुणी सांगितलं की घरी सुखाच्या राशी आहेत माझ्या?''

खो खो करून तो पोट धरून हसला.

"हसणं थांबवा तुमचं आणि उत्तर द्या.'' तिचे डोळे आग ओकायला लागले.

"अहो, सांगायला कशाला हवं? कळत नाही का तुमच्याकडे बघून?''

क्षणभर ती त्याच्याकडे पाहत राहिली. आक्रमकपणे. पण तोंडातून शब्द फुटत नव्हता. हातातलं घमेलं तिने तिथेच आपटलं आणि दाणकन पाय आपटत पाठ फिरवली. पायवाटेवरून झपाझप चालत तिथल्या शाळेत तात्पुरत्या उभारलेल्या संस्थेच्या कार्यालयात ती पोचली. पायरीवरच तिने बसकण मारली.

"मी चेतन. चेतन पाटील." गुडघ्यात डोकं खुपसून बसलेल्या मीनाने डोकं वर काढून पाहिलं आणि ती चकित होऊन पाहत राहिली. पाच मिनिटांपूर्वी रुद्रावतार धारण केलेला हाच माणूस आपल्यासमोर उभा आहे यावर तिचा विश्वास बसेना.

"क्षमा करा; पण कामात कुणी चालढकल केली की संताप होतो माझा."

"चालढकल? रात्री दोन वाजेपर्यंत आम्ही सगळे काम करत होतो, तेव्हा तुम्ही कुठे होता? दुसऱ्या दिवशी भर उन्हात काम करताना दोन मिनिटं थकवा आल्यासारखं वाटलं म्हणून नुसतं उभं राहिलं, तर काय कामचुकारपणा झाला? तुम्हाला स्पष्टीकरण देण्याची मला मुळीच आवश्यकता नाही खरं तर. हे असं बोलायचा अधिकार दिलाच कुणी तुम्हाला?"

"मी चेतन पाटील."

"बरं मग? ऐकलं मी ते दोनदा."

"तुम्ही माझा अधिकार विचारत होता ना, म्हणून पुन्हा सांगितलं नाव." मृदू स्वरात तो म्हणाला. काही न कळल्यासारखी ती नुसतीच त्याच्याकडे पाहत राहिली.

"ही संस्था माझ्या कल्पनेतून सुरू झाली आहे. फारसा येत नाही मी काम चालू असेल तिथे. म्हणजे वेळच नसतो. काम खूप वाढलं आहे. देणग्या मिळवणं, त्यासाठी संस्थेला योग्य ती प्रसिद्धी मिळवून देणं, परदेशातल्या सेवाभावी संस्थांचा अभ्यास करून त्यांच्या काही चांगल्या योजना आपल्याकडे राबवता येतील का याचा अभ्यास करणं, यातून प्रत्यक्ष कामावर जाणं जमत नाही." अनपेक्षितपणे संस्थेचे संस्थापकच समोर उभे आहेत म्हटल्यावर मीना थोडीशी भांबावली; पण काही क्षणच.

"हं... थोडक्यात प्रत्यक्ष कामाचा अनुभव, नशा तुम्ही विसरून गेला आहात. त्यामुळेच होतं असं. एक सांगू? माणूस सुखाच्या राशीत लोळत असला, तरी त्याची पात्रता असू शकते कोणतंही काम करायची." ती उठलीच तिथून. तिला नेमून दिलेल्या खोलीकडे ताडताड पावलं टाकीत निघूनही गेली. चेतन पाटील तिच्या त्या पाठीमोऱ्या चालीकडे पाहत राहिला.

शाळेच्याच व्हरांड्यात पसरलेल्या सतरंजीवर चेतनने अंग टाकलं; पण काही केल्या झोप येईना. जिचं नावही माहीत नाही अशा मुलीने त्याच्या डोळ्यात अंजन

घातलं होतं. 'आधार'च्या फांद्या आता विस्तारल्या होत्या. किती लोक या संस्थेसाठी काम करत होते, पण संस्था वाढली तसं त्याच्या कामाचं स्वरूप बदलत गेलं. संस्थेसाठी पैसा कसा जमा करता येईल याची गणितं आणि पर्यायाने त्यासाठी कराव्या लागणाऱ्या योजना, कामकाज यातच तो गुरफटला होता. काय करायला गेलो आणि काय होत चाललं आहे, या विचाराने त्याला थकवा आला, स्वत:चा रागही. दगडी फरशीचा गार स्पर्श पाठीच्या कण्यातून शिरशिरी जागवत होता. टक्क उघड्या डोळ्यांनी तो छताकडे पाहत 'आधार' च्या सुरुवातीच्या दिवसांपर्यंत जाऊन पोचला.

थकल्याभागल्या मनाने तो एसटीमध्ये चढला, तेव्हा रात्रीचे जवळजवळ नऊ वाजले होते. दुपारचं खाणं धड झालं नव्हतं. डॉक्टरांची वाट बघत ताटकळत बसावं लागलं होतं दवाखान्यात. पण काम झाल्याचं समाधान मिळालं. त्या गडबडीत खायचं सुचलंच नव्हतं. आतामात्र पोटात भुकेचा डोंब उसळला होता. पण त्या आडगावात सामसूम झाली होती. तालुक्याला पोचलं की पोटात काहीतरी ढकलून खोलीवर जायचं त्यानं मनाशी ठरवलं. औषधं विकायची म्हणजे अखंड पायपीट, दुर्गम भागात जायचं, खेड्यापाड्यातून फिरायचं आणि मिळेल त्या वाहनाने परत येऊन भाड्याने घेतलेल्या खोलीत रात्री-अपरात्री अंग टाकायचं. रात्रीची पाठ टेकायला हवी म्हणून घेतलेली ती खोली. त्याला कधी एकदा खोलीवर पोचून देह टाकतोय असं झालं, त्यातच उद्या कुठे जायचं आहे त्याचा विचार मनात चालू असतानाच धाडकन दार बंद करत चालक गाडीत चढला. गाडी चालू होणार इतक्यात चेतनचं लक्ष खिडकीच्या बाहेर गेलं. लांबून पुसटशी आकृती गाडीच्या रोखाने धावत येत होती. त्याने ओरडून कंडक्टरचं लक्ष वेधलं. गाडी थांबली. धावत आलेली मुलगी आत चढली आणि गाडीचा दरवाजा तिने जोरात लावला.

"जाऊ दे ऽऽऽ" कंडक्टर ओरडला. तिच्यामागून धावत येणारे चार-पाच जण दारावर जोरजोरात धक्के मारायला लागले तेव्हाच कंडक्टर, चेतन आणि मागच्या बाकड्यावर बसलेल्या एक-दोघांचं तिकडे लक्ष गेलं.

"थांबवू नका गाडी. गाडी थांबवू नका." रडवेल्या आवाजात त्या मुलीच्या तोंडून कसेबसे शब्द फुटले.

कंडक्टरने समजल्यासारखं करत गाडी न थांबण्याचा इशारा केला. हुंदके देऊन रडणाऱ्या त्या मुलीचं काय करावं ते कुणालाच कळेना.

"कुठे जायचं आहे तुला?"

ती मुलगी डोळे फाडून तशीच कंडक्टरकडे पाहत राहिली.

"मला नाही कुठे जायचं."

"गाडीत चढलीस ना? मग कुठे उतरायचं आहे?"

“त्या गुंडापासून जीव वाचवायला चढले मी गाडीत. मवाली नुसते. त्याच गावात राहते मी. दुसरीकडे कुठे जाणार?”

“काळोख पडल्यावर एकटंदुकटं बाहेर पडूच नये पण. कुठे जायचं नाही म्हणतेस मग थांबवतो गाडी इथेच.” कंडक्टरला नसती लफडी नको होती. मागे बसलेल्या दोन-तीन प्रवाशांनी मात्र हरकत घेतली.

“अहो, त्या पोरांना माहीत असेलच ना ती इथेच येईल परत ते. थांबलेले असतील तिथेच फाट्यावर.”

“मग काय करायचं? पोलीस स्टेशनवर घेऊ का गाडी?”

“नको, नको, काका वैतागतील.” त्या मुलीने घाईघाईने म्हटलं.

“काका कोण?”

“वडील माझे. गावात दुकान आहे आमचं भांड्यांचं.”

“घरी गेली नाहीस तर काळजीत पडतील आणि अशा आड वेळेला जाणार कुठे तू? तालुक्याला कुणी नातेवाईक, ओळखीपाळखीचं आहे का?” प्रवासी, कंडक्टर कुणालाच काय करावं ते कळत नव्हतं. ती नकारार्थी मान हलवित राहिली.

“गाडी थांबवा.” चेतन एकदम उभा राहिला.

“तुम्हाला काय झालं आता? शिंची, काय कटकट आहे ही. आणि ह्या पोरी, नको त्या वेळी बाहेर पडायचं आणि पोरं मागे लागली की...”

“मी घरी नेऊन सोडतो तिला. चालत जाऊ आम्ही. तुम्ही गाडी थांबवा इथेच.” कंडक्टरच्या बोलण्याकडे दुर्लक्ष करत चेतनने गाडी थांबवायला भाग पाडलं.

ही सुरुवात होती अडचणीतून एखाद्याला सोडवायला धावायची? की औषध विक्रेता झाल्यावर भटक्या आयुष्याची सवय होत चालली, खेड्यापाड्यातलं कधी न पाहिलेलं जीवन आवडायला लागलं ती? चेतनला ठरवता येईना. पण त्या मुलीला मदत केल्यानंतर चेतनच्या मनाला या प्रश्नाने विळखा घातला होता. दवाखान्यात त्याच्या भेटीची वेळ होईपर्यंत वाट पाहत बसलं की आपोआप मनाचा ताबा तो प्रसंग घेई. पण काय करायचं सुचत नव्हतं. गावातल्या एक दोघांशी बोलल्यानंतर ‘आधार’चं त्याच्या मनात घोळायला लागलं. जेवायला खानावळीत गेलं की या विषयावर बोलणं होईच तिथे कुणी असतील त्यांच्यांशी. नक्की काय करायचं, या कामासाठी माणसं कशी मिळवायची, सुरुवात कशी करायची याची तीन चार महिने उलटसुलट चर्चा होत राहिली आणि ‘आधार’ची पाटी त्याच्या खोलीवर लटकली. गावातल्या शाळेत, महाविद्यालयात जाऊन त्याने, त्याच्या दोन-तीन मित्रांनी या उपक्रमाबद्दल माहिती दिली. मदतीचं आवाहन केलं. निराधार, टाकलेल्या, फसलेल्या, घर सोडलेल्या अशा स्त्रियांना-मुलींना ‘आधार’च्या रूपाने

हक्काचं घर मिळावं, त्यांनी स्वावलंबी व्हावं ही 'आधार'ची कल्पना. हळूहळू 'आधार'ला स्थैर्य आलं. सात-आठ वर्षांत रोप चांगलं फोफावलं आणि आज मीनाने त्याला त्या धुंदीतून जाग आणली. तिचा रोखठोकपणा त्याला आवडला. खरं तर अशा स्वरूपाचं तो कितीतरी वेळा बोलला नव्हता का? खूपदा बड्या घरातली मुलं वेगळं काहीतरी करायचं या ऊर्मीने अशा उपक्रमात सामील होत. बरोबर कुणीतरी हवं म्हणून मित्रमैत्रिणींना त्यात ओढत. खेडेगावात सगळी हुंदडायला यावं तशी येणार. गप्पा गोष्टी, खिदळणं असं करत काम उरकणार. त्यांच्या चेहऱ्यावरूनच किती कळकळ आहे कामाबद्दल ते कळायचं त्याला. कडवट शब्द आपसूकच निघायचे. असं झालं की काम करणारी मुलं क्षमा मागायची. खाली माना घालून कामाला लागायची; पण ह्या मुलीची प्रतिक्रिया वेगळी होती. त्यालाच विचार करायला लावणारी.

"माझ्याबरोबर काम करायला आवडेल?" दुसऱ्या दिवशी त्याने सकाळीच मीनाला गाठलं.

"अं?"

"तुमचं म्हणणं मला पटतं आहे. विसरलो आहे मी कामाची नशा. माझ्याबरोबर काम कराल तुम्ही?"

आश्चर्य लपवित ती म्हणाली, "तुमच्याच संस्थेत काम करते आहे मी."

"हो, पण मी म्हटलं माझ्याबरोबर. तुम्हीच म्हटलंत ना की मी ती नशा विसरलो आहे. पुन्हा एकदा त्या नशेचा अनुभव घ्यावासा वाटतो आहे."

"म्हणजे?"

"तुम्हाला शहरात यावं लागेल. दोन-तीन ठिकाणी कार्यालयं आहेत संस्थेची. मी जिथे असेन तिथे तुम्हालाही यावं लागेल. एकमेकांची मदत झाली, तर मला तुम्ही म्हणता तशी नशा अनुभवण्याची संधी मिळेल." मिश्कील हसत तो म्हणाला.

"पण मला कार्यालयीन कामात रस नाही."

"पण दोन्हीचा अनुभव मिळेल की तुम्हाला. नुसत्याच कार्यालयीन कामात गुंतवणार नाही मी तुम्हाला. आपण दोघं मिळून काम करू." आर्जवी स्वरात चेतन म्हणाला.

"मी विचार करून सांगते." मीनाने हो नाही करत आठवड्याभरात होकार दिला आणि साताऱ्याला ती त्याच्या कार्यालयात रुजू झाली. सातारा, निपाणी, इचलकरंजी... अशिक्षित, टाकून दिलेल्या, फसलेल्या, आई-वडिलांना जड झालेल्या मुली, गावातल्या प्रमुखांशी बोलायचं, वाचनालयात, दुकानात माहितीपत्रकं लावायची. कुणी ना कुणी माहिती दिली किंवा कुणी स्वतःहून पुढे आलं की त्या स्त्रियांशी,

मुलींशी बोलायचं, धीर द्यायचा, 'आधार'ची माहिती द्यायची. मुलं असतील तर त्यांचीही व्यवस्था 'आधार'मध्ये होईल याची ग्वाही द्यायची. चेतन, मीना सगळीकडे जोडीने काम करायला लागले. एकमेकांच्या सहवासाशिवाय दोघांनाही करमेना. लग्न दोघांनाही करायचं नव्हतं. समाज काय म्हणेल याची पर्वा करण्याच्या भानगडीत न पडता ते एकत्र राहायला लागले. चेतनला अधूनमधून मुंबईच्या खेपा मारायला लागायच्या, पण मीनाच्या जोरावर तो निश्चिंत होता. तिच्यामुळेच तर पुन्हा एकदा नवीननवीन कल्पना सुचायला लागल्या होत्या. मुलींची, बायकांची नुसती आश्रमात राहायची व्यवस्था आणि पापड, शिवण अशा कामातून मिळणाऱ्या स्वयंरोजगारापेक्षा या मुलींनी, स्त्रियांनी शिक्षण घ्यावं, संगणक शिकावा, त्यांच्या आवडीनिवडीची कल्पना आली की त्यानुसार त्यांना शिक्षण, काम मिळावं यावर चेतनचा भर होता. समाजोपयोगी इतर कामांवरचा भर वाढवायचा होता. त्यासाठी अर्थातच पैशाची गरज होती. मुंबईत 'आधार' संस्थेचं आता चांगलंच नाव झालं होतं. उद्योगपती, सरकार सगळीकडून अनुदान, देणग्या मिळत होत्याच. परदेशातल्या संस्थांच्याही संपर्कात होता तो. औषधविक्रेता असल्याचाही फायदा त्याने संस्थेसाठी करून घेतला. ओळखीच्या डॉक्टरांमुळे परदेशातल्या बऱ्याच संस्था त्याला मदत करत होत्या. सगळं मनाजोगतं चाललं होतं आणि...

नेहमीप्रमाणे उठल्याउठल्या एकेक इ-मेल चेतन वाचत होता. बिग फार्माचं इ-मेल आलेलं पाहून त्याने ते आधी उघडलं. गेले कितीतरी दिवस त्यांच्याशी देणगीसाठी पत्रव्यवहार चालू होता. काम झालं तर सात-आठ लाख नक्की मिळाले असते. कमीत कमी तीन ते चार शाखांना हे पैसे पुरून उरले असते. घाईघाईत तो वाचायला लागला –

चेतन,

कळविण्यास आनंद वाटतो की बिग फार्मा आपल्या 'आधार' संस्थेसाठी वीस लाखांची देणगी देऊ इच्छिते. त्याचबरोबर बिग फार्माला 'आधार'साठी एक प्रस्तावही मांडायचा आहे. सध्या मधुमेहावर उपाय म्हणून बिग फार्माचे शास्त्रज्ञ नवीन औषध तयार करत आहेत. त्याबद्दल प्रत्यक्ष भेटून आपल्याशी चर्चा करता यावी अशी अपेक्षा आहे. सध्या आमचे प्रतिनिधी मुंबईत आहेत. सोयीची वेळ कळविल्यास ते आपली भेट घेतील.

बिग फार्मासाठी,
मार्क

वीस लाख! चेतनने बिग फार्माकडे फक्त दहा लाखाची देणगी मिळावी अशी

इच्छा व्यक्त केली होती. आता एकदम वीस लाख. तो खूश झाला. घाईघाईत त्याने मीनाला फोन लावला. मीनाने ते कोणत्या शाखेसाठी कसे वापरता येतील याबद्दलचे कितीतरी दिवस मनात योजलेले बेत फोनवरच त्याच्यासमोर मांडले.

"तूच ये ना त्यांच्याशी बोलायला. तुझे बेत त्यांना ऐकव. वाढवतील ते देणगी." तो हसतहसत म्हणाला. तीही हसली.

"अरे, मला काय कळतं आहे यातलं? तू औषध विक्रेता आहेस. कळत असेल थोडंफार ते तुलाच. पण या नवीन औषधाचा आपल्याशी काय संबंध?"

"नक्की अंदाज आला नाही. कदाचित संस्थेतल्या बायका, मुलांवर औषधांचा परिणाम किती होतो ते पाहायचं असेल. आपल्याकडे आहेतच मधुमेह झालेल्या स्त्रिया. पण तसं असेल तर आपली तयारी आहे का याचा विचार करावा लागेल."

"विचार कसला रे. नाहीच दाखवायची अशी तयारी. शेवटी ते प्रयोग आहेत. काही बरं-वाईट झालं म्हणजे? आपण या स्त्रियांना आधार द्यायचा प्रयत्न करतो आहोत. आगीतून फुफाट्यात असं नको व्हायला." मीनाला चेतन याबद्दल विचारही करू शकतो याचंच आश्चर्य वाटलं.

"ठीक आहे. भेटून तर घेतो. बघ तुला जमत असेल तर तू येच." क्षणभर विचार करून त्याने उत्तर दिलं. त्याच्या स्वरातला तिने येण्याबद्दलचा आग्रह कमी झाल्याचं तिला जाणवलं. काही न बोलता तिने फोन ठेवला.

"बिग फार्माच्या शास्त्रज्ञांनी मधुमेहावर नवीन औषध तयार केलं आहे. ते बाजारात येण्याआधी मधुमेहावर किती प्रभावशाली आहे हे पाहण्यासाठी आम्ही 'आधार'मधील मधुमेहग्रस्त रहिवाशांवर त्याचा प्रयोग करू इच्छितो. ह्या कालावधीत ज्या स्त्रियांवर याचा वापर होईल, त्यांचा दैनंदिन खर्च, शिक्षणांचा खर्च, नोकरी मिळवून देण्याची शाश्वती या सर्वांची हमी आम्ही घेतो. त्यांना मुलं असतील, तर त्यांच्याही शिक्षणांचा खर्च आम्ही करू. आपल्याला हे मान्य असेल तर 'आधार'ला पन्नास लाखांची देणगी देऊ." बिगचा प्रतिनिधी म्हणाला. फार्माच्या आलिशान कार्यालयात पाऊल टाकतानाच चेतन दिपून गेला होता. आणि आता एकदम पन्नास लाखांची देणगी. आपण नक्की काय प्रतिक्रिया द्यावी तेच चेतनला कळेना. पन्नास लाख! 'आधार'च्या सर्व शाखांना पुरून उरेल इतका पैसा होता हा. पण त्यासाठी रहिवाशांनी नक्की काय किंमत मोजायची? पाण्याचा ग्लास तोंडाला लावत त्याने शंका विचारण्यासाठी तोंड उघडलं.

"शेवटी हा प्रयोग आहे. पण आधी वेगवेगळ्या कसोट्या लावून झालेल्या आहेत त्यामुळे तसा धोका नाही."

"निष्पाप लोकांच्या जिवांशी खेळ तर होणार नाही ना?" आवंढा गिळत

चेतनने विचारलं. त्याला उत्तर ऐकायचं होतं आणि नव्हतंही.

"नाही, अर्थात कोणत्याही औषधाचा शरीर कसं स्वीकारतं त्यावरच परिणाम ठरतो. आम्ही पन्नास लाख संस्थेला देऊ इच्छितो." दोन वाक्यांमध्ये 'म्हणून तर' हा शब्द जाणीवपूर्वक टाळला गेला, हे चेतनच्या लक्षात आलं. तो गप्प झाला. निश्चित उत्तर मिळालं नव्हतं. त्यानंतर बिग फार्माचा प्रतिनिधी त्यांनी किती ठिकाणी देणग्या दिल्या आहेत, कंपनीतला प्रत्येक कर्मचारी कशी समाजसेवा करतो, कितीतरी देशात आपत्कालीन परिस्थितीत त्यांच्याकडून औषधं मोफत कशी दिली जातात, यावरच बोलत राहिला. चेतनच्या मनातून काही केल्या पन्नास लाख जात नव्हते. प्रतिनिधीने मागवलेला चहा घेऊन त्याने बिग फार्माला होकार दिला.

"अरे, असा कसा अविचार केलास तू? काय ठरलं होतं आपलं? त्यांच्याशी काय बोलणं झालं ते तू मला सांगशील, काही दिवस मागून घेशील निर्णयासाठी." मीना दुखावली गेली. संतापली.

"मीना तू शांतपणे विचार कर. वेळ दिलाच नाही त्या लोकांनी. आज काय ते सांगा, नाहीतर ठरल्याप्रमाणे वीस लाखांचा चेक फाडतो म्हणायला लागले. मीना, विचार कर ना, अगं किती शाखांचं भलं होईल या पैशांमुळे. हे पैसे काही माझ्या वैयक्तिक खात्यात जाणार आहेत का? कितीतरी जणी स्वावलंबी होतील या पैशातून झालेल्या शिक्षणामुळे, त्यांच्यासाठी एखादा व्यवसायच सुरू करू शकू आपण."

"आणि कुणाचा जीव गेला तर?"

"मीनाऽऽऽ" त्याच्या मनातली भीती त्याने मनाच्या तळाशी गाडून टाकली होती, ती अशी स्पष्टपणे मीनाने व्यक्त केल्यावर चेतन उगाचच ओरडला.

"ओरडू नकोस असा. माझ्या प्रश्नाचं उत्तर दे."

"नाही जाणार कुणाचा जीव. त्यांनी वेगवेगळ्या कसोट्या आधीच लावल्या आहेत असं सांगितलं."

"लिहून देतोस?" त्याला काय बोलावं ते सुचेना.

"मी तिथे आल्यावर बोलू आपण या विषयावर." चेतनने फोन बंद करत संभाषण संपवलं. मीना अस्वस्थ झाली. कुणाला सांगावं, काय करावं? चार दिवसांनी चेतन येणार होता. नको ती देणगी आणि नको ते जीवघेणे प्रयोग! चाललं आहे ते काय वाईट आहे? का चेतनला ही अशी दुर्बुद्धी होते आहे? समजावून सांगितलं तर ऐकण्याच्या मन:स्थितीत असेल तो? शंकांचं भेंडोळं तिला वेढून राहिलं. एकदा वाटलं, निघून जावं, त्याच्याबरोबर काम करणं थांबवावं. तसंही लग्नाने बांधील थोडेच आहोत. लग्न न करताच एकत्र राहण्याच्या निर्णयाचा तिला

पहिल्यांदाच इतका आनंद झाला. घटस्फोटाची किचकट प्रक्रिया, वाट पाहत बसणं असलं काही नाही. घेतलं स्वत:चं सामान, निघालं इथून. संपला संबंध. पण खरंच असा संपतो संबंध? त्याच्याबरोबर उपभोगलेले क्षण, एकमेकांना मिळालेला आधार, तनमनाने एकत्र आलेले दोन जीव असे पटकन दूर जाऊ शकतात? विचार करून तिचं डोकं भणभणलं; पण एरवी ठामपणे निर्णय घेणाऱ्या मीनाच्या मनाने कच खाल्ली. बघू, खरंच आपल्याला वाटतं तसं झालं, तर ठरवू काय करायचं ते. चार दिवसांनी तिने चेतनचं हसतमुखाने स्वागत केलं.

चेतन आणि मीना एकत्र काम करत राहिले. मीनाच्या मनातली रुखरुख दिवसेंदिवस वाढत होती. चेतनला पैसे मिळवण्याचा एक नवीन मार्ग मिळाला होता. 'आधार'साठीच तो झटत असला, तरीही मीनाला 'आधार'च्या रहिवाशांचं आयुष्य धोक्यात टाकून इतरांना मिळणारं स्वास्थ्य नको होतं. रोजरोज तोच विषय आणि वाद यामुळे दोघांच्याही नकळत त्याचं बाहेर राहणं, एकमेकांना टाळणं वाढलं. चेतन भारतात, परदेशातल्या कंपनीना पत्र पाठवून औषधांचे प्रयोग करायचे असतील तर 'आधार'च्या स्त्रियांवर करायची तयारी दर्शवित होता. इथल्या असाध्य आजाराने पीडित स्त्रियांच्या आजाराचा खर्च संस्थेच्या आवाक्याबाहेरचा होई खूप वेळा. कितीतरी वेळा डोळ्यादेखत पैशाच्याअभावी रुग्ण गेलेला पाहावा लागे, मुलांचं कुपोषण होतंच. प्रत्येक कंपनीकडून तो पैशाबरोबरच या स्त्रिया, मुलांसाठी इतर सोयीसुविधांची मागणी करे. आता तर संस्थेची रुग्णालयं जिथे जिथे त्यांच्या शाखा असतील त्या गावात काढण्याच्या महत्त्वाकांक्षेने तो झपाटला होता. चेतन आणि 'आधार' एकमेकांशी जोडले गेले होते. देशात, परदेशात नाव होत चाललं होतं. माहितीपट निघत होते, मुलाखती होत होत्या. मीना चेतनचं यश, लोकांमध्ये मिसळणं पाहत होती. समाजसेवेचेही कशी नशा चढते, ते चेतनच्या बरोबरीने प्रत्यक्ष अनुभवत होती; तो प्रसंग घडेपर्यंत.

"मॅडम, लवकर या. चंदूला आकडी आली आहे." ती घाईघाईत चंदूच्या खोलीत गेली. हातपाय वाकडे करून तो जमिनीवर बेशुद्ध पडला होता. संस्थेचे सावंत डॉक्टर उपचारांची शर्थ करत होते.

"मिरजेला न्यावं लागेल."

"काय झालं अचानक?"

"औषध जास्त घेतलं असं वाटतं आहे."

"गेले कितीतरी महिने घेतो आहे की चंदू औषध. त्याला ठाऊक नाही किती घ्यायचं ते?"

“हे नवीन होतं. चेतनसाहेबांनी नुकतंच पाठवलेलं. चुकून आधीच्या औषधाच्या प्रमाणाने घेतलं असावं.” घाईघाईत खुलासा करून सावंत चंदूला मिरजेला हलवायच्या तयारीला लागले.

“वाचेल ना तो?” रुग्णवाहिकेत ठेवलेल्या चंदूकडे पाहत तिचा जीव तीळतीळ तुटत होता. सावंत काहीच बोलले नाहीत. रुग्णवाहिका गेल्यावर तिने चेतनला फोन लावला.

“धिस इज इट चेतन. मी नाही आता संस्थेत राहू शकत.”

“अगं, काय झालं तरी काय?” चेतनच्या शांत स्वराने ती भडकलीच.

“तू लाव सगळ्यांची आयुष्यं पणाला. प्रयोग म्हणून दे ही नवीन, अजून बाजारात न आलेली औषधं.”

“काय झालं ते सांगशील का? आत्तापर्यंत या औषधांची मदतच झाली आहे. कुणीही जीव गमावलेला नाही.”

“हो, त्याचीच वाट पाहतोय ना आपण? कुणाचातरी जीव गेला की मग शिकू धडा. चंदूने चुकून जास्त घेतलं आहे तुझं ते नवीन औषध. त्याला मिरजेला हलवावं लागलंय. चेतन, कृपा कर आणि थांबव आता हे.”

“मीना, एकदम संस्था सोडण्याच्या गोष्टी नको करूस. आपण काही नुसतेच सहकारी नाही. जीव गुंतला आहे एकमेकांत आपला. आणि मी आत्ता मिरजेच्या जवळच आहे. मी जातो चंदूला पाहायला. त्याला परत घेऊन आलो की निवांत एकमेकांच्या सहवासात काढू. कितीतरी दिवस, महिने भेटत नाही आपण हल्ली. मी मिरजेहून आठ दिवस राहायलाच येतो आहे.” काही न बोलता मीनाने फोन ठेवला. चेतनच्या टेबलावर चिठ्ठी ठेवून ती घराबाहेर, त्या खोलीबाहेर पडली. कुलूप घालताना पुन्हा एकदा आत डोकावून पाहावं असं तिला वाटून गेलं. काही राहायला नको. ती स्वत:शीच हसली. काही राहायला नको? राहण्यासाठी काही असावं तर लागतं. रिकाम्या खोलीसारखंच रिक्त मन आता सोबतीला.

तिचं विचारात गुरफटलेलं मन जागं झालं ते फेसबुकवर झालेल्या किणकिण आवाजाने. परदेशातली मैत्रीण चौकशी करत होती. तिच्याशी गप्पा मारतामारता तिने चेतनची फेसबुकवरची टाइमलाइन पाहायला सुरुवात केली. जव्हारजवळच्या कुठल्याशा आदिवासी पाड्यात तो काम करत होता. गेली दहा वर्षं. त्याच्याबद्दलच्या माहितीतलं वाक्य वाचून हे आपल्यासाठीच तर नाही ना, असं वाटून गेलं तिला.

‘समाजसेवेसाठी पैसा लागतो हे खरं; पण तो नसला, तरीही तुमचे अथक प्रयत्न कितीतरी आयुष्यांना वेगळी वाट दाखवू शकतात... तेच करायचा प्रयत्न.’

म्हणजे हा बदलला असेल? थांबवलं असेल देशी-परदेशी कंपन्यांकडून औषधं आणि त्यातून मिळणारी मदत घेणं? तिला कळेना. गेल्या कितीतरी वर्षांत तिने 'आधार'बद्दल काहीही ऐकलं नव्हतं. ठरवून. चेतनला सोडताना तिने तिची मनोभूमिका स्पष्टपणे लिहिली होती. कोणतेही प्रयोग चेतन आपल्या आधारासाठी आलेल्या माणसांवर करणार नसेल, तरच पुन्हा त्यांचं नातं पहिल्यासारखं होण्याची शक्यता व्यक्त करून तिने, तिची आणि त्याची असलेली ती एकमेव खोली सोडली होती. स्वत:च्या पत्त्याचा थांगपत्ताही लागू न देण्याची खबरदारी तिने आजवर घेतली होती. कधी मैत्रिणींकडे राहा, कधी कुठल्यातरी संस्थेत तर कधी नातेवाइकांकडे राहा असं करत तिने आपलं काम चालूच ठेवलं होतं. आता ती लांज्याला स्थिरावली होती. आणि आज जवळजवळ एक तपाने तो तिला भेटायची इच्छा व्यक्त करत होता, कशाला? निदान एकदातरी... म्हणजे हा मन वळवायचा प्रयत्न की खरंच पुलाखालून खूप पाणी वाहून गेल्यानंतरचं हे नुसतंच भेटणं असेल? तिचं मन आपसूक त्याच्याकडे धाव घेऊ लागलं. मधली वर्षं पुसून टाकावीशी वाटायला लागली. चंदूचं काय झालं, त्याने त्याचे मार्ग बदलले का, किती कायकाय विचारावं अशी अचानक ऊर्मी दाटून आली तिच्या मनात, त्याच वेळेला एक निरिच्छपणा स्वत:भोवती आवळल्याची भावना दाटून येत होती. लांजा हे तिचं आता घर होतं, विश्व होतं. चेतनकडे परत जायचं तर त्याने किंवा तिने आपापलं कार्यक्षेत्र सोडून कुणा एकाचं स्वीकारायला हवं होतं. की त्यातूनच सापडेल काही मध्य? जमेल? करायची ही तडजोड? शोधायचा काही मार्ग? का आणि कुणी? विचार करता करता तिला स्वत:चंच हसू आलं. उड्या मारत होती ती कल्पनेच्या. कदाचित चेतनचा उद्देश सहज भेट हाच असेल. कितीही पत्ता लागू द्यायचा नाही असं ठरवलं, तरी आंतरजालावर अस्तित्वाच्या खुणा उमटतातच. आपलं नाव दिसल्यावर भेटावं असं वाटलं असेल आणि त्यावरून आपण हे सारे तर्क करतो आहोत. विचारांच्या नादात तिने चेतनला पत्र लिहिलं. मनातला उलटसुलट गोंधळ त्याच्यापाशी व्यक्त केला. पाठवायचं हे पत्र? गुंतायचं पुन्हा की नुसतंच ठेवायचं मैत्रीचं नातं? एक टिचकी दाबली की तिच्या भावना त्याच्या पत्रपेटीत बंदिस्त झाल्या असत्या. काय करावं? मनातला गोंधळ संपेपर्यंत, संभ्रम दूर होईपर्यंत तिने ते पत्र पाठवायचं नाही असं ठरवलं. पुन्हापुन्हा ती ते पत्र वाचत राहिली, त्यातले शब्द बदलत राहिली. ती तशीच बसून राहिली. संभ्रमित!

◆

"मी आजीला परत आणते." तिने बोटानेच इराला शांत बसण्याची खूण केली. इरा काही बोलली की गुरुजी तिच्याकडे कटाक्ष टाकत होते त्यामुळे तिला फार अवघडल्यासारखं होत होतं; पण इराची लुडबुड चालू होतीच.

"आई, तू रडू नकोस. मी प्रार्थना करणार आहे. मग तुझी आई येईल परत. पण रडलीस तर नाही येणार ती." इवल्याशा हातांनी खांद्यावर रेलून इरा तिचे डोळे पुसत होती. ती तिथून उठलीच.

"चल, तू आजीला सांगितलं होतस ना शंकरपाळे करायला, तिने करून ठेवले होते. देते चल." ती हळूच इराच्या कानात कुजबुजली.

"आणि लाडू?"

"हो गं."

इराने शंकरपाळे तोंडात टाकले, तसं आईने मुद्दाम केलेले शंकरपाळे आपणही खावेत अशी इच्छा झाली तिला. पण हातातले शंकरपाळे काही केल्या घशाखाली उतरेनात. निराशेचे ढग वेढून राहिले. अशी कशी गेली न सांगता? आजारपण नाही की काही नाही. थांबता नाही आलं थोडे दिवस? निदान सर्वांची भेट झाल्यावर जायचं. तिला आईवर खूप चिडावं, रागवावं असं वाटत होतं. हताश नजरेने ती इराकडे पाहत राहिली. आईने अचानक या जगाचा निरोप घेतला हे पचवणं जड होतं. पंधरा दिवसांचा तर प्रश्न होता. येणारच होती ती भारतात. त्यानंतरचे बेत कितीतरी महिने आधीच नव्हते का झाले. तिने तीन-चार महिने आधी तिकीट काढलं तेव्हापासून; ती भारतात पोचली की काय करायचं, कुठे जायचं...

एरवी चार आठवड्यांची सुट्टी पुरता पुरायची नाही आणि आता येणारा प्रत्येक दिवस उदासीनतेचं सावट घेऊन उगवत होता. काही करायची इच्छाच उरली नव्हती. दिवस झाल्यावर नातेवाईक, आले गेले पांगले तसं घरही शांत झालं. दोन मुलं, वडील आणि ती. नीलचं वाचन आणि झोपा काढणं सुरू होतं. पुस्तकं वाचायची, खायचं, प्यायचं, झोपायचं,

पूल

परत पुस्तक हातात. इराचंही बाहेर फीर, बागेतली फुलं काढ, चित्र काढ असं काहीतरी चालू होतं. काहीच नाही तर टी.व्ही. होताच. आत्ताही दोघं भावंडं टी.व्ही. लावून बसले. वडील डोळ्यांवर हात ठेवून विचारात गढलेले. तिची स्वयंपाकघरात खुडबूड चालू होती. पोटात काहीतरी ढकलायला हवं म्हणून तिने आमटी, भाताचा कुकर लावला. स्वयंपाकघरातलं काही आवरता येतं का तेही पाहायचं होतं. वडिलांना एकट्याला नंतर काही सुचलं नसतं. डबे उघडले की तिच्या मुलांना आवडतात म्हणून मुद्दाम केलेले शंकरपाळे, लाडू काही ना काही दिसत होतं आणि मग त्यासंबंधात आईशी फोनवर झालेलं संभाषण जसच्या तसं तिला आठवत होतं. तिने एकेक डबा काढून ठेवला. तिच्यासाठी म्हणून केलेल्या गोष्टी ती घेऊन जाणार होती. असेल आई आजूबाजूला तर कळेल तिला सगळं नेलंय ते.

जेवणं आटोपली आणि तासाभराने सगळं शांत झालं. पलंगावर पाठ टेकली की झोप लागेल इतकी दमली होती ती, पण अस्वस्थ मन दगा देत राहिलं. या कुशीवरून त्या कुशीवर वळत कधीतरी डोळा लागलाही; पण अचानक दचकून ती जागी झाली. गुप्प अंधार. धडपडत उठून अंधारातच ती स्वयंपाकघरात गेली. यंत्रवत कपाट उघडलं आणि अगदी खालच्या रांगेतला उजवीकडचा निळ्या रंगाचा पत्र्याचा डबा तिने घाईघाईने उघडला. चाचपडल्यावर कसल्यातरी पाकिटाचा आवाज झाला, तशी ती भानावर आली. चकल्याचं मोठं पाकीट. तिने इकडेतिकडे पाहिलं. सारं शांत होतं. काय हा वेडेपणा, किती वाजले आहेत हेही पाहिलं नव्हतं. येऊन हाच डबा का उघडावासा वाटला, तेही तिला उलगडेना. आणि डब्यात काय असावं, तर तिच्या आवडत्या चकल्या. पाकीट हातात धरून ती रडत राहिली. हुंदका दाबत, ओठ घट्ट आवळत. मुलांची, वडिलांची झोपमोड नको व्हायला. आईनेच उठवलं की काय? तीच आली होती का सांगायला? का उठावंसं वाटलं असं अपरात्री? संध्याकाळी डबे पाहताना इतक्या जुन्या पत्र्याच्या डब्यात आई कशाला काय ठेवेल म्हणून नेमका तो डबा तिने पाहिला नव्हता ते मनात होतं, की खरंच आईने येऊन सांगितलं? असे अनुभव येत असतील का सर्वांनाच? रडता रडताच ती चकल्या खात होती. आतून आतून आईही तिच्या शेजारी बसून चकल्या खातेय असं जाणवत होतं. दुपारचं जेवण झाल्यावर त्या दोघी टी.व्ही.वरचे कार्यक्रम पाहतपाहत अशा गोष्टींचा फडशा पाडायच्या तसं; हे तिला मनोमन पटलं होतं.

"आईने आणि मी फोनवर ठरवलेले बेत पार पाडायला हवेत. निदान जेवढे जमतील तेवढे." आईही तिच्याबरोबर येणार असल्यासारख्या उत्साहात ती म्हणाली. चार आठवड्यांचं काय करायचं ही चिंता अचानक संपली होती. काल रात्रीच्या

प्रसंगापासून आई कुठेही गेलेली नाही. सतत आपल्याबरोबर आहे असं वाटत होतं.

"मोसमला जाऊ या. तू जाणार होतीसच ना आजीबरोबर?" नीलने एकदम विचारलं तसं तिला आश्चर्य वाटलं. तिच्या चेहऱ्यावरचे भाव त्याने ओळखले.

"त्यात काय विशेष? मला आवडतं जायला तिकडे म्हणून म्हटलं. आणि इराने तर पाहिलेलंच नाही मोसम. आवडेल तिला."

"चालेल, जाऊ मग उद्याच." मुलं तयार आहेत म्हटल्यावर प्रश्नच उरला नाही.

"मोसमला मी जातोच सारखा. तुम्ही जाऊन या. परत आलात की मग बाकी कुठे जायचं ठरवलं होतं तिकडे जाऊ." वडिलांच्या बोलण्याला तिने मूक संमती दिली.

खारेपाटणच्या पुलावरून गाडी आत वळली. उजव्या हाताला खालून वाहणारी नदी, मधूनच ठिपक्यांसारखी नजरेत भरणारी कौलारू चिऱ्यांची घरं आणि उंच उंच झाडं. मान तिरपी करत ती खिडकीतून मागे वळूनवळून पाहत राहिली. सुखा नदीवरचा काळ्या दगडाचा पूल, प्रत्येक दगडाला वेढलेली पांढरीशुभ्र रेष आणि पुलाखालून संथ लयीत झुळझुळणारं पाणी. अलगद निसटलेला भूतकाळ जवळ आल्यासारखा भासत होता, त्यात उडी मारावी, आठवणींच्या पावसात चिंब भिजून जावं असं वाटत होतं. त्या वेळेस खिजगणतीतही नसलेल्या पण वर्षानुवर्षं नकळत साठत गेलेल्या आठवणी मनाच्या सांदीकोपऱ्यातून बाहेर पडू पाहत होत्या. अगदी आत्ताआत्तापर्यंत तर पूल ओलांडला की बस थांबायची. उतरलं की डांबरी रस्त्याचं नामोनिशाण नष्ट व्हायचं. लाल मातीत पाऊल टाकायचं ते कधी रेंगाळत, उन्हातान्हातून घाम पुसत, काही वेळेस आई-वडील, भावंडांबरोबर उत्साहाने, कधीतरी एकटंच आलेलं असलं की पायाने दगड उंच भिरकावत, कपड्यांवर उडालेली धूळ वारंवार झटकत तर कधी गडीमाणसाच्या खांद्यावर बसून दोन्ही बाजूला पाय टाकून मुक्कामाला पोचणं... कधी झालं हे सगळं भूतकाळात जमा?

अडीच मैलांचा रस्ता सुमोने पाच मिनिटांत कापला आणि गाडी आत वळली. गचक्यावर गचके बसत होते पण इतक्या आतपर्यंत बांधकाम झालं होतं की, अगदी टेकडीवरून खालपर्यंत गाडी पोचणार होती. फक्त छोटा वहाळ ओलांडला की आलं घर. यात कसली आली आहे मजा? गाडीत बसलं की क्षणात पोचलं. मध्ये काही नाहीच. जोरात धक्का बसला तशी ती सावरून बसली.

"डाव्या हाताची ही गुरववाडी, आता गोठा लागेल आमचा," उत्साहाने तिने नीलकडे पाहिलं. केसांची झुलपं हलवित नीलने कॅमेरा रोखला.

"गोठा म्हणजे?" तिच्या कपाळावरच्या आठ्या पाहून त्याला हसायला आलं.

"मला माहीत आहे गं गोठा म्हणजे काय ते. खेचत होतो तुझी. माझंही मराठी आहे तसं बरं." तीही हसली. लेक आता तिची 'खेचण्या'एवढा मोठा झाला होता.

"अरे ठेव तुझा कॅमेरा. गोठा नाही दिसत. पाडून टाकलेला दिसतोय." आवाज भरून आला का? तिने पाण्याची बाटली तोंडाला लावली. रिकाम्या सपाट टेकडीकडे निरर्थक नजरेने ती पाहत राहिली.

"ही अख्खी टेकडी आमची बरं का." तिने उसन्या कौतुकाने नीलला सांगितलं.

"पण त्या गोठ्याचं काय झालं?" नीलने हे विचारावं याचंच तिला अप्रूप वाटलं.

"आता घरी पोचलो की काकांना विचारू. तेव्हा येता जाता डोकावायचो आम्ही या गोठ्यात. गवताच्या पेंडीच असायच्या. अजून अगदी घराजवळ आहे एक गोठा त्यातमात्र गुरं बांधलेली असायची सुरुवातीला, म्हणजे आम्ही अगदी चौथी, पाचवीत असू तेव्हा. नंतर मागच्या अंगणाला लागून केली होती गुरांसाठी जागा. काकूला दूध काढताना पाहिलंय मी." पांढऱ्या रंगाची, काळ्या ठिपक्यांची ती गाय तिच्या डोळ्यांसमोर उभी राहिली. खोपीत बसलं की बांबूच्या काठ्यांनी केलेल्या कुंपणाच्यामागे रवंथ करणारी गाय दिसायची. दुपारी पत्त्यांचा डाव तिथेच तर रंगायचा. मे महिन्याची सुट्टी म्हणजे ही धम्माल. सकाळ उजाडली की दंगा, आरडाओरडा चालू. दिवसभराच्या उनाडक्या झाल्या की संध्याकाळ मात्र तिन्हीसांजच्या मिणमिणत्या दिव्यात वेगळीच भासायची.

शुभंकरोती कल्याणम् आरोग्यम् धनसंपदा... सुट्टीत आलेली चुलत, आते सगळी भावंडं जोराजोरात झोका काढत तितक्याच जोरात परवचा म्हणत, मग मारुतीस्तोत्र... कुणाकुणाला कायकाय येतं ते म्हणून व्हायचं. मध्येच धपकन एखाद्याने मारलेली उडी, हाताने झोका थांबवायचा केलेला आटोकाट प्रयत्न. स्वयंपाकघरात चुलीवर ढणाढणा शिजणारा भातही दिसायचा खिडकीतून. त्या आंबेमोहर तांदुळाचा गंध शरीरभर उतरायचा लगेच. तिथेच उकिडवी बसलेली आजी. पायरीवर तिच्याशी गप्पा मारत बसलेली आई. काकूची चाललेली लगबग. तिला कधी एकदा त्या घरी पोचतोय असं होऊन गेलं.

"तुला ठाऊक आहे ना घरी आता फ्रीज, टी.व्ही. आहे आणि पाण्याचा पंप बसवलाय." तिच्या समाधीतून नीलने जागं केलं.

"हो, तुला कसं ठाऊक हे? माझी आजी गेल्यापासून मी आलेलेच नाही इकडे."

"पण मी गेलोय ना. म्हणूनच सांगतोय तुझ्या मनातल्या चित्राला धक्का बसेल

त्याची तयारी ठेव.'' तो हसून म्हणाला.

''हं, खरं आहे तुझं. पण तू कधी आला होतास मोसमला?''

''झाली पाच-सहा वर्षं, आजोबांबरोबर गेलो होतो मी. रेल्वेने. तू घरीच राहिलीस. आजी आणि तू.''

''माझे आजी-आजोबा गेल्यावर वाटायचंच नाही यावंसं इकडे.''

''म्हणजे दहा वर्षांनी येते आहेस तू.''

ती काहीच बोलली नाही. गाडी अरुंद रस्त्यावरून संथपणे खाली उतरत होती. करवंदाची जाळी तिला लहान मुलीसारखी खुणावत होती. गाडी पुढे पाठवून चालत जावं असा विचार मनात डोकावून गेला तो तिने टाळला. काका येऊन उभे राहिले असतील वहाळापलीकडे. खोळंबा नको व्हायला.

''ताई, पुढच्या वेळेला याल तेव्हा वहाळावर पूल बांधलेला असेल. गाडी तुमच्या अंगणापर्यंत जाणार थेट.'' सुमोच्या ड्रायव्हरने तिच्या माहितीत भर घातली.

'कशाला हवाय पूल? पाण्यातून पलीकडे जायची मजाच संपेल.' मनातल्या विचारांना दाबत ती म्हणाली, ''अरे वा, तुम्हाला माहिती दिसते आहे इकडची.''

''तुमच्या घरातल्या लोकांना मीच आणतो ना नेहमी. कितीतरी वर्षं तुमच्याकडच्या पाहुण्यांना आणतोय मी. तुम्हालापण आणलं आहे एक-दोनदा.''

''हो का, पटकन ओळखलं नाही मी तुम्हाला.'' ओशाळल्या आवाजात तिने दिलगिरी व्यक्त केली. त्यानेही हसून 'चालायचंच' अशा अर्थी मान डोलावली. नीलने उतरल्यावर ड्रायव्हरकाकांचा फोटो घ्यायचं ठरवून टाकलं. वहाळाच्या अलीकडे गाडी थांबली तसा नील खूश झाला.

''संध्याकाळी पोहायला यायला हवं इथे.''

''अरे, वहाळाच्या पाण्यात कसला पोहतोस? तितकं खोल नसतं पाणी.''

''पण तू याच वहाळात शिकलीस ना? ते ऐकूनच तर म्हणतोय मी.''

''शिकलो कसले. शिकायला म्हणून यायचो आणि पाण्यात डुंबत बसायचो. मे महिन्यात सगळं पात्र सुकलेलं. डबकाभर पाण्यात भिजायचा आनंद मिळायचा तेवढा.''

''पण मी पोहून बघणार आहे.''

तिने त्याला मोडता घातला नाही. नीलचा वेळ तिथे कसा जाईल ही शंका मनात होती. तो स्वत:च पर्याय शोधत असेल तर मोडता कशाला घालायचा. इरा मात्र गप्प होती. तिला हे सगळं फार वेगळं, नवीन होतं त्यामुळे तोंडाचा पट्टा बंद होता. तिच्या स्वभावाप्रमाणे न बोलता ती निरीक्षण करत राहील, प्रश्न सुरू होतील ते परत घरी गेल्यावर, तेव्हा आजोबांवर उत्तरं द्यायचं काम सोपवलं की झालं.

''आणि आपण त्या मंदिरात जाऊ. रस्ता नाहीच आहे जवळजवळ त्या बाजूला.

हायकिंग, ट्रेकिंग केल्यासारखी मजा येते.'' तिच्याही डोळ्यांसमोर ते जुनंपुराणं देऊळ उभं राहिलं. मोसमला आलं की कधीतरी संध्याकाळी त्या देवळात जायचा कार्यक्रम असे. केव्हाकेव्हा तिथे पोचायच्या आत मध्येच डोंगरावरच्या शाळेत डोकावायचा बेत होई. तंगडतोड करून पाय दुखायला लागले की काकूने नुकत्याच काढलेल्या ताज्या दुधाचा चहा प्यायची सर्वांना घाई लागायची. चहाची मजा होती की तिथे गप्पा मारायला बसलेल्या आजी, काकू आजी, आई, बाबा, काका यांच्यात लुडबुड करायची? तिला नक्की आठवेना आणि ठरवताही येईना. विचाराचा धागा तुटला तो एवढा वेळ ड्रायव्हरचे फोटो घेण्यात मग्न असलेल्या नीलच्या आवाजाने.

"आई, काकाआजोबा थांबले आहेत पलीकडे.'' तिने उत्सुकतेने पाहिलं. मळखाऊ बनियन, खाकी रंगाची हाफ पॅन्ट घातलेले काका पाहून तिला गंमत वाटली. त्याच्या पोषाखात यत्किंचितही बदल झालेला नव्हता. पूर्वी असायची तशी हातात काठी नव्हती एवढंच. गुरं नसल्याने काठी सुटलेली दिसत होती.

"जपून या. या बाजूने नका येऊ. खोल आहे पाणी.'' सूचना करत त्यांनी तिथे कपडे चुबकत बसलेल्या दोघींना हात धरायला पाठवलं. नकळत तिने तो आधार घेतला. नीलने एव्हाना तो वहाळ ओलांडलाही होता. पलीकडे उभा राहून तो तिला चिडवायला लागला.

"कमॉन आई, हात कसला धरतेयस. ये ना बिनधास्त.''

"नको रे, ड्रेस नको भिजायला माझा.''

"हो का? थांब, मीच पाणी उडवतो तुझ्यावर.''

तिने रागाने त्याच्याकडे दृष्टिक्षेप टाकला, पण एव्हाना ती अंगावर आलेल्या पाण्याच्या शिडाकाव्याने ओली झालीच. नीलच्या हसण्याकडे दुर्लक्ष करत ती पलीकडे पोचली. मातीत पाय घासत, एका पायाने दुसरा, दुसऱ्या पायाने पहिला पाय स्वच्छ करत ती काकांकडे पाहून ओशाळवाणं हसली.

"मला वाटलं आमचा परदेशातून आलेला नातू स्वत:ला सांभाळून करेल सर्व, पण तूच पक्की परदेशी झाली आहेस.'' तिच्या उत्तराची वाट न पाहताच ते पाठमोरे होऊन चालायला लागले. दगड, मातीतून रस्ता काढत ती त्यांच्यामागून जात होती. ताडताड ढांगा टाकत नील बेड्यापर्यंत पोचलाही. तिने चेहऱ्यावर उत्साह आणायचा प्रयत्न केला खरा, पण आतमध्ये गुडघ्याएवढं वाढलेलं रान, गडगा बांधून कमी केलेलं अंगण, अंगणातून वरती जायची दगडी पायऱ्याची बंद झालेली वाट आणि सुन्न करणारी शांतता... हे सगळं नवीन होतं. नकोसं वाटणारं, मनातल्या भूतकाळाला धक्का देणारं. आठवणीतलं काही उरलं आहे की नाही या शंकेने तिचा जीव घुसमटायला लागला. आठवणीतली माणसं गेली हे सत्य पचवलं होतं, निदान आठवणीतलं घर... ते बदललं असेल याची कल्पना असली, तरी एवढ्या बदलाची

मानसिक तयारीच नव्हती का?

आत पाऊल टाकल्यावर चहा घेईपर्यंत ती कशीबशी बसली. कधी एकदा तिला आजोबांची खोली नजरेखालून घालू असं झालं होतं. त्यांचा तो भला मोठा पलंग, उंच कपाट, टेबल, खुर्ची आणि तिथे मुलांसाठी ठेवलेल्या श्रीखंडाच्या गोळ्या. सारखंसारखं गोळ्या मागायला गेलं की 'दम धर हा' म्हणत केलेली दटावणी... खूप काही आसपास रेंगाळत होतं. ती त्या अंधाऱ्या खोलीत जाऊन उभी राहिली. काहीच नव्हतं. रिकामा पलंग उदासवाणी कळा आल्यागत पडलेला. तिने बाजूच्या खोलीचा दरवाजा उघडला. काकाआजोबांची खोली. ती वापरात असावी. घरघंटीचं सामान पडलेलं होतं. पायऱ्या चढून ती माजघरात आली. टी.व्ही. होता. फ्रीजही. पण बाकी काळ्या लाकडाची कपाटं, बाजलं, पितळेची भांडी बरचसं तिच्या स्मृतीतलं. खांद्यावर हात पडला तशी ती दचकली.

"चल चक्कर मारून येऊ या." नील बाजूला उभा होता.

"थोडा वेळ काका-काकूंशी बोलते. मग जाऊ."

"रात्री मारा नं गप्पा तुम्ही. काळोख पडला की फिरायला नाही बाहेर पडता येणार."

"आधी पडवीत जाऊ. तुला मागचा भाग दाखवते."

"बघितलाय मी. पण चल, तू यायचीस तेव्हा कसं होतं ते सांग."

तिला त्याच्या समजूतदारपणाचं कौतुक वाटलं.

"तुला कसं वाटतंय रे इथे?"

"कंटाळवाणं. पण ठीक आहे. दोन दिवस तर राहायचं आहे. काका-काकू, त्यांचा मुलगा, तो छोट्या कशी राहतात कोण जाणे."

"हे त्यांचं घर आहे. आपल्या घरात कुणाचा कसाही वेळ जातो." नीलने पटल्यासारखी मान डोलावली.

तिने पाहिलेला गोठा रिकामा होता. पायमोट कधीच बंद झाली होती.

"आता पाण्याला येत नाहीत हो बायका पूर्वीसारख्या." काकू स्वयंपाकघराच्या दारातून सांगत होती.

"तेवढीच जाग असायची नाही? येता-जाता सगळ्यांशी गप्पाही व्हायच्या."

"हो ना. आता तसाही वेळ आहे कुणाला. फारसं कुणी उरलेलंही नाही आजूबाजूच्या वाडीत. सगळी बाहेर पडली पोटापाण्यासाठी."

तिने मान डोलावली. डाव्या हाताच्या खोपीत दुपारी मांडायचे तसा पत्त्यांचा डाव आत्ता मांडावा, अशी तीव्र इच्छा झाली तिला. पण होतं कोण पत्ते खेळायला. नीलने काहीतरी विचारलं तशी ती भानावर आली. तो नेहमीप्रमाणे फोटो काढत होता.

"किती फोटो काढतोयस. काय करणार आहेस?"

"प्रोजेक्ट, माझ्या आजोबाचं मूळ गाव."

"तुझ्या आजोळाचे काढ फोटो असेच."

"हो काढणार आहे, किंवा तूच काढ. मी वरच्या गच्चीत जातो तेव्हा, नाहीतर आजी-आजोबांबरोबर आपण बाहेर पायऱ्यावर गप्पा मारत बसतो तेव्हा."

"आता आजोबा रे फक्त. तुला आवडतं का रे यायला तुझ्या आजोळी?"

"खरं सांगू?"

एकदा नको म्हणावं असं वाटून गेलं तिला; पण त्याचं मनही कळायला हवं होतं.

"सांग ना, अगदी खरंच सांग. उगाच आपलं वरवर कशाला काही बोलायचं."

"नाही आवडत. म्हणजे काहीच करायला नसतं ना. तसं घरही एका बाजूला आहे आजोबांचं. माझ्या वयाचंपण नाही कुणी. पण मला आजी-आजोबा आवडतात. आजी मुद्दाम माझ्यासाठी म्हणून वेगवेगळे पदार्थ करते, ते आवडतं. आजोबांबरोबर फिरायला जायला आवडतं आणि माझा जन्म झालाय तिथे, म्हणून ते गावही आवडतं."

तो अजूनही आजी असल्यासारखाच बोलत होता. या वेळेस तिने त्याची चूक सुधारली नाही.

"मग आवडतं की. नाही काय म्हणतोस?"

"तसं नाही गं, जितक्या उत्साहाने तुझे बेत चालू होतात इकडे यायचे, तसं नाही वाटत. माझं घर, मित्र-मैत्रिणी सोडून जावंसं वाटत नाही. पार सातासमुद्रापलीकडेच येतो ना आपण."

"साहजिक आहे. आम्ही तुझ्याएवढे होतो, तेव्हा आम्हालाही नाही आवडायचं इथे यायला. पण गणपती, मे महिन्याची सुट्टी आली की जावं लागणार हे ठरलेलंच. नाही म्हणून ऐकतंय कोण. तेव्हा सक्ती वाटायची, प्रचंड राग यायचा आई-बाबांचा. कायकाय कारणं शोधायचो न जाण्यासाठी. एकदा इथे आलो की रमायचो तो भाग वेगळा. आता कळतंय त्या आठवणी मनात किती खोलवर रुजल्या आहेत, बंध अतूट आहेत. आजी-आजोबाही आमच्या वाटेकडे डोळे लावून बसलेले असायचे. आई-वडिलांचं ऋणच म्हणायला हवं. नाहीतर माझी चुलतभावंडं फारशी फिरकलीच नाहीत आजोळी. त्यांनी काय गमावलं, ते कधीच नाही कळणार त्यांना."

"कदाचित मी तुझ्याएवढा होईन तेव्हा मलाही जाणवेल हे सारं."

"हो, पण आता वाटतं कधीतरी आजी-आजोबांना सांगायला हवं होतं, की आवडतं इथे यायला, मजा येते... असं काहीतरी."

"पण आई त्यात काही अर्थ असतो का? तेव्हा जबरदस्तीनेच आलेली

असायचीस नं तू. आणि तू तिथे यायचीस हेच त्यांच्या दृष्टीने खूप असणार. मला नाही वाटत त्यांनी तुला आवडतंय की नाही याचा विचार केला असेल. आजी आजोबांना भेटायला तुम्ही येणार, हेच गृहीत धरलेलं असणार. तू तुझ्या भावंडांपासून फार लांब राहतेस ना, म्हणून फार विचार करतेस.''

''असेल तसंही असेल; पण तू अगदी मोठ्या माणसासारखा बोलायला लागला आहेस.'' तिने मान वर करून त्याच्याकडे पाहिलं.

''अगं, अठरा वर्षांचा आहे मी. मोठाच की. चल, आता राहिलंच आपलं देवळापर्यंत जाणं. मी टी.व्ही. बघतो. तू मार गप्पा काकूआजीबरोबर.''

ती आत पायऱ्यावर येऊन बसली. मनात थोडीशी धास्ती होती. जमिनीचे प्रश्न, वाद, उत्पन्नाची अपुरी साधनं, घराची दुरुस्ती बरंच काही कानावर आलं होतं. त्या प्रश्नांमध्ये तिला पडायचं नव्हतं. जमेल तशी मदत करायची तयारी होती, पण आपल्या कृतीने नको ते प्रश्न उद्‌भवू नयेत.

काकूने चहाचा कप हातात देत म्हटलं, ''बरं झालं गं आलीस. येत जा. मला होईल तेवढं करेन. तुझी आई म्हणजे आधार होती गं आमचा. आमचा आधारच गेला.''

ती आज म्हणूनच आली होती मोसमला. आई जायच्या अगोदर तिच्याबरोबर केलेले बेत पूर्ण करायचे होते. त्यात सर्वांनी या घरी यायचा बेत होता. मोसमचे आजी-आजोबा नाहीत म्हणून यायचं टाळत गेलेली ती, आईबरोबर केलेला बेत पार पाडायचा म्हणून आली होती. आई नाही; पण मुलगा आणि लेक होती संगतीला. तिचे डोळे भरून आले. चहाच्या कपात नजर गुंतवत तिने त्या घोटाबरोबर तेही पिऊन टाकले.

''तुझ्याकडची चॉकलेट्स यायची हो इकडे.'' काकू पदराने डोळे पुसत सांगत होती.

''हो तुझ्याबद्दल, या घराबद्दल फार प्रेम आईला. फार केलं तिने या घरासाठी. आम्ही हसायचो तिला. कधी काही वाद झाला घरात की म्हणायची मोसमलाच जाते आता. चिडवायचो आम्ही तिला बाकीच्या बायका माहेरी जाते म्हणतात आणि तू सासरी म्हणून. मला म्हणत होती, घराच्या दुरुस्तीसाठी मदत करता येते का बघा.''

काकू क्षणभर गप्प झाली.

''तुमची मदत कशी घ्यायची? दुसऱ्या घरी गेलेल्या मुली तुम्ही. आणि आभाळच फाटल्यासारखं झालंय. ठिगळं तरी कुठेकुठे लावणार.''

''दुसऱ्या घरी गेलेलो असलो, तरी हे घरही आमचं आहेच ना. करू जमेल तसं.''

"आमची पोरंपण नाही म्हणतात इथे राहायला आता. बाह्य सुधारणा झाल्या आहेत. पाहिलंस ना पार घरापर्यंत रस्ता होतोय. पण उदरनिर्वाहाच्या साधनाचं काय? ती नकोत का वाढायला? सगळं पूर्वीसारखंच आहे, किंवा परिस्थिती अधिक वाईट आहे असंच म्हणेन. आम्ही दोघं गेल्यावर काय होणार या घराचं हा प्रश्न आहे मोठा. वाळवी लागली आहे जिकडे तिकडे, परसात पाहिलंस ना कसं तण वाढलंय. पोरं लक्ष घालत नाहीत, आम्हाला होत नाही, गडी माणसं मिळत नाहीत अशी तऱ्हा आहे."

"सगळी होती तेव्हा घर कसं भरल्यासारखं होतं नाही?"

"खरं आहे तुझं. आता राहतो आम्ही भुतासारखी चार माणसं या भल्यामोठ्या घरात. पण माझा वेळ जातो गं कसाही. नातवंडात जीव रमतो आणि नाही म्हटलं तरी असतातच घरातली कामं."

कितीतरी वेळ त्या दोघी मग गेलेल्या माणसांच्या आठवणी जागवत राहिल्या. तिची आई तर नुकतीच गेली होती. तिच्याबद्दल बोलताना दोघी गहिवरत होत्या. एकाच वेळी तिच्याबद्दल खूप बोलावंसं वाटत होतं आणि काहीच बोलू नये असंही. बाहेरचा काळोख हळूहळू मनातही झिरपायला लागला. अचानक तिने बोलणं आटोपतं घेतलं. न बोलता ती माजघरात जाऊन पडून राहिली. डोळ्यांवर हात ठेवून छताकडे नजर लावून इतरांचं तिथलं अस्तित्वच नाकारलं तिने.

सकाळी जाग आली तेव्हा तिने एकदम परत जायचंच ठरवलं.

"अगं, असं काय झालं एकदम? मी काही बोलले का चुकूनमाकून? दुखावलं का मी तुला? काल अचानक उठून गेलीस. नंतर डोकावले मी तीन-चार वेळा माजघरात, पण डोळा लागला होता बहुधा तुझा."

काकूला ती जागीच होती हे पक्कं ठाऊक होतं, पण तिने त्याचा उल्लेख केला नाही. काकू नाना तऱ्हेने तिला समजावण्याचा प्रयत्न करत होती; पण तिला घुसमटल्यासारखं वाटत होतं. सारं सोडून पळून जावंसं वाटत होतं. नको हे घर, नकोत ते बंध. त्रास होतो. सगळं काही आपण फार पूर्वी इथून गेलो तसं असावं असं वाटतं. गेलेले दिवस परत आणावेसे वाटतात, रक्ताच्या नात्यातली माणसं पुन्हा परतावीत, रिकामं झालेलं घर गजबजून जावं, आधी होतं तसं. काळाची पावलं पुढे पडूच नयेत. हे वाटणं जितकं खरं, तितकंच यातलं काहीही शक्य नाही, तिच्या हातात नाही हे का कळत नव्हतं तिला? रात्रभर डोळ्यांवर हात ठेवून ती पडून राहिली, मूकपणे अश्रू जिरवत राहिली त्या वेळेस मनात आलेले हे विचार, इच्छा किती पोकळ आहेत हे दिवसाच्या सूर्यप्रकाशात तिला प्रखरतेने जाणवलं आणि मग साऱ्यापासून पळ काढावा, हेच तिच्या मनाने घेतलं. तिच्या दृष्टीने सोप्यातला सोपा

मार्ग होता हा. नीलला निदान देवळात जाऊन यायचं होतं. खूप मस्त वाटतं तिथे असं म्हणत होता. इराही रमली होती; पण ती त्यांच्या हट्टापुढेही नमली नाही. हिरमुसल्या मनानं काका-काकूंनी निरोप दिला. परत ये म्हणून हजारदा सांगितलं.

वहाळ ओलांडला आणि ती टेकडीचा चढ चढायला लागली. इराला आईच्या मन:स्थितीची फारशी कल्पना आली नाही. ती गप्प गप्प आहे म्हटल्यावर आपण तिला त्रास द्यायचा नाही, एवढंच तिला माहीत होतं. पायवाटेवर दोन्ही बाजूला उगवलेली रानफुलं गोळा करत रमतगमत इरा चढाव चढत होती. गाडीच्या ड्रायव्हरला नीलनेच थोड्या वेळाने वर यायला सांगितलं आणि तो आईच्या बाजूने मुकाट चालत राहिला. टेकडीवर पोचल्यावर ती खाली पाहत राहिली. तिचं घर खूप लांब राहिलं होतं. दृष्टीपलीकडे.

''मोसमची आजी नाही म्हणून या घरी यावंसं वाटत नव्हतं, आता आई नाही म्हणून माझ्याच घरी जावंसं वाटणार नाही असं तर होणार नाही ना रे?'' ती टेकडीवरच्या दगडावर बसली. हमसूनहमसून रडायला लागली.

आईची समजूत कशी घालावी, तेच नीलला कळत नव्हतं. त्यालाही आजोळची ओढ वाटते अगदी तिच्याइतकीच हे सांगावं, असं त्याला वाटलं. ऐकून मन शांत होईल तिचं.

''आजोबा आहेत की. आणि मग आमचं काय? तू नाही गेलीस, तर आमच्या आजोळच्या आठवणीचं काय? तू नेहमी म्हणतेस ना आम्हाला जशी ओढ आहे आजोळची तशी तुम्हाला वाटणार की नाही कुणास ठाऊक. तसं नाही होणार. तुझ्या आठवणीचे संदर्भ वेगळे असतील, आमच्या आठवणी वेगळ्या, माणसं वेगळी, जागा निराळी; पण भावना त्याच.'' तिच्या खांद्याभोवती हात टाकून तो बसून राहिला. इराही तोपर्यंत वर पोचली. तिनेही आईच्या खांद्याभोवती हात वेढले.

''खरं आहे तुझं. आज काका-काकूंना दुखावलं मी. ठरल्याप्रमाणे राहायला हवं होतं. असं अचानक निघून नको होतं यायला. पळ काढला मी परिस्थितीपासून, मनाला आलेल्या असहाय्यपणाच्या जाणिवेतून, हतबलतेच्या भावनेने. चुकलंच ते. कायकाय दुरुस्ती आहे घराची आणि आपल्याला काय मदत करता येईल त्याचाही अंदाज घ्यायला हवा पुढच्या वेळेस. आता पुन्हा येऊ तेव्हा राहू या निवांत...'' विचार आणि भावनांचा निचरा होईपर्यंत ती बोलत राहिली. दोघा मुलांना कितपत समजत होतं कुणास ठाऊक, पण दोघंही शांत होती. त्यांचा तो आश्वासक स्पर्श तिला सुखावत होता, नवी ऊर्मी रुजवू पाहत होता. लांबवर सुमोचा पांढरा ठिपका दिसायला लागला, तसं नीलने पुढे केलेल्या रुमालाने तिने डोळे पुसले. तो उठून उभा राहिला. त्याच्या हातात हात रोवत तीही उठली. गाडीत चढताना पहिल्याच पायरीशी ती अडखळली. तोल सावरत तिने थकल्या मनाला नव्या उमेदीने,

उत्साहाने पुढच्या वाटेवर पाऊल टाकायला बजावलं. सुमोने वेग घेतला तशी तिच्या मनाने स्वतःच्या घरी उडी मारली. आई नसली, तरी वाट बघणारे दोन डोळे होते.

तिने उत्साहाने नीलला म्हटलं, ''लवकर पोचायला हवं आपण. थोडंसं आश्चर्य वाटेल आजोबांना एक दिवस लवकर परतलो म्हणून. पण खूश होतील नाही?'' नील आणि इराने मान डोलावली आणि सारं काही लक्षात आल्यागत ड्रायव्हरने गाडीचा वेग वाढविला.

◆

वाट

डोळे मिटून विचारात गढलेले अण्णा बेड्याच्या आवाजाने दचकले.

"कोण ते?" उत्तर आलं नाही तसं खुर्चीला टेकवलेली काठी धरत ते उठले. आलेला इसम त्यांच्या पायावरच कोसळला.

"अहो, अहो काय करताय तुम्ही हे!" अण्णांनी वाकून त्या माणसाला उठवलं. बसायला लावलं.

"मी, मी..." आलेल्या गृहस्थाने बोलायला सुरुवात केली आणि अण्णा हताशपणे त्या माणसाकडे पाहत राहिले. दाबून ठेवलेल्या जखमेतून रक्त भळभळा वाहायला लागलं. तो दिवस जसाच्यातसा त्यांच्या डोळ्यांसमोर उभा राहिला.

अंगणात पेंगुळलेल्या डोळ्यांनी सगळे गाद्या आवरत होते. चादरीची घडी घालताघालता अण्णांचं लक्ष उंबरठ्यावर उभ्या राहिलेल्या शुभाकडे गेलं.

"काय गं? सौरभची वाट पाहतेयस?" अण्णांनी तिच्या नजरेच्या दिशेने पाहत विचारलं.

"हो, आला कसा नाही अजून? सात वाजले."

"मी वहाळापर्यंत जाऊन येतो. आईला सांग तुझ्या."

"अण्णा, बरोबर घेऊन जा कुणालातरी."

अण्णा हसले आणि निघालेच. शुभा विचार करत दारातच उभी राहिली. दोन दिवसांवर लग्न. आठ दिवस आधी यायचा होता दादा; पण कामामुळे त्याचं येणं लांबतच गेलं. अण्णांच्या मदतीला तो येऊ शकत नाही याचं त्याला खूप वाईट वाटत होतं. फोनवर रडायलाच लागला. अण्णांनी समजूत घातली. गावात आपल्याच घरचं कार्य समजून सगळी मदतीला येतात हे पटवून दिलं, तेव्हा त्याचा जीव शांत झाला. शेवटी काल निघाला. आतापर्यंत तो पोचायला हवा होता. अण्णांच्या बोलण्याने तिची तंद्री भंगली.

"अगं, इतका वेळ तू इथेच उभी?"

"काय झालं?"

"पार फाट्यापर्यंत जाऊन आलो. तुम्ही तरुण मुलं सांगितलेलं ऐकत नाही आणि असा जिवाला घोर लावता."

अण्णांच्या चढलेल्या आवाजाने लग्नासाठी जमलेली घरातली सगळीच अंगणात जमा झाली. शुभाची आई अण्णांचा त्रागा बघून घाबरली. ''अहो, शांत व्हा बघू तुम्ही आधी. इथे इतके जण आहेत आणि गाड्याही आहेत. कुणीतरी निघेल बघायला.''

अण्णा कुरकुर करत फेऱ्या मारत राहिले. मांडवातले एक-दोघं निघणार इतक्यात कुणाचंतरी लक्ष फाटकाच्या दिशेने गेलं.

''पोलीस.'' सगळ्यांच्या नजरा त्याच दिशेने वळल्या. शांतता पसरली.

''या पोरे साहेब. काय म्हणताय?'' मनातल्या अशुभ शंका लपवत अण्णांनी विचारलं.

''अण्णा...''

''काय झालंय पोरे? तुम्ही घरच्यासारखे. पटकन बोला. माझा श्वास कोंडल्यासारखं वाटतंय.''

पोरेनी मान खाली घातली. कापऱ्या आवाजात ते म्हणाले, ''फार वाईट बातमी घेऊन आलोय.''

''पोरे, सौरभबद्दल आहे का हो?'' शुभाची आई एकदम रडवेलीच झाली.

''हो वहिनी. मुख्य कार्यालयातून फोन आला होता. त्याच्या स्कूटरला...''

''सौरभ कसा आहे?'' शुभाचे डोळे भरून आले. पोरेनी मान खाली घातली. शुभकार्यासाठी जमलेल्या माणसांसमोर सौरभची बातमी सांगायचं धाडस होत नव्हतं त्यांचं.

अण्णांनीच पुन्हा विचारल्यावर कसेबसे ते पुटपुटले, ''ओळख पटवायला जायला हवं.''

पोरे काय बोलतायत ते कानावर आदळत होतं; पण त्यातला अर्थ हृदयापर्यंत पोचत नव्हता. अण्णा, शुभा आणि आई तिघं तिथेच बसून राहिले. नि:स्तब्ध. कुणालाच काय करावं ते कळत नव्हतं. हसत्या खेळत्या मांडवात स्मशानशांतता पसरली. सौरभच्या स्कूटरला अपघात कसा झाला, कुठे, कधी आणि नक्की काय झालं असेल याचा विचार करण्याचीही ताकद कुणामध्ये नव्हती.

घामाने थबथबलेला शिंदे थरथर कापत होता.

''सरक, पटकन सरक.'' रस्त्याच्या कडेला थांबवलेल्या गाडीचा ताबा शिंदेला ढकलूनच गावडेने घेतला.

''थांब.'' शिंदेला जोरात ओरडायचं होतं पण घशात काहीतरी अडकल्यासारखं वाटत होतं. शब्द फुटतच नव्हता. गावडेने ट्रक सुसाट सोडला. शिंदे जोरजोरात हुंदके देऊन रडायला लागला.

''थांबव, थांबव गाडी.'' शिंदेकडे दुर्लक्ष करत जवळजवळ अर्ध्या तासाने

गावडेने गाडी थांबवली. शिंदे उडी टाकत रस्त्याच्या कडेला धावला. भडभडा ओकून टाकल्यावर त्याला जरा बरं वाटलं. बाजूला पाण्याची बाटली घेऊन गावडे उभा होता. त्याच्या हातातली बाटली हिसकावून शिंदेने चूळ भरली आणि रागारागाने त्याने गावडेला ढकललं. गावडे भडकला.

"च्यायला, अरे थांबलो असतो तर मेला असतास. पब्लिकने सोडलं नसतं तुला. तुझा जीव वाचवला तर माझ्यावरच काय उखडतोस."

तिथल्या दगडावर शिंदे बसला आणि हमसून हमसून रडायला लागला.

"काय झालं हे माझ्या हातून?" उभ्या असलेल्या गावडेकडे मान वर करून त्याने विचारलं. राहून राहून ती स्कूटर आणि त्यावरचा तो तरुण मुलगा त्याच्या नजरेसमोर येत होता.

"थांबवताच आला नाही ट्रक. त्या पोरट्यालातरी काय अवदसा आठवली? रात्री-अपरात्री स्कूटरवरून प्रवास, तोही घाटात? कुणी नेलं असेल का रे त्याला दवाखान्यात?"

गावडे बाजूला डोकं धरून बसला होता. तो काहीच उत्तर देत नाही हे बघून शिंदे पिसाळल्यासारखा ओरडला, "ए, मी काय विचारलं? गाडी थांबव म्हणून काकुळतीला येऊन सांगत होतो ना हलकटा. पण पळून आलास तू. परत जाऊ आपण. मदत मिळाली नाही, तर मरणार ते पोरगं."

गावडे काही न बोलता तसाच बसून राहिला. शिंदे एकटाच उठून ट्रकच्या दिशेने चालायला लागला. तो मुलगा जिवंत राहणं कठीण आहे हे मन नाकारत असलं, तरी त्याच्या लक्षात आलं होतं. ट्रकचा धक्का लागल्यावर स्कूटरवरून उडून बाजूच्या कठड्यावर आपटलेला देह त्याने डोळ्याने पाहिला होता. पोलिसांकडे जायला हवं. त्याला एकदम लघवीला जावंसं वाटायला लागलं. तो पुन्हा मागे वळला. गावडे बसलेला त्याच्या थोडं पुढे जाऊन तिथल्या झाडामागे तो उभा राहिला.

"शिंदे, पुन्हा मागे जाण्यात अर्थ नाही. मला नाही वाटत तो मुलगा तिथे असेल. कुणीतरी हलवलं असेल त्याला दवाखान्यात. नाहीच तर फोन करून पोलिसांना कळवलंतरी असेल."

"मेला असेल का रे तो?"

गावडेने उत्तर दिलं नाही. ट्रकजवळ आल्यावर पुन्हा शिंदेच्या मनाने उचल खाल्ली. तो गाडी चालवायला बसला; पण त्याचं शरीर थंडी भरल्यासारखं कापायला लागलं.

"मी चालवतो." तरी शिंदे तिथेच बसून राहिला.

"शिंदे..."

"गावडे, मला पुन्हा तिथे जायचंय. तरुण मुलाला मारल्याचं पाप माझ्या माथी नकोय. कळायला हवं मला त्याचं काय झालं ते."

"ठीक आहे. जाऊ परत. पण बराच वेळ गेलाय. मला नाही वाटत तिथे कुणी असेल." गावडेने गाडीचा ताबा घेतला. ट्रकमध्ये कुणीच बोलत नव्हतं. नेहमी जोरजोरात गाणी लावून तार स्वरात गप्पा मारणारे दोघं जीवघेण्या शांततेत घाटातली ती जागा येण्याची वाट पाहत होते. लांबून चक्काचूर झालेली स्कूटर दिसली आणि पुन्हा शिंदे थरथर कापायला लागला.

"शिंदे, उतरून पाहायला जायचा विचारही करू नकोस. कुणी असलंच आजूबाजूला तर शंका येईल तुझ्या अवस्थेकडे पाहून." ट्रकजवळ पोचला आणि काळ्याभोर रस्त्यावरचं रक्ताचं थारोळं पाहूनच शिंदे मनात काय समजायचं ते समजला.

"आता?"

"गप्प बसायचं. पुरावे सापडले, तर येतीलच पोलीस दारात."

"मला जायचंय पोलीस स्टेशनला."

"शिंदे, तो जगलाही असेल. तसं असेल, तर तुझ्याकडे त्याच्या उपचाराचा खर्च मागतील त्याच्या घरचे. आहे तयारी? तुझी असेलही, पण पैसे आहेत इतके? भिकेला लागशील. माझं ऐक. काम आटपून नेहमीप्रमाणे परत जाऊ. बायकोशी, तुझ्या आईशी बोल आणि मग ठरव."

शिंदे गावडे सांगत होता ते ऐकत होता, पण ते त्याच्या मनात शिरत होतं की नाही ते त्याचं त्यालाच कळत नव्हतं. बधिर, बधिर होऊन गेलं होतं. शरीर, मन... सारंच. कधी एकदा घरी पोचतोय असं होऊन गेलं त्याला.

शिंदेने चाळीतल्या खोलीचं दार धाडकन उघडलं, तशी भिंतीला टेकून बसलेली त्याची म्हातारी आई धडपडत उठली.

"किती घाई रे तुझी. पायावर पाणी घे. च्या टाकते. गावडे, तूपण बस रे बाबा. प्रवासातून आलात."

आई काय बोलतेय त्याकडे शिंदेचं बिलकूल लक्ष नव्हतं. तो मान खाली घालून खुर्चीत बसून राहिला.

"काय रे? ठीक आहेस ना? गावडे, डोळे लाल झालेयत पोराचे." शंका घेत शिंदेच्या आईने गावडेकडे पाहिलं.

उत्तर टाळत गावडे म्हणाला, "मावशी, आजचा पेपर देता?"

शिंदेची आई हसली. "गावडे, तू कधी रे प्येपर वाचायला लागलास?"

"द्या ना मावशी."

“कशाला हवाय पेपर भावोजी?” शिंदेची बायको तेवढ्यात आली.

“द्या तर खरं.” इकडे-तिकडे पडलेली पान एकत्र करत तिने तो गठ्ठा गावडेच्या हातात दिला.

“चहा टाकते.” आत जाताजाता तिने शिंदेकडे पाहिलं.

“म्हातारी कधीची वाट पाहतेय.” शिंदेने फक्त मान वर करून तिच्याकडे पाहिलं.

“थकलेलं दिसताय. आणि डोळं का लाल झाले म्हणायचे? काय मारून आलात की काय?” शिंदेने चमकून तिच्याकडे पाहिलं. मारून शब्दाचा अर्थ त्याने वेगळाच लावला होता, ते त्याचं त्यालाच जाणवलं.

“मी दारू पीत नाही हे माहितीये ना तुला. आणि शाळेत शिकवते, तर नीट बोल की जरा.” शिंदेच्या बायकोने नाक मुरडलं आणि ती तरातरा आत गेली.

गावडेने हातातलं वर्तमानपत्र त्याच्यापुढे केलं.

“आहे बातमी?”

“बऱ्याच आहेत तशा बातम्या.” शिंदेने वर्तमानपत्र ओढून घेतलं.

“अरे, वेळ, जागा लिहिली असेल ते पाहायचं ना.”

गावडे मुकाट बसून राहिला. शिंदेचा हात वर्तमानपत्र चाळतानाच कापायला लागला.

“शिंदे, माझं ऐक. आधी चहा घे. जरा ताजातवाना हो.” गावडेने पुन्हा ते वर्तमानपत्र ओढून घेतलं. म्हातारी बोळकं झालेल्या तोंडाने हसली.

“आज एकदम दोघांचं प्र्येम आलंय त्या कागदांवर. काय पराक्रम गाजवलायत की काय? नावं यायची हायेत का?”

“आई, जरा गप की गं.”

शिंदे हात पाय धुवायला मोरीच्या दिशेने वळला. म्हातारी टुकटुक नजरेने गावडेला निरखत राहिली. गावडेने तोंड वर्तमानपत्रात लपवलं; पण डोळ्यांसमोरच्या बातमीने त्याचा चेहरा खर्रकन उतरला. हातातलं वर्तमानपत्र टाकून तो खोलीच्या बाहेर जाऊन उभा राहिला. पाठीवर शिंदेची थाप बसली, तसा तो दचकून वळला.

“बातमी आली आहे.” चाचरत त्याने शिंदेला सांगितलं. शिंदेच्या हातपायांतलं त्राण पुन्हा नाहीसं झालं.

हातात चहाचे कप घेऊन बाहेर आलेल्या शिंदेच्या बायकोला काहीतरी भयानक घडलेलं असावं, हे त्याच्या चेहऱ्याकडे पाहून लगेच लक्षात आलं. चहाचे कप बाजूला ठेवत शिंदेच्या हाताला धरून तिने त्याला आत आणून खुर्चीत बसवलं. म्हातारीही तिच्या बाजूला येऊन उभी राहिली.

“काय झालं बाबा ते पटकन सांग. जीव टांगणीला लावू नको.”

शिंदे काहीच बोलला नाही. गावडेने हातातलं वर्तमानत्र त्या दोघींपुढे धरलं. शिंदेच्या बायकोने गावडेने बोट ठेवलेली बातमी रडत रडत सासूला जोरात वाचून दाखवली. म्हातारीने फोडलेला हंबरडा कुणालाच ऐकवेना. हतबुद्ध झालेल्या शिंदेच्या बायकोने घाईघाईत दार लावलं आणि ती सासूला सावरायला धावली. तिची पाठ थोपटत राहिली. स्वत:च्या डोळ्याला लागलेली धार पुसण्याचंही भान शिंदेच्या बायकोला नव्हतं. एक खणाच्या त्या खोलीवर अशुभाच्या चाहुलीने अवकळा आली. शिंदे दिवाणावर आडवा झाला. गावडेला काय करावं ते कळेना.

"भावोजी, तुम्ही सांगा नक्की काय झालं ते. निघेल काहीतरी मार्ग."

गावडे बोलायला लागला तसं डोक्यावर हात घेऊन पडलेल्या शिंदेला सगळा घटनाक्रम तसाच्या तसा आठवायला लागला.

"टपरीवर चहा मारू." बाजूला बसलेल्या गावडेकडे पाहत शिंदेने म्हटलं.

"पेंगुळला असशील तर मी चालवतो." गावडे डुलकी काढून ताजातवाना झाला होता.

"घाट पार करू मग चालव; पण एक चहा मारू आधी." घाट सुरू झाल्याझाल्या लागणारी सावंतची टपरी त्यांच्या रोजच्या जाण्यायेण्यातली. ट्रक थांबवून दोघांनी चेहऱ्यावर पाणी मारलं. खळखळून चूळ भरली. कटिंग चाय आणायला सांगून दोघांनी खिशातल्या सिगरेटी काढल्या. शिंदेने खरं तर संध्याकाळी लवकर निघायचा बेत केला होता. कोल्हापुरला पोचायला असा कितीसा वेळ लागणार. पण घाटातून रात्रीचा प्रवास नकोच वाटायचा त्याला. दडपण यायचं. तरी गावडे येईपर्यंत अकरा वाजून गेले.

"च्यायला, गावडे कधी सुधारणार रे तू? सगळा माल कोल्हापुरला उतरवून परत निघायचं आहे लगेच. उद्या दुसरं भाडं घेतलंय मी. आता अडनिड्या वेळेला पोचायचं आणि निघायचंही तसंच."

"तू ट्रक ड्रायव्हर झालास, पण साला नोकरदार लोकांसारखं चालू असतं तुझं. हे जाऊ न येऊ परत." शिंदे काही बोलला नाही. आता टपरीवर थांबल्यावर त्याला ते आठवलं.

"मीच चालवतो. तू जागा राहा म्हणजे मला झोप येणार नाही." गावडे काही बोलला नाही. दोघं गाडीकडे निघाले.

घाटात तशी शांतता होती. नेहमीइतके ट्रक दिसत नव्हते. शिंदेने वेग वाढवला. जागं राहण्याचा शिकस्तीने प्रयत्न करत असलेल्या गावडेने त्याला टोकलं, "चहा चढला काय? सावकाश हाणा की राव."

शिंदे काही बोलला नाही. गावडेचा डोळा लागला. शिंदेने गाणी सुरू केली.

गाण्याच्या नादात घाट कधी संपेल ते कळणारही नाही, याची त्याला खात्री होती. घाटातलं देऊळ ओलांडलं की पुन्हा सपाट रस्ता सुरू. ट्रकचा वेग शिंदेच्या नकळत आता जास्तच वाढला. गाण्याच्या तालावर गुणगुणताना कधीतरी त्याच्या ते लक्षात आलं; पण वेळ निघून गेली होती. बाजूने गेलेली स्कूटर त्याच्या एकदम समोरच आली. सणसणून शिवी घालत त्याने ब्रेक दाबला. टायरचा जोरात आवाज झाला, तसा गावडेही दचकून जागा झाला. शिंदेने गाडी स्कूटरपासून बाजूला घेण्याचा असफल प्रयत्न केला. त्याच्या नजरेसमोर ती उडाली. त्याचा ट्रकही वेडावाकडा वळला. कसाबसा त्याने त्याच्यावर ताबा मिळवला. आताही तो प्रसंग दिसल्यासारखा दिवाणावर हात आडवा ठेवून झोपलेला शिंदे ताडकन उठला.

"गावडे माझ्याबरोबर चल पोलीस स्टेशनवर."

गावडे शिंदेच्या बायकोला काय घडलं ते सांगत होता. अचानक उठून बसलेल्या शिंदेमुळे म्हातारी आणि शिंदेची बायको गडबडली. शिंदेच्या बायकोने अडवलं, "आता काय बोलत होतो ते ऐकलं नाहीत तुम्ही? पोलीस स्टेशनवर चाललात? आमचं कसं व्हायचं मग? ते पोरगं गेलं आता. वाचलंत ना पेपरात? तुम्ही तुरुंगात गेलात तर आम्ही कसं जगायचं?"

"तुज्या पोराचा इचार कर बाबा. झालं ते तू काय मुद्दाम नाय केलंस. त्येचा जीव गेला, आता तुज्या संसाराचं वाटोलं नको करू. लहान हाये पोर. तू तुरुंगात गेलास तर एकटी कशी हाकनार संसार तुजी बायको?" म्हातारीदेखील पोराला समजावायला लागली. शिंदे काही न बोलता बसून राहिला. गावडे त्याच्याकडे पाहत होता.

"शिंदे, तू सापडणार नाहीस पोलिसांना. ट्रक कुणाचा, कोणता हे कुणाला सांगता आलेलं नाही. घाई करू नकोस. एक जीव गेलाच आहे. आता तुझं आयुष्य उद्ध्वस्त का करून घेतोस? कबुलीच द्यायची, तर कधीही देता येईल. डोकं शांत होऊ दे तुझं आधी."

शिंदे गावडेकडे काही न बोलता बघत राहिला.

"त्याच्या घरच्यांचं काय झालं असेल? तरुण होतं रे पोर." शिंदेला पडलेल्या प्रश्नाने प्रत्येकाच्याच मनात अचानक जग सोडून गेलेल्या त्या तरुणाचा आणि त्याच्या घरातल्यांचा विचार मनात डोकावायला लागला. कशी असतील त्या घरातली माणसं? त्या मुलाचे आई-वडील, बहीण-भावंडं... काय झालं असेल त्यांचं ही बातमी कळल्यावर?

पुतळ्यासारखे बसलेले ते तिघं सौरभचा निष्प्राण देह मांडवात आल्यावर कोसळले. बेशुद्ध पडलेल्या शुभाच्या आईला जागचं उठताही येईना. शुभाच्या

काकांनी पुढचं सारं केलं. शुभाच्या सासरच्या मंडळींशी कुणीतरी बोलणं भाग होतं. ते सारे येऊन भेटून गेले, तेव्हा शुभाला केतनच्या खांद्यावर डोकं टेकून मन मोकळं करायची अतीव इच्छा होत होती. केतनचे डोळेही तिचा सतत वेध घेत होते. प्रत्यक्षात मात्र आई-अण्णांबरोबर ती त्यांच्या बाजूला बसून होती. लग्न पुढे ढकलायचं ठरलं आणि मनावरचं मोठं ओझं उतरल्यासारखं झालं साऱ्यांनाच. केतनला शुभाची समजूत घालावी, तिच्याशी निदान चार शब्द एकांतात बोलता यावेत असं मनापासून वाटत होतं. शेवटी कुणाचं लक्ष नाही असं पाहून विहिरीच्या जवळ त्याने तिला गाठलं,

"शुभा, कशी आहेस?" भरलेल्या डोळ्यांनी शुभाने त्याच्याकडे पाहिलं.

"सौरभ गेला रे. किती वाट पाहत होते मी. मला म्हणाला होता, 'केतनला सांगणार आहे. माझ्या बहिणीला त्रास दिलास तर गाठ माझ्याशी आहे.' हे सांगायला पोचलाच नाही तो इथे." केतनच्या छातीवर डोकं टेकून अश्रूंना वाट मोकळी करून द्यावीशी वाटत होती शुभाला; पण ती तिथेच हौदाच्या काठावर बसली. हुंदक्यांवर हुंदके देत. केतन पुढे झाला. त्याने तिचे हात हातात घेतले. कुणी आजूबाजूला नाही याची खात्री करत तिचं डोकं आपल्या पोटाशी धरून तो तिच्या केसांवरून हात फिरवत राहिला. शुभा हळूहळू शांत होत गेली.

"शुभा, संध्याकाळी निघू आम्ही कोल्हापूरला जायला परत. घरी लग्नासाठी नातेवाईक आलेले आहेत. सौरभचं कळल्याकळल्या निघालो; पण परत जावं लागेल लगेच. आता पुन्हा लग्नाची तारीख काय ठरतेय माहीत नाही. कोल्हापूरहून तळवड्याला मला किती वेळा येता येईल, तेही ठाऊक नाही. पण जप गं स्वत:ला. आणि पत्र लिही. मी वाट पाहीन. समजतंय ना मी काय म्हणतोय?"

केतनने इथून जाऊच नये असं वाटत होतं शुभाला. दोघं न बोलता बसून राहिले. केतनचं तिथे असणं तिला हवंहवंसं वाटत होतं. तितक्यात तिच्या हातावर हात ठेवत केतन म्हणाला, "तुझे आई-बाबा खचलेयत. त्यांची समजूत घालणं कठीण आहे, पण मिळेल तो ट्रक ड्रायव्हर. होईल त्याला शिक्षा."

शिंदेने तिखट नजरेने बायकोकडे पाहिलं.

"शाळेत शिकवतेस ना तू? आणि गुन्हा कबूल करू नका म्हणून कसं सांगतेस. अं? कसं सांगतेस गं तू असं करायला?"

शिंदेची बायको काही न बोलता तशीच बसून राहिली. तिला आपलं म्हणणं पटवून द्यावंसं वाटेचना.

"मग काय तुला जेलात खितपत पडायला पाठवल व्हय ती?" म्हातारीने चिडून विचारलं.

“कबुलीजबाब द्यायचाच तर काही दिवस थांबा. पोलिसांना लागला माग तर येतीलच ते घरी. तेव्हा सांगालच ना तुम्ही काय झालं ते; पण तसं झालं नाही तर आपल्या हातानेच कशाला धोंडा पाडून घ्यायचा?”

“वहिनींचं म्हणणं मलापण पटतंय.” गावडे म्हणाला.

शिंदे काही न बोलता पलंगावर बसल्या बसल्या जोरजोरात पाय हलवायला लागला. त्या दिवसापुरतं निभावलं या जाणिवेने शिंदेच्या बायकोला हायसं वाटलं. बाकी पुढचं पुढे...

म्हातारीला आणि बायकोला तो आता पोलिसांकडे जाणार नाही याबद्दल खात्री वाटायला लागली. त्याने ट्रकवर जाणं बंदच केलं होतं. हात थरथरायलाच लागायचे. दिवस सुरू झाला की हातात वर्तमानपत्र घेऊन त्या अपघाताबद्दल काहीतरी माहिती मिळेल, त्या मुलाबद्दलची सगळी माहिती कळेल या आशेवर बारीक नजरेने तो अक्षर न अक्षर पिंजून काढायचा. काही नाही तर पोलीस कधी ना कधीतरी उभे ठाकणारच याची त्याला खात्री होती. मनातल्या मनात तो उजळणी करायचा. कायकाय झालं ते सगळं खरं सांगायचं, असं त्याने मनाशी पक्कं केलं होतं. हा पहिलाच अपघात होता त्याच्या हातून. गाडीसमोर आलेलं कुत्रा-मांजरही मरणार नाही हेच पाहिलं होतं त्याने. मग माणूस मरावा असं कसं वाटेल, असं तोच पोलिसांना विचारणार होता. पण पोलिसांचा पत्ताच नव्हता. वाट बघून तो कंटाळला. शेजारपाजारचं तरी कुणी काही त्या अपघाताबद्दल बोलेल असं त्याला वाटायचं. त्यांच्याकडून काही कळतं का म्हणून ते आले की त्याचे कान टवकारायचे. अख्खा दिवस अंगणातल्या बाजेवर शिंदे बसून काढायचा. सुरुवाती सुरुवातीला शेजाऱ्या-पाजाऱ्यांना कुतूहल वाटायचं. त्यामुळे त्याच्या अपेक्षेप्रमाणे यायचेही ते. कामावरून आलेली गडीमाणसं त्याच्या बाजूला टेकायची; पण कधीच कुणीही त्या अपघाताबद्दल बोललं नाही. शिंदेही नुसता ऐकत राहायचा. शेजारपाजारच्या घरात कुणीतरी स्टोव्हवर नाहीतर चुलीवर भाकरी थापत बसलेलं असायचं. सगळ्यांचं बोलणं ऐकत तो तिकडे नजर लावून बसायचा. शिंदेची बायको शाळेतून यायची तीच लगबगीने. हातातल्या भाजीच्या पिशव्या सांभाळत ती यायची. शिंदेच्या शेजारी बाजेवर बसलेले पुरुष दिसले, की तिचं डोकं फिरायचं. त्यांच्यावर तोंडसुख घेत ती तिथेच उभी राहायची. शिंदेचं अडीच वर्षाचं पोरगं आजूबाजूला खेळत असायचं. तेही मग तिच्या पदराला लोंबकळत राहायचं. शिंदे पोराला तिच्याकडून सोडवून घ्यायचा. जबरदस्ती मांडीवर बसवून ठेवायचा. थोड्या वेळात त्यालाच कार्ट्याच्या किरकिरीचा वैताग यायचा. त्याच्या ढुंगणावर फटका हाणत तो तिथून त्याला घालवून लावायचा. ह्या सगळ्याची सवय सर्वांनाच होत चालली आणि नेमकं शिंदेचं मन पुन्हा खायला

लागलं. त्या दिवशी त्याच्या बायकोचं ढणाणा धूर ओकल्यासारखं बोलणं सुरू झालं आणि शिंदे एकदम उठला. सगळे एकदम चिडीचूप झाले. कितीतरी दिवसांनी शिंदेची अशी हालचाल सर्वांनी पाहिली.

"तुझ्यामुळे असा बसून असतो मी."

शिंदेची बायको आश्चर्याने पाहत राहिली. नवऱ्याने तिचा अपमानच केला होता. ती शिक्षिका होती. चांगलं शिकूनही नवरा ट्रक हाकत होता. आणि आता तर काहीच करेनासा झाला होता. पुन्हा कारणीभूत तीच? ती तडकली. "मी शेण खा म्हणेन हो. खाल?"

सगळे फिसकन हसले. शिंदेही हसला. म्हणाला, "बरं झालं विचारलंस. आलोच मी."

तो एकदम घरात शिरला. भिंतीवर लावलेल्या आरशात डोकावत त्याने केस नीट केले. कपडे चढवले. आणि निघालाच तो. कुणाला काही बोलण्याची, विचारण्याची संधी न देताच...

शिंदे पोलीस चौकीत येऊन उभा राहिला. आता माघार नाही. बायको सांभाळेल संसार. आयुष्यभर टोचणी लागून राहण्यापेक्षा तुरुंगात गेलेलं बरं. त्या पोराच्या घरच्यांचे शिव्याशाप कायमचे आहेतच सोबतीला. निदान मनाची टोचणीतरी कमी होईल. खाली मान घालून शिंदे आत शिरला. खुर्चीच्या दांड्याशी चाळा करत बसलेल्या इन्स्पेक्टरने वर नजर करून पाहिली. त्या नजरेनेच शिंदेच्या पायाला कापरं भरलं.

"बसा." घोगऱ्या आवाजाने शिंदे आणखीनच घाबरला.

"पटकन काय ते सांगा. घरी जायचंय. ड्युटी संपत आली आहे."

"ठीक आहे साहेब. उद्या येईन."

शिंदेला उगाचच बरं वाटलं. वेळ टळल्यासारखं. तो सुटका झाल्यासारखा तिथून लगबगीने बाहेर पडला. एका वेगळ्याच आनंदात घरी परत आला तो. त्यानंतरचे त्याचे काही दिवस खूप चांगले गेले. निदान पोलिसांपर्यंत जायचं धाडस केलं, यातच तो खूश होता. अधूनमधून हुक्की आल्यासारखा शिंदे उठायचा आणि चौकीच्या आसपास रेंगाळून यायचा. हळूहळू तेही कमी होत गेलं. वर्षं उलटली; पण शिंदेचं आयुष्य तसंच राहिलं. बाहेरच्या बाजेवर बसून वर्तमानपत्र पिंजून काढायचं, अधूनमधून चौकीपर्यंत जायचं. त्या तरुण मुलाने जग सोडलं, शिंदे जगात असूनही नसल्यासारखाच होता. साऱ्यांच्याच आता तो सवयीचा भाग झाला होता. आणि अचानक वर्तमानपत्रात वीस वर्षांपूर्वी गेलेल्या त्या मुलाचा फोटो चौकटीत त्याला दिसला आणि त्याची सगळी माहिती. शाळेच्या रौप्यमहोत्सवात

त्याच्या कुठल्याशा मित्राने त्याच्या स्मृतीप्रीत्यर्थ शिष्यवृत्ती जाहीर केली होती. दिवस, वेळ, जागा यावरून त्याने ताडलं. हाच तो मुलगा. तो लगबगीने तयार झाला. कुणालाही काहीही न सांगता शिंदे तळवड्याला पोचला. कोणत्याही प्रसंगाला सामोरं जायची तयारी ठेवत त्याने अंगणात बसलेल्या म्हाताऱ्या गृहस्थांना भेटण्यासाठी बेड्याची काठी सरकवली.

पहिल्यांदा आणि अखेरचं भेटलेल्या अण्णांचा आणि त्या माउलीचा शिंदेने निरोप घेतला. स्वत:चा मुलगा गेल्यासारखा तो त्या दोघांबरोबर रडला. बेडं बंद करून निघालेल्या शिंदेचे खांदे आणखीनच उतरले होते. स्वत:च्या पापातून, दु:खातून मोकळा व्हायला तो इथे आला होता. मुक्तीची वाट मिळाली असं त्याला वाटत होतं, पण ती वाट कधीच हरवली आहे, हेच त्या माउलीचे शब्द आर्त स्वरात सांगत होते.

रडतारडता ती खिन्नपणे हसली होती, ''माझा लेक मी गमावला. पण तुझी आई रोज कणाकणाने स्वत:च्या मुलाचं मरणं पाहतेय, तुझ्याबरोबरीने ती रोज मरण भोगतेय हे कधी लक्षात आलं का बेटा तुझ्या? काही चुकांना प्रायश्चित्त नसतंच रे बाबा. त्या अपघातात सौरभ गेला आणि त्यानंतर किती माणसांच्या आयुष्याला वेगळं वळण मिळालं याचा विचार केलास? वीस वर्षांनी आम्हाला भेटून दोषमुक्त झाल्यासारखं वाटेलही तुला क्षणभर; पण भ्रम आहे तो तुझा. दोन कुटुंबातल्या सर्वांच्याच आयुष्यातला रस तुझ्या एका चुकीने शोषून घेतला, त्याचं काय करायचं रे बाबा? कुणाला करायची त्याबद्दल शिक्षा?''

आयुष्यातला एक प्रश्न निस्तरता निस्तरता दुसरा प्रश्न अक्राळविक्राळ चेहऱ्याने शिंदेसमोर उभा होता. शिंदे आता फक्त त्या वाटेवरचा पादचारी होता. अंतहीन, दिशाहीन वाट...

◆

"मी, मला या घरातून बाहेर पडायचं आहे." कापलेल्या आवाजात उज्ज्वलाच्या तोंडातून कसेबसे शब्द बाहेर पडले.

"कोण बोलतंय?" पलीकडचा शांत आवाज ऐकून कोसळणारं रडू आतल्या आत जिरवताना उज्ज्वलाला शब्द सुचत नव्हते.

"हॅलो, हॅलो... कोण बोलतंय?" धडधडत्या काळजाने उज्ज्वलाने फोन ठेवला. फोन ठेवल्यानंतरही कुणीतरी हॅलो हॅलो करतंय असं तिला वाटत राहिलं. जिन्याच्या पायरीवर जाऊन ती तशीच बसून राहिली. पलीकडच्या त्या आवाजाने नंबर पाहून पुन्हा फोन केला तर? तेवढ्यात अमित आला तर? हातापायाला सुटलेली सूक्ष्म थरथर थांबेपर्यंत ती फोनकडे पाहत राहिली. आता फोन येणार नाही याची खात्री झाली तसा तिचा जीव शांत झाला. कितव्यांदा केलेलं हे धाडस होतं ते तिचं तिलाच आठवेना. पण त्यानंतर पुढे काहीच घडत नाही. कच खातं मन. आई म्हणायची, स्वावलंबी हो गं बाई. मग आपले निर्णय आपल्याला घेता येतात. स्वावलंबी असलं तरी आत्मविश्वास असतोच असं नाही, असला तरी तो ढासळतो प्रसंगाप्रसंगाने हे का नाही तिने कधी सांगितलं? का तो आत्मविश्वास निर्माण करायला ती, बाबा दोघंही अपुरी पडली? प्रत्येक वेळेला आपण काहीतरी कारण शोधतो, दोष दुसऱ्यावर ढकलतो हे तिचं तिलाच जाणवलं. धडधडतं काळीज शांत होईपर्यंत आयुष्याची विस्कटलेली रांगोळी ती नीट करत राहिली, कुठला ठिपका कुठे होता ते आठवत राहिली.

अमित खोलीत आला तेव्हा ती वाचत होती. ही तिची नेहमीची सवय. डोळा लागेपर्यंत काही ना काही वाचत राहायचं. त्याला काहीतरी बोलायचं आहे म्हटल्यावर पुस्तक मांडीवर ठेवत तिने त्याच्याकडे पाहिलं.

"तुझं आणि नरेशचं काय चालू आहे?" अकस्मात आलेल्या प्रश्नाने ती गोंधळलीच.

"अं..., नरेश? कोण नरेश?"

"तोच तुझ्या मैत्रिणीचा नवरा."

"त्याचं माझं काय चालू असणार?" तिला संभाषणाचा रोख नक्की काय आहे तेच कळेना.

"तुला कळलं आहे मला काय म्हणायचं आहे ते." अमितचा बदललेला आवाज, डोळ्यांतले भाव पाहून ती चमकली.

"ईऽऽऽ, त्याचं आणि माझं काय चालू असणार अमित. चेष्टा करतोयस का?"

"काय चालू आहे ते सांग."

त्याच्या स्वरातल्या तिटकाऱ्याने तिच्या अंगावर शहारा आला.

"काही नाही. पण तू असं का विचारतोयस?"

उत्तर न देता तो तसाच बसून राहिला.

"तू असा कसा संशय घेतोस? इतका विश्वास नाही माझ्यावर तुझा? आणि हे काय खूळ काढलंस अचानक?" ती त्याला तोच प्रश्न परतपरत विचारत राहिली. मनातला संताप शब्दात मांडत राहिली.

"तू उत्तर दिलंस ना, झालं तर मग." तिचं जीव तोडून बाजू मांडणं त्याने कानाआड केलं. टी.व्ही.चं बटण दाबून कार्यक्रमात नजर गुंतवली. उज्ज्वला नाइलाजाने शांत होत गेली. विचार करत राहिली.

अमितने नरेशचा संशय घेण्यासारखं काय घडलं? हे अचानक झालं की याच्या मनात आधीपासूनच घोळत होतं? गेली कितीतरी वर्षं ती दोघं नरेशला ओळखत होती. अधूनमधून सगळे भेटत, एकत्र बाहेर जात. कुठे ना कुठे भेटी चालूच असत. त्याच्या वागण्यात, बोलण्यात तिला कुठे काही जाणवलं नव्हतं. त्यांच्याकडे जाणं-येणं ठेवणं, मोकळेपणानं बोलणं किती अवघड होऊन जाईल आता. अमितने तर जाहीरच केलं होतं, त्यांच्याशी काही संबंधच ठेवायचा नाही म्हणून. करता येतं असं? काय सांगायचं हेमाला, नरेशच्या बायकोला? इतक्या दिवसांचे संबंध असे क्षणात कुणा एकाच्या लहरीपणापायी तोडूनच टाकायचे? उत्तर नव्हतंच. स्वत:च्या वागण्याची तिने चिरफाड केली. पण तसं काही मनात नसेल, तर वागण्यात येण्याचा प्रश्नच नव्हता. बाजूला येऊन झोपलेल्या अमितपासून शक्य तेवढं अंतर राखायचा प्रयत्न करत मन आणि विचार पिंजून काढताकाढता ती कधीतरी झोपेच्या अधीन झाली.

चुळबुळत अमितने कूस वळवली. पडल्यापडल्या तो चहाच्या भांड्यांचा, टी.व्ही.चा, उज्ज्वलाच्या फोनवर बोलण्याच्या आवाजाचा कानोसा घ्यायचा प्रयत्न करत होता. खिडकीतून डोळ्यावर येऊ पाहणाऱ्या तिरिपेकडे पाठ वळवून तो तसाच पडून राहिला. खूप वेळ. कधीतरी पुन्हा त्याचा डोळा लागला. जाग आली तेव्हा

चांगलंच उजाडलं होतं. मनातलं मळभ दूर झालं होतं. पडल्यापडल्या तरीही कालची रात्र त्याला आठवत राहिली. काय झालं ते सुसंगतपणे आठवण्याच्या प्रयत्नात तो गढला.

रात्रीचे साडेदहा वाजले असतील. टी.व्ही. बंद करून मुलांच्या खोलीतले दिवे बंद झाल्याची खात्री केली अमितने. उज्ज्वला सवयीप्रमाणे झोपण्यापूर्वी पलंगावर पडल्यापडल्या पुस्तक वाचत होती. तो तिच्या बाजूला जाऊन बसला. एकदा त्याच्याकडे नजर टाकून तिने पुस्तकात डोकं खुपसलं.

"तुझ्याशी बोलायचं होतं."

"हं." तिने हातातलं पुस्तक मांडीवर ठेवून त्याच्याकडे पाहिलं.

"तुझं आणि नरेशचं काय चालू आहे?" प्रस्तावना न करता त्याने एकदम विचारलं. किती दिवस मनात घोळत असलेला प्रश्न त्याने शेवटी उज्ज्वलाला विचारला. थोडी धाकधूक, भीती, बराचसा राग असं काहीकाही मनात साचलेलं स्वरात उतरलं. उज्ज्वला गोंधळून त्याच्याकडे पाहत राहिली.

'नाटकी नुसती!' त्याच्या मनातला संताप तिच्या चेहऱ्यावरचे भाव पाहताना वाढत होता.

"नरेश? नरेश कोण?"

"तुझ्या मैत्रिणीचा नवरा." तो तिच्या चेहऱ्याकडे निरखून पाहत होता. थोडीशी गोंधळलीच ती; पण नंतर एकदम हसायलाच लागली.

"चेष्टा करतो आहेस का?"

"काय चालू आहे ते सांग आधी." तिच्या हसण्याने त्याचा पारा चढला.

"काही नाही." तिने 'काही नाही' म्हटल्यावर तो तसाच बसून राहिला. त्या दोन शब्दांनी अचानक त्याच्या मनावरचा ताण नाहीसा झाला. गेले कितीतरी दिवस, महिने तो या विषयावरून तिला छेडायचं ठरवत होता; पण धाडस झालं नव्हतं. आतामात्र तिच्या 'काही नाही' या शब्दांनी तिला एकदम जवळ घ्यावं, मिठीत सामावून घ्यावंसं वाटलं त्याला. तो पुढे झाला; पण स्वतःच्याच नादात होती बहुधा ती. वेड्यासारखी 'विश्वास नाही का? काय बोलतो आहेस हे तू' असंच म्हणत राहिली. त्याला हसायलाच आलं. मळभ दूर झालं होतं, त्यामुळे आता सांगून टाकलेलं बरं अशा थाटात म्हणाला, "मी सांगतो तुला मला असं का वाटलं ते." त्याला तो प्रसंग आत्ताच घडल्यासारखा वाटत होता.

कुठल्यातरी दुकानात नरेश भेटला होता. अमितशी काहीतरी बोलणं झालं आणि नंतर तो उज्ज्वलाशी बोलत राहिला. तिच्या प्रश्नांना उत्तरं देत राहिला. एकमेकांचा निरोप घेऊन खरेदी सुरू झाली आणि तेवढ्यात उज्ज्वलाला काहीतरी

आठवलं. ती परत नरेशशी बोलायला गेली. अमित निमूटपणे काय काय घ्यायचं ते पाहत होता, मध्येच त्याची नजर नरेश आणि उज्ज्वलाकडे जात होती. हळूहळू त्याच्या मनात राग गर्दी करायला लागला. काय लहान मुलीसारखी हुरळते कुणाशीही बोलताना, हसणं म्हणजे तर खिदळणंच. नरेशशी बोलताना भानच विसरते. मनात रुजू पाहणारा विचार त्याने दूर ढकलायचा प्रयत्न केला खरा, पण त्या दोघांकडे पाहताना नरेशलाही उज्ज्वलाचा सहवास हवाहवासा वाटतो, हेच त्याच्या मनाने घेतलं. हेमा आणि नरेशबरोबर गेली कितीतरी वर्षं असलेली मैत्री, भेटीगाठी सगळ्याला गढूळतेचा स्पर्श झाला. भूतकाळात जमा झालेल्या सुखद आठवणींवर संशयाचा पडदा मनाने अलगद पांघरला. मागचे कुठले ना कुठले प्रसंग आठवून तो त्याला पाहिजे तसे संदर्भ जोडत राहिला. मनात निर्माण झालेला कली कधी फोफावत गेला, ते अमितच्याही लक्षात आलं नाही.

आज उज्ज्वलाने तसं काही नाही याचा दाखला दिल्यावर त्याला आता काहीही ऐकायचं नव्हतं. असं विचारणं चुकीचं, शंका येणं म्हणजे विश्वास दाखवला नाही अशासारखी विधानं त्याच्या दृष्टीने निरर्थक होती. त्याच्या प्रश्नाचं उत्तर त्याला मिळालं होतं. तो खूश होता. त्याला आठवड्यातून दोनच दिवस मिळणारे सुट्टीचे दिवस आता मस्त घालवायचे होते.

सोमवारी सकाळी तो बाहेर पडला तेव्हा मुकाट्याने उज्ज्वलाने त्याच्या हातात डबा दिला. हळूहळू मुलं उठून आपापलं आटपून जातील. तिलाही निघायचं होतंच; पण मनाला वेढून राहिलेला थकवा दूर होत नव्हता. शनिवार, रविवार ती घरात असून नसल्यासारखी वावरत होती. अमितच्या अतीव उत्साहावर पाणी ओतावं, मुलांसमोर त्याची वृत्ती उघडी पाडावी, स्वयंपाकघरात काम करताना हातात येईल ते धरून त्याच्या अंगावर फेकावं, कायकाय वाटत राहिलं तिला. पण मनातला ज्वालामुखी बाहेर आलाच नाही. उगाच दोन दिवसाच्या सुट्टीवर विरजण नको, आत्ताच्या वादावरून पुढचे काही दिवस अबोला नको, अशा विचारांनी ती त्यांच्यात असून नसल्यासारखी वावरत राहिली. कुणालाच काही खटकलं नाही. मुलं आपल्या नादात, नवरा संशय फिटल्याच्या मस्तीत... मुलं निघून गेल्यावरही ती तशीच बसून राहिली. अमित असा विचार करू शकतो, हेच तिच्या कल्पनेपलीकडचं होतं. चेष्टेत, मजेत एकमेकांना चिडवणं निराळं आणि हे असं... कुणाकडे बोलायचं? नवरा घरातली कामं करत नाही, चिडतो फार असं काहीतरी मैत्रिणींना सांगणं आणि संशय घेतो हे व्यक्त करणं यात जमीन-अस्मानाइतकं अंतर. भावंडांना सांगायचं, आई-वडिलांकडे जायचं परत, मुलांकडे बोलायचं की हे असलं काही झालं नव्हतंच अशी आपली आपणच समजूत घालून नेहमीसारखं वागायचं? रोजचे व्यवहार चालू

ठेवायचे? अशा माणसाचा स्पर्शही नको असं वाटत असताना त्याची जवळीक सहन करायची, शरीरसुख द्यायचं, घ्यायचं. मुलांसमोर सारं काही आलबेल असल्याचा अभिनय करायचा. काय करायचं नक्की? किती दिवस? आणि पुन्हा असं होणार नाही, अमित कुणाबद्दल संशय घेणार नाही याची काय शाश्वती? हे तरी पहिल्यांदा कुठे घडत होतं? नको असणारे क्षण ती उगीचच चिवडत राहिली. त्याच नादात उठून फोनपाशी पोचली.

तिरीमिरीत तिने पुन्हा 'आशा' ला फोन लावला. पलीकडून उचलल्यावर नेहमीप्रमाणे परत न ठेवता थोडक्यात ती कोणत्या मन:स्थितीतून जाते आहे हेही तिने सांगितलं. 'आशा'च्या कार्यकर्तीने तिला संस्थेत येऊन भेटण्याचा सल्ला दिला. रोजच्यासारखी कार्यालयात जायचं म्हणून निघालेली ती सारं धैर्य एकवटून 'आशा'च्या कार्यकर्तीसमोर बसली होती.

''पहिल्यांदाच होतं आहे का हे?''

ती गडबडली. म्हणजे पहिल्यांदाच असेल तर दुर्लक्ष करा असं सांगणार की काय ही पोरगेलीशी स्त्री? तिच्या चेहऱ्यावरचा प्रश्न ओळखला कार्यकर्तीने.

''पहिल्यांदाच अशाकरता म्हटलं की, आपल्या हातात वेळ आहे का याचा अंदाज येईल त्यामुळे. अशा परिस्थितीतून जाणाऱ्या तुम्ही एकट्या नाही. तुम्हाला शक्य असेल तर इथल्या भेटी-गाठी, चर्चासत्रांना या. तुमच्यासारखी समस्या असणाऱ्यांची ओळख होईल. स्वत:ला तपासून पाहता येईल. नक्की काय पावलं उचलायची ते ठरवता येईल. मुलं असतील तर काही पर्याय आहेत का, याचा अंदाज येईल. पासपोर्ट, जन्माचा दाखला सगळी कागदपत्रं स्वत:जवळ ठेवा.''

''बरं.''

''खूपदा काय होतं, रागाच्या भरात टोकाचे निर्णय घेतले जातात. कधीकधी खूप सोसून झाल्यावर या दिशेने पावलं वळतात. पण समदु:खी लोकांना इथे भेटलं की निवळतं मन. सापडतात मार्ग.'' तिच्या आवाजातल्या गोडव्याने उज्ज्वलाला ती खूप जवळची वाटली.

त्यानंतर उज्ज्वला 'आशा'मध्ये येत राहिली. एकेकाच्या कर्मकहाण्यांत गुंतत गेली. कधीकधी तर अमित बरा असं वाटायला लागलं आहे की काय अशी शंका चाटून जायची तिच्या मनाला. गरोदर असताना लाथा खाणारी रुही, डॉक्टर असूनही निर्णयस्वातंत्र्य नसलेली, जेमतेम जाण्यायेण्याचे पैसे स्वत:कडे बाळगू शकलेली वनिता, दिवसातून चार-चार वेळा नवऱ्याबरोबर संभोग करायला लागणारी मीना, माहेरचे परत येऊ नको म्हणतात म्हणून मानसिक, शारीरिक छळ सहन करणारी नीता. ऐकताना नकळत मन तुलना करायला लागलं. छोट्याशा गोष्टीचा आपण बाऊ तर करत नाही ना, घर सोडायचा विचार करणं म्हणजे आततायीपणा तर होत

नाही ना? प्रत्येक भेटीत एक एक भुंगा...

"गेले कितीतरी महिने तुम्ही इथल्या सर्वांना भेटता आहात. सुरुवातीलाच सांगितल्याप्रमाणे सगळी कागदपत्रं, रोख रक्कम असं ठेवलं आहे ना स्वत:जवळ? घर सोडायचाच निर्णय घेतलात, तर या गोष्टी स्वत:जवळ असायलाच हव्यात. आणि एक चांगलं आहे की इतर कसला जाच नाही तुम्हाला."

उज्ज्वला एकटक त्या मुलीकडे पाहत राहिली.

"हो ना. इतर कसला जाच नाही मला. नवरा मारझोड करत नाही. खायला प्यायला देतो, कागदपत्रं लपवून ठेवलेली नाहीत. चांगलंच आहे नं हे? तसा वाईट नाहीच तो. म्हणजे मी परपुरुषाकडे तशा नजरेने पाहते, मला दुसऱ्या पुरुषाचं आकर्षण वाटतंय असं वाटणाऱ्या नवरा नावाच्या पुरुषाचा मला बाकी तसा कसलाच त्रास नाही. फक्त तो जेव्हा संभोगाच्या इच्छेने माझ्या देहाचे लाड करतो, अंगावरचे कपडे उतरवतो आणि पुऱ्या अंगाला भिडतो त्या त्या वेळेस कधीही इतर पुरुषाचा विचार नव्हता येत, तो आता येतो. त्याने संशय घेतलेल्या पुरुषांची नावं आठवतात. वाटतं, अजून असेल का याच्या मनात संशय आणि मी का हात लावू देते आहे ह्याला माझ्या शरीराला. हा एवढा एक जाच सोडला, तर तसा व्यवस्थित आहे माझा संसार. मुलांसमोर तमाशा नको म्हणून तोंड उघडायचं नाही, कुढत बसायचं म्हणजे काही विशेष नाही. संध्याकाळी घरी आलो की रात्री तो घोरायला लागेपर्यंत आज या माणसासमोर उघडं व्हावं लागणार की काय या शंकेने जीव घुसमटत राहतो. तसं न होता रात्र गेली, की संपला एक दिवस यात समाधान मानायचं. जेव्हा तो शरीरसुखाच्या लालसेने कपडे उतरवतो, तेव्हा याला संशय घेतलेल्या बायकोबरोबरच संभोग करायच्या कल्पनेने शिसारी येत नसेल का, असा प्रश्न पडतो. रोज रात्री शेजारीशेजारी झोपायची कल्पनाच अंगावर काटा आणते. विलक्षण तिटकारा येतो, शिसारीच म्हणा ना. आणि तरीही म्हणायचं की, तसा इतर जाच नाही कसला. बाकीच्या बायकांना काय काय सोसावं लागतं." उज्ज्वला समोरच्या टेबलावर थाडथाड डोकं आपटायला लागली. 'आशा'ची कार्यकर्ती बावचळली.

"तुम्ही शांत व्हा आधी. माझ्या बोलण्याचा विपर्यास नका ना करू. शांत व्हा बरं." बराच वेळ उज्ज्वलाला ती थोपटत राहिली. तिच्या त्या थोपटण्याने मायेचा ओलावा जाणवल्यासारखी उज्ज्वला सावरली.

"चुकलंच माझं. तुमच्या शब्दांनी तोल ढळला माझा. तुम्हाला असं काही म्हणायचं नव्हतं, हे कळतंय मला. खरं सांगू का, बाकीच्यांच्या घरात कायकाय घडतं ते ऐकून मलाही तेच वाटायला लागलं होतं, म्हणजे त्यातल्या त्यात माझं बरं चालू आहे तसं. पण तुम्ही त्याला शब्दरूप दिलंत, ते नाही पेलवलं मला.

उगाच स्वत:ची समजूत घालण्यात काय अर्थ? मी जे बोलले ते मनाआड करा. स्वत:च्याच मनाची फसवणूक करत होते.''

उद्ध्वस्त मनाने ती संस्थेतून बाहेर पडली. आपसूकच गाडीची चाकं घराच्या दिशेने वळली. रस्ता कधी संपूच नये अशी प्रार्थना करत ती बुजलेले व्रण मनाच्या सुरीने अलगद चिरत राहिली.

''तुझी लाज वाटते मला.''

''मी काय केलं? आणि तू काय माझा बाबा आहेस का? मुलांशी बोलतोस तसं नको बोलू माझ्याशी.''

''अशी टक लावून बघत होतीस, त्यानेच नजर वळवली.''

''काय बोलतोयस हे? कुणाबद्दल?''

''तोच. चेतन.''

''तुझा मित्र आहे तो. झाली त्याला भेटून दोन वर्षं.''

''तेव्हाचंच म्हणतोय मी. लाज वाटते मला तुझी.''

ती अवाक झाली. किती वर्षांनी पुन्हा भेटलेला मित्र. त्याच्या भेटीचा आनंद सोडून हे... आणि इतक्या दिवसांनी सुचतं याला बोलायचं. तिला यातलं काहीच आठवत नव्हतं.

''दोन वर्षं लागली तुला माझी लाज वाटते हे सांगायला?''

''खात्री झाल्यावर बोलतोय.''

''वा रे वा, खात्री झाल्यावर बोलतोय म्हणे. दोन वर्षं काय खात्री करून घेत होतास?''

''कधी बोलायची संधी मिळाली नव्हती.'' विषादाने हसत तिने मान डोलवली.

''तुला कशाला लाज वाटायला हवी. मलाच लाज वाटते तुझ्यासारख्या माणसाशी लग्न झालं म्हणून.'' पुढे काही बोलण्याची इच्छाच उरली नाही तिला. घरात मूक शांतता नांदत राहिली. कितीतरी दिवस. काय फरक पडला आणि कुणाला?

दोन-तीन आठवडे अबोल्यात गेले. मुलांना काही जाणवू नये याची तिने पुरेपूर काळजी घेतली. सगळी छिद्रं बुजवायची ती आपणच. या माणसाला कशाचा काही फरक खरंच पडतो का? रात्री एकमेकांकडे पाठ करून झोपलं, तरी खऱ्या अर्थाने अशी पाठ वळवता कुठे येते? आणि किती दिवस? त्या दिवशी अमितने रात्री जवळ ओढलं आणि अपमान गिळून ती मुकाटपणे त्याच्या मिठीत शिरली. ही हतबलता होती, अबोल्यातून आलेला एकटेपणा पुसून टाकण्याची घाई होती, की त्यातून आलेली शरणागती की फक्त शरीराची गरज? मनाचा आणि शरीराचा संबंध असा

नाइलाजाने झुगारून द्यावा लागतो, का तो तसा नसतोच? कायकाय विचार मनात येऊन जात असं काही झालं की. अमितच्या मनात येत असतील का असे विचार, की पुरुष वेगळाच असतो?

पुन्हा सगळं सुरळीत सुरू झालं. मनावर एकामागून एक ओरखडे उठत होते. एक ओरखडा बुजतो आहे तोपर्यंत दुसरा तयार. मनाच्या कोवळ्या पडद्यावर ओरखड्यांची दाटी झाली होती, एकेक चूण दडवण्यात मानसिक आणि शारीरिक शक्ती खर्च होत होती. आणि तरीही बाकिच्यांच्या तुलनेत आपला संसार बरा असं समाधान मानायचं मनात यावं? गाडीचा ब्रेक दाबतादाबता तिच्या विचारांनाही खीळ पडली. दिवा हिरवा झाला आणि गाडीच्याच वेगाने तिचं मनही धावायला लागलं.

अमितशी लग्न होऊन थोडी थोडकी नाहीत, तर आता जवळजवळ पंधरा वर्षं होऊन गेली होती. सर्वसामान्यांच्या संसारात येतात तसे चढ-उतार त्यांच्याही संसारात येत गेलेच. तसं बरं चाललं आहे असं वाटत असतानाच नक्की कधी बिनसायला सुरुवात झाली, हे कळलंच नव्हतं. कळलं नव्हतं की कळून न कळल्यासारखं चाललं होतं इतकी वर्षं? आतापर्यंत या विचाराला तिने जवळ फिरकू दिलं नव्हतं. म्हणजे असे काही विचार मनात डोकावायला लागले की मेंदू बधिर व्हायचा. काही म्हटल्या काही आठवायचंच नाही.

सुरुवात अशी झाली असेल का?

'तुझा मुलगा अगदी तुझ्यासारखा दिसतो' उज्ज्वलाला कौतुकाने असं कुणी म्हटलं की त्याच्या कपाळावर नकळत उमटलेली आठी त्यालाही सुरुवातीला जाणवलीच नव्हती का? की 'बायको छान आहे तुझी', 'उज्ज्वलाचं रंग रूप घेतलंय मुलांनी' या आणि अशासारख्या वाक्यांनी न्यूनगंडाचं रोपटं लावलं गेलं असेल अमितच्या मनात, काहीही कारण नसताना? सावळ्या रंगाचा, उंच अमित आकर्षक होताच की. कितीतरी वेळा अमितवर गेली आहेत मुलं असंही सगळे जण म्हणायचे. तेवढं पुरेसं नव्हतं, की हा असा स्वभावच म्हणायचा? हे संशय घेणं का सुरू झालं? माणसाच्या मनात असा कली शिरला की त्यापुढे सगळं क्षुद्र असतं. जोडीदाराच्या भावना, स्वत:च्या मनाचा संकुचितपणा हे असले विचार येतच नाहीत इतका छोटा होतो का माणूस? एकदा खात्री करून झाल्यावर, शाश्वती मिळाल्यावर पुन्हापुन्हा त्याच वाटेवर पाऊल टाकताना स्वत:बरोबर दुसऱ्याचंही मन रक्तबंबाळ करतोय हे समजतच नाही का? अगदी हेच तो मुलांबरोबरही करतो. कुणावर विश्वास म्हणून नाही. साहिल काही आता लहान नाही. त्याने बोलून दाखवलंच होतं, अमित आजूबाजूला नसल्याची खात्री करून.

''बाबा कुणावर विश्वासच ठेवत नाही.''

''असं का म्हणतोस?'' धडधडत्या काळजाने तिने विचारलं. इतका खटाटोप करूनही मुलांना कळत असेल का घरात काय चाललं ते?

''कितीही जीव तोडून सांगितलं, तरी त्याला कायम मी काहीतरी दडवतो आहे असंच वाटत असतं. हजार प्रश्न. राग येतो मला.''

साहिलच्या बाजूला समीर होताच.

''दादा तडकून बोलतो त्यामुळे मी सापडलो आहे तावडीत. हायस्कूलमध्ये अभ्यासच करतोस ना? सिगरेट ओढतोस का? दारू पितोस का? असेच प्रश्न कायम. नाही म्हटलं तर पटतच नाही.''

''स्वभाव म्हणायचा. तुम्ही तर मुलं आहात पोटची. मलाही यातून जावं लागतं त्यातच काय ते समजा.'' नकळत ती बोलून गेली.

''आम्हाला नको ना सांगूस आई. ऐकायलासुद्धा शरम वाटते.'' तिला आपली चूक कळून आली. इतके दिवस ठिगळ लावलेलं वस्त्र लपविण्याचं काम चोख बजावल्याच्या समाधानात होती ती. पण नीटसं कळत नसलं तरी मुलांना अंदाज असतोच की. तिला त्या दोघांना सांगावंसं वाटत होतं.

'बाबांनो, तुमच्यासाठी, तुम्हा दोघा मुलांसाठी विरलेला धागा तुटू देत न देण्याचा प्रयत्न करतेय रे. एकदा तुम्ही मोठे झालात की मी मोकळी.' पण खरं होतं का हे? मुलांचं निमित्त. म्हणजे मनाचा एक कोपरा त्यांच्यासाठी तुटत राहणारच; पण अनिश्चित भवितव्यात उडी मारायची भीती हेच मुख्य कारण नव्हतं का? मुलं स्वत:च्या पायावर उभी राहिली तरी खरंच ती मोकळी करणार होती का स्वत:ला; हे तिचं तिलाही ठरवता येईना. मनातल्या विचारांची कबुली स्वत:कडे देणंही तिला जड जात होतं. संभाषण अर्ध्यावर टाकून ती उठलीच तिथून.

संध्याकाळी मनोजचा फोन आला. तिने उचलला. गप्पा झाल्या. मनोज अमितच्या कंपनीतला जुना मित्र. भारत सोडल्यावर तसा काही संबंध राहिला नव्हता; पण तोही कॅनडात आला आणि त्याचे अधूनमधून फोन यायला लागले. अमित सुरुवाती- सुरुवातीला संवाद साधायचा प्रयत्न करायचा; पण तसा तो मितभाषीच. उज्ज्वलाला गप्पा मारायला फारशी ओळख लागत नाही हे बघितल्यावर त्याने ते खातं तिच्याकडेच सोपवलं. मनोज गप्पिष्ट, विनोदी. आत्ताही तिने फोन ठेवल्याठेवल्या अमित म्हणाला, ''किती बोलतेस तू त्या मनोजशी.''

''तू बोलायचं टाळतोस. तुझ्याऐवजी मीच बोलते. कसला विनोदी बोलतो मनोज.''

''अर्धा तास! केवढ्याने हसतेस आणि.''

उज्ज्वलाला संभाषणाचा अंत काय होणार हे लक्षात आलं. ती काहीच बोलली

नाही. आजूबाजूला मुलं होती ते लक्षात घेऊन तोही गप्प राहिला, पण रात्री त्याने विषय काढलाच.

"मला नाही आवडत तू मनोजशी बोललेलं."

"आजचा तिसरा फोन होता. कॉलर आयडीवर नाव दिसतं. पुन्हा तो नेहमी त्यावर मेसेजही ठेवतो; पण तू त्याला फोनच करत नाहीस."

"हं..."

"इतकं असेल तर तू घेत जा ना फोन."

"ते मी बघेन. पण तू त्याच्याशी बोलू नकोस."

"काय मिळतं तुला संशय घेऊन अमित?"

अमित गप्पच राहिला. तिने पुन्हा तेच विचारलं.

"संशय नाही. मला जे दिसतं ते बोलतो."

"वा, धन्य आहे तुझी. नरेश झाला, चेतन झाला, मनोजवर गाडी आली. आता लवकरच कुणीतरी नवीन येईलच तुझ्या यादीत." उज्ज्वलाने कडवट स्वरात म्हटलं तसा त्याचा तोल गेला. पुढे होत त्याने उज्ज्वलाच्या थोबाडीत दिली. लाल झालेल्या गालावर हात चोळण्याचं भानही उज्ज्वलाला राहिलं नाही. अविश्वासाने ती त्याच्याकडे पाहत राहिली. तोही तसाच बसून राहिला. चुकलं म्हणावं वाटत होतं, पण जीभ रेटत नव्हती. स्वाभिमान आडवा येत होता. मनाचा हिय्या करून तिला जवळ घेण्यासाठी त्याने तिचा हात धरला, पण उज्ज्वलाने तो झिडकारून लावला. आणखी एक रात्र काळोखी झाली.

अजून झोपली आहे उज्ज्वला की फिरायला गेली एकटीच? उठलाच तो. मुलांच्या खोलीत डोकावून, गडबडीने हाका मारत स्वयंपाकघरापाशी आला. सगळं शांत होतं. त्याची नजर टेबलाकडे वळली. झोपमोड न करता कुठे जायचं असेल तर उज्ज्वला चार ओळी लिहून टेबलावर ठेवायची.

"हं, घरात नाही असं दिसतंय." पुटपुटत त्याने कागद उचलला,

"मी बाहेर जातेय. कधी येईन माहीत नाही. मुलांना मी फोन करून सांगेन." म्हणजे? तिने काय लिहिलं आहे हे अमितच्या पटकन लक्षात येईना. लक्षात आलं आणि त्याच्या शरीरभर पसरलेला आळस एकदम दूर झाला, रात्री घडलेला प्रकार त्याला आठवला.

"शिट्!" हातातला कागद चुरगळत त्याने त्याचे तुकडेतुकडे केले. तुकड्यांचा बोळा भिरकावून दिला. कालची रात्र. कधी नव्हे ती त्याला स्वतःची शरम वाटली. हात उचलला उज्ज्वलावर. नाइलाजच झाला तिचा उद्धटपणा ऐकून; पण तरीही असं नको होतं व्हायला. बोलून मोकळं होणं वेगळं आणि असं हात उगारणं. चुकलं

म्हणायला हवं होतं तेव्हाच. ती अशी कुठे निघून जाईल ही कल्पना तर त्याच्या मनाला शिवलीही नव्हती. घाईघाईत त्याने फोन लावला, पण रिंग नुसतीच वाजत राहिली. दोन तीनदा त्याने फोन लावण्याचा प्रयत्न केला आणि तो वैतागला, त्याच्या रागाचा पारा चढला.

"गेली उडत, नाही आली परत तरी चालेल." दात-ओठ खात त्याने फोन आपटला.

करकचून ब्रेक दाबत उज्ज्वलाने गाडी थांबवली. तिचा श्वास एकाएकी कोंडायला लागला होता. गाडीतच थांबलं तर गुदमरून जीव जाईल या भीतीने रस्त्याच्या कडेला तिने गाडी थांबवली. धपापत्या उराने ती खाली उतरली. गाडीच्या दाराला टेकून उभं राहत तिने आजूबाजूला पाहिलं आणि तिला हमसून हमसून रडायला यायला लागलं. तशाही परिस्थितीत अनोळखी माणसांनी हटकायला नको, याचं भान होतंच. पसरलेल्या माळरानाकडे तिची पावलं वळली. कुठेतरी पाठ टेकावी असं वाटत होतं, पण सगळीकडे मातकट रंगाचं खुरटं गवत आणि विखुरलेली बारीकबारीक खडी. ती तशीच खाली बसली. भरदुपारी त्या उघड्या माळावर कुणीतरी गेल्यासारखं हंबरडा फोडून रडली. गवतावर डोकं आपटत ती तिथेच आडवी झाली. मातीचा तो खडबडीत स्पर्शही तिला आपलासा वाटला. आता इथून परतूच नये असं वाटण्याइतका. हाताचा आडोसा करत डोळ्यांवर येणाऱ्या रणरणत्या उन्हाला तिने दूर ढकललं. कितीतरी वेळ ती तशीच पडून राहिली. काहीतरी चाळा म्हणून डोळ्यांवरचे हात काढून ती आपल्याच हातांना न्याहाळत राहिली; पण नजर नुसतीच हातावरून फिरत होती. ताब्यात न येऊ पाहणाऱ्या मनासारखी. गेले दोन-तीन तास ती गाडी चालवत होती. कुठे जायचं ठाऊक नव्हतं, काय करायचं कल्पना नव्हती. तिला त्या घरातून बाहेर पडायचं होतं. गुदमरवून टाकणाऱ्या आयुष्यापासून पळ काढायचा होता, निदान काही वेळ. काही क्षण, जमलं तर कायमचा...

असं मोकळ्यावर अंग टाकून दिल्यावर तिला सुटल्यासारखं वाटत होतं. तिची नजर वर पसरलेल्या निळ्याशार ढगात गुंतून गेली, निरर्थकपणे. तितक्याच अर्थहीनतेने शिक्षा दिल्यासारखी ती नकोशा प्रसंगातून स्वत:ला चिणून घेत राहिली, काहीबाही आठवत राहिली. पुन्हापुन्हा.

पर्समधला सेलफोन वाजला आणि तिच्या विचारांची साखळी तुटली. साहिलचा, मोठ्या मुलाचा फोन होता,

"कुठे आहेस आई तू?"

"अं?" इतका वेळ आपण रस्त्याच्या कडेला, उघड्या माळावर आहोत ह्याचंही भान राहिलं नव्हतं तिला.

"बाबा म्हणाला की तू संध्याकाळपर्यंत नाही येणार. काय करते आहेस?"

"मैत्रिणीकडे आहे. तिचा फोन आला होता म्हणून आले आहे. तुम्ही सगळे झोपला होतात नं त्यामुळे सांगता नाही आलं. समीरलापण सांग. घरी आले की सांगते सविस्तर." खोटं बोलताना तिचा जीव एवढाएवढा होत होता, पण झटकन काही सुचलंच नव्हतं. निदान आता संध्याकाळपर्यंत चिंता नव्हती. हातातलं घड्याळ तीन वाजून गेलेलं दाखवत होतं, पोटात भुकेने कावळे कावकाव करत होते; पण तिथून उठावंसं वाटत नव्हतं.

अमितने स्वतःचा जीव बागेत रमवला. सकाळी गेलेली उज्ज्वला दुपारपर्यंत परत येईल असं वाटत होतं; पण त्याचा फोन ती उचलत नव्हती. साहिलला म्हणाली मैत्रिणीकडे गेली आहे. पण ज्याअर्थी फोन उचलत नाही, त्याअर्थी तिचा रागच दाखवते आहे. ठीक आहे. सरळ विचारलं तर इतका राग येतो. गेली मसणात. आणि जाऊनजाऊन जाणार कुठे? रागाच्या भरात कामं आटपेल आणि येईल. पण आलीच नाही तर? खड्डा खणताखणता अमितचा हात थबकला. विचारातल्या गांभीर्याने तो हबकला. हे असं पहिल्यांदाच होत होतं. म्हणजे वाद, रुसवाफुगवी चालू असायचं, पण असं घर सोडून निघून जाणं, तेही सुट्टीच्या दिवशी. शक्यच नव्हतं. मुलांसमोर उज्ज्वला त्या दोघांमधल्या मतभेदाचा सुगावाही लागू द्यायची नाही. पण आज ह्या सगळ्याला न जुमानता ती बाहेर पडली आहे. मुलांना काय सांगायचं? राहता येईल तिच्याशिवाय? काय करेल ती? नोकरी आहे म्हणजे इथेच राहावं लागेल. मुलांचं काय? का जाईल भारतात परत? का हे सगळे आपल्याच मनाचे खेळ आहेत? संध्याकाळपर्यंत येईल परत. जाणार कुठे? तो स्वतःलाच बजावत राहिला. पण तिने इतकं टोक गाठायला काय झालं हेच त्याला समजत नव्हतं. स्वतःचं वागणं तपासून पाहत नाही आणि मग हे नखरे.

बाजूला पडलेली पाण्याची बाटली उज्ज्वलाने तोंडाला लावली. साहिल आणि समीरच्या आठवणीने तिचा जीव कासावीस होत होता. तिने आलेले फोन पुन्हापुन्हा पाहिले. साहिलशी बोलणं झाल्यावर पुन्हा फोन नव्हता. तिने न राहवून समीरला फोन केला. तो मित्राकडे होता. उज्ज्वला दिवसभर घरात नाही हे तो विसरलाच होता. साहिलने तर तू घरातली काळजी करू नको, असं आर्वजून सांगितलं. ती आज आली नाही, तर पिझ्झा मागवणार होते तिघं. तिने फोन बंद केला. काय करावं याचा निर्णय उज्ज्वलाला घेता येईना. तिडीक आल्यासारखी ती निघून आली होती. आता

काय? पावलांना घरी परतावंसं वाटत होतं. पण आजचं टाकलेलं पाऊल निर्वाणीचं नव्हतं का? कधीकधी तिला वाटायचं 'आशा'च्या लोकांना माहीत आहे ना मी कोणत्या परिस्थितीला तोंड देते आहे. मग का नाही माझ्या घरी येत, अमितशी बोलत ते? का नाही मला सांगत तुझं सामान घेऊन निघून ये इथे म्हणून. आम्ही आहोतच्या आश्वासनाचा हात पाठीवर पडतो, तो कृतीतून का नाही करत हे लोक? एकदा मनातला प्रश्न ओठावर आलाच.

"ती बळजोरी झाली. मग जे तुमच्या घरात चालू आहे तेच आम्ही केलं असं नाही का झालं? तुम्हाला वाटायला हवं की या परिस्थितीतून बाहेर पडायला हवं. तुम्ही एकदा निर्णय घेतलात की सर्वसामर्थ्यानिशी 'आशा' उभी राहील तुमच्या पाठीशी, पण तुमच्यासाठी आम्ही निर्णय नाही घेऊ शकत. सुरुवातीला किती वेळा फोन करून तुम्ही ठेवत होता; पण तरीही आम्ही फोन नाही करू शकलो तुम्हाला. त्याचं कारण हेच. निर्णय तुम्ही घ्यायचा आहे. त्यानंतर त्याचे बरेवाईट परिणाम असणारच तेव्हा आहोत आम्ही तुमच्या सोबतीला, मदतीला.''

काहीतरी ठाम निर्णय घ्यायला हवा होता. एकटीने? इतकं सोपं असतं ते? स्वत: निर्णय घेतला की त्याच्या परिणामांना पण आपणच जबाबदार. निर्णय घ्यायचा म्हणजे काय करायचं? सोडायचं नवऱ्याला? जायचं 'आशा'मध्ये? उज्ज्वलाला ठरवता येईना. पुन्हा तिचं मन कच खायला लागलं. आजचं टाकलेलं पाऊल, घराच्या बाहेर काढलेला दिवस... अमितच्या लक्षात आलं असणारच. जायचं पराभूत मनाने पुन्हा? करायची ही तडजोड? मुलांसाठी की खरं तर स्वत:साठीच? हाताने जमिनीवर जोर देत ती उठली. गाडीच्या दिशेने वळली.

काळोख चारी अंगांनी गाडीत घुसला तसा तिचा जीव घुसमटला. पुन्हा परतीचा मार्ग. कुठेही जायचं तरी तिला या उघड्या मैदानातून बाहेर पडावं लागणार होतं. दोन-तीन तास प्रवास करून 'आशा' की 'घर' या प्रश्नात ती घुटमळत राहिली. गाडी थांबली तेव्हा लक्षात आलं आपसूकच घरासमोर गाडी उभी राहिली होती. गाडीच्या काचेतून उज्ज्वला घरातल्या हालचाली निरखत राहिली. बराच वेळ. निर्णायक क्षण बाजूला उभा होता. उज्ज्वलाचं मन दोलायमान झालं. त्या क्षणात हात गुंफायला मागे-पुढे करायला लागलं. कमकुवत मनाने बाजी मारली आणि तिची पावलं घराच्या दिशेने वळली..

◆

"कमू तुला, तुझ्यावर...." कमूताईंनी स्वत:चं नाव ऐकलं; पण आबांना खरंच आपल्याशी काही बोलायचं असेल यावर त्यांचा क्षणभर विश्वास बसेना. काय म्हणतायत हे? आणि मला सांगतायत का काही? नीट कळतही नाहीये. पण नाव तर माझंच घेतलं. गोंधळून त्यांनी पलंगाभोवती जमलेल्या सर्वांकडे नजर टाकली. सगळे जण त्यांच्याकडेच पाहत होते.

"तुझीच वाट बघत होते. तुलाच सांगतायत. कान त्यांच्या तोंडाशी नेलास, तर कळेल काय म्हणतायत ते." पलंगाच्या आजूबाजूला जमा झालेल्यांपैकी कुणीतरी म्हटलं, तसं कमूताईंनी आबांच्या चेहऱ्याकडे पुन्हा पाहिलं. अनंताच्या दिशेने चाललेल्या प्रवासात अखेरच्या क्षणी का होईना आबांना आपली आठवण झाली? कमूताई खाली वाकल्या. आबा त्यांच्या कानात काहीतरी पुटपुटले. ऐकलं आणि काही बोलावं, व्यक्त व्हावं असं वाटेचना कमूताईंना. भान आलं तसं वाकलेल्या अवस्थेतच त्यांनी बाजूला उभ्या असलेल्या भावंडांकडे पाहिलं. वाटलं, ओरडून ओरडून सांगावं सगळ्यांना आबा काय म्हणाले ते; पण तोंडून शब्दच फुटेना. ज्या शब्दांची त्यांनी गेली चाळीस वर्षं वाट पाहिली होती, त्या शब्दांची आज अनपेक्षितपणे भेट झाली होती. अपेक्षेने पाहणाऱ्या आबांसाठी काहीतरी बोलायला हवं होतं; पण नेहमी सगळ्यांच्या अपेक्षा पूर्ण करणाऱ्या कमूताईंना हे अशक्यप्राय वाटत होतं. आबांकडे पाहताना असंख्य विचार कमूताईंच्या मनात डोकावत होते. वाटत होतं धाय मोकलून रडावं, विचारावा जाब इतकी वर्षं का वाट पाहिलीत हे सांगायला म्हणून. आज मृत्यूशय्येवर अखेर आबांनी बोलून दाखवलं होतं. तेही सगळ्या भावंडांसमोर. गीताईसमोर. पण कुणालाच ते नीट ऐकू गेलं नव्हतं. या जगात आपलं कुणीच नाही असं वाटत असताना अचानक गवसलेला आधार त्यांच्या तोंडून निघालेल्या शब्दांनी पकडून ठेवावासा वाटत होता कमूताईंना.

"खरंच सांगतोय मी...." खोल गुहेतून शब्द पुन्हा एकदा कानावर पडले आणि कमूताईंची कमू कधी झाली ते त्यांना कळलंच नाही.

समाधान

ओटीवरच्या झोपाळ्यावर प्रभा आणि कमू जोरजोरात झोका घेत होत्या. जमिनीवर पायाने जोरात रेटा लावून झोपाळा जवळजवळ मागच्या भिंतीला टेकला की दोघींना मजा वाटत होती. झोपाळ्याच्या कर्रर कर्रर आवाजात माजघरातून वाढत जाणारे आवाज कानावर आदळायला लागले. आपोआपच झोका थांबवला दोघींनी, पण आत जाऊन काय चाललं आहे ते पाहण्याची हिंमत होत नव्हती. त्या तशाच बसून कानोसा घेत राहिल्या.

"सुधावन्सं घर कधी खाली करणार?"

"का?" आबांनी तुटकपणेच विचारलं.

"राहणार असतील तर राहू दे. पण निदान भाडं घ्यायला हवं आपण. आपलाही संसार वाढता आहे. त्यांना इथे बिऱ्हाड करूनही खूप वर्षं झाली." गीताने नमतं घेत म्हटलं.

"तेव्हा देत होती भाडं. तिचा नवरा गेल्यानंतर हल्लीहल्ली मीच भाडं घेणं बंद केलंय तिच्याकडून."

"हो, ते ठीक आहे. पण आता व्यवस्थित चालू आहे त्यांचं. गृहीत धरलं जायला नको इतकंच माझं म्हणणं."

"सुधा माझी बहीण आहे गीता. आणि तिच्या मुलांना मी माझीच मुलं समजतो. जशी नलू, विजू, संजू, कमू आपली मुलं आहेत तशीच ती सगळी."

"पण मी फक्त..."

"बास." आबांनी विषय संपवला. माजघराच्या दारातून ते ओटीवर आले. कमू आणि प्रभाकडे नजर टाकत बाहेरच्या लाकडी खुर्चीकडे ते वळले. शून्य नजरेने ते समोरची भिंत न्याहाळत राहिले. थोड्या वेळाने जमिनीवर पडलेलं वर्तमानपत्र त्यांनी समोर धरलं. कमू आणि प्रभा लाकडी गजांतून दिसणाऱ्या आबांच्या पाठमोऱ्या आकृतीकडे मूकपणे पाहत राहिल्या. कितीतरी वेळ.

"तुम्ही जाणार इथून?" कमूने कुजबूजत्या स्वरात प्रभाला विचारलं. प्रभाने नुसतेच खांदे उडवले.

"मी पण येईन मग तुमच्याबरोबर. गीताई काही माझी खरी आई नाही. सावत्र आई आहे ती."

प्रभा नुसतीच हसली.

"जाऊ दे. मोठ्यांच्या विषयात नको लक्ष घालायला आपण."

"पण सुधाआत्या आणि तू इथून गेलात तर मी येणार तुमच्याबरोबर. चालेल?" कमूच्या प्रश्नाला उत्तर न देता प्रभा उठून गेली. कमू चोरपावलांनी बाहेर येऊन आबांच्या शेजारी उभी राहिली; पण त्यांचं लक्ष नव्हतं. ते अजूनही वर्तमानपत्रात डोकं खुपसून बसले होते. ती माजघरात गेली. तिथेही सामसूमच होती. गीताईची, नलू,

विजू, संजूची चाहूल नव्हती. सुधाआत्याच्या खोलीतही शांतता पसरली होती. कमूने कोनाड्यात ठेवलेलं गोष्टीचं पुस्तक उचललं आणि माडीवरच्या खोलीतल्या पलंगावर भिंतीला पाठ टेकून, पाय पसरून ती गोष्टीत शिरली.

"मी तयार आहे. चल ना." ठेवणीतला फ्रॉक घालून कमू गीताईसमोर आली आणि तशीच थबकली. काळ्याभोर केसांवर अबोलीचा गजरा माळलेली गीताई आरशात स्वत:ला निरखत होती. आरशातलं तिचं ते प्रतिबिंब कमूला इतकं आवडलं, की गीताईला मागून मिठीच मारावी असं वाटून गेलं, पण ती गीताईला पाहत खिळल्यासारखी उभी राहिली.

"वेंधळ्यासारखी काय उभी आहेस. चल निघू या." गीताईने फणी पेटी बंद केली आणि ती उठलीच. कमूने आपलं बोट गीताईच्या बोटांत गुंतवलं. दोघी दाराबाहेर पडल्या आणि हळूच कमूने मागे वळून पाहिलं. विजू आणि नलू दारातून कमूकडेच असूयेने पाहत होत्या. अंगठ्यानेच ठेंगा दाखवत ती गीताईबरोबर रस्त्यावर जाणाऱ्या पायऱ्या चढायला लागली.

"गीताई, तू ना आज अगदी मधुबालासारखी दिसतेयस." कमूच लाजतलाजत म्हणाली. गीताईने हसून कमूकडे नजर टाकली.

"आज कुठला पिक्चर पाहणार आहोत ठाऊक आहे का?"

"कोणता?"

"मीनाकुमारीचा 'परिणिता'."

कमूने नुसतीच मान डोलावली. तिला कोणता पिक्चर याच्याशी काहीही देणघेणं नव्हतं. पिक्चर पाहून आलं की तिचा दुसरा दिवस खूप छान जाई. घरातली सगळी मुलं तिला घेरून टाकत. सगळ्यांना गोष्ट ऐकायची असे. त्यातली गाणी तर कमूची लगेचच पाठ झालेली असत. ती गायचीदेखील सुरेल. गोष्ट, गाणं यात कमूचा दिवस खूप छान जायचा. गीताईबरोबर दर आठवड्याला पिक्चरला जायची कमू आतुरतेने वाट पाहायची.

आताही प्रभा, विजू, नलू आणि शेजारपाजारच्या मुलांना आपल्याभोवती जमवून कमू मीनाकुमारीच्या चित्रपटातलं गाणं म्हणण्यात तल्लीन झाली. हनुवटीला धरून मांडी घालून मुलांनी ताल धरला. त्या तालाचा भंग झाला तो गीताईच्या आवाजाने. सारीच दचकली.

"नलू, विजू, संजू अभ्यासाला लागा. पिक्चरच्या गोष्टी कसल्या ऐकता? कमू, पाहून झाला ना पिक्चर. विसर की आता. सारखं आपलं गुऱ्हाळ लावायचं ते." नलू, विजू अंगणातून उठून गीताईच्या दिशेने धावल्या. बाकीची मुलंही पांगलीच.

प्रभा आणि कमू दाराच्या दिशेने पाहत राहिल्या.

"तुला नाही अभ्यास करायचा कमू?" प्रभाही उठत म्हणाली.

"करायचाय. पण गीताईने फक्त नलू, विजू आणि संजूलाच सांगितलं."

"अगं, तुला वेगळं कशाला सांगायला हवं. अभ्यास कर कमू. तू अकरावी झालीस ना की पोस्टात नोकरी मिळेल तुला माझ्यासारखी."

"खरंच?" कमूचा चेहरा खुलला.

"हो. आणि मग तुला हव्या त्या गोष्टी आणता येतील. एकच एक फ्रॉक घालून जातेस ना गीताईबरोबर. नव्वीन नव्वीन शिवता येतील. आहेस कुठे?"

"खरं?" कमूचे डोळे आनंदाने लकाकले.

"मला नं त्या लालचुटूक रिबिनी घ्यायच्या आहेत. नलू, विजू रोज शाळेत जाताना वेण्या बांधतात ना तशा रिबिनी."

प्रभाने मान डोलावली. केळ्याच्या दोराने बांधलेल्या कमूच्या वेण्यांवरून तिने हळूवार हात फिरवला. "कमे, मॅट्रिक हो गं बाई तू चांगले गुण मिळवून. सारखे त्या गीताईबरोबर पिक्चर पाहत राहिलीस, तर कशी होणार गं तू अकरावी?"

"होईऽऽऽन." कमू उड्या मारतच घरात गेली. नलू, विजूच्या बाजूला बसत तिने आपलं अभ्यासाचं पुस्तक उघडलं. प्रभाने म्हटलं तसं भरपूर अभ्यास करून तिला ११वी व्हायचं होतं. मॅट्रिक झालेली मुलगी म्हटलं असतं सगळ्यांनी. मज्जाच मजा. पोस्टातली नोकरी आणि मग प्रभासारखे पैसे मिळाले असते. कमूसुद्धा प्रभाला पिक्चर पाहायला नेणार होती. अगदी गीताई तिला नेते तस्सं. कमूची तंद्री भंगली ती गीताईच्या आवाजाने.

"कमूऽऽ, मदतीला ये."

कमूने नलू, विजूकडे पाहिलं. कोपऱ्यात संजूपण अभ्यास करत होता. ती बसल्या जागेवरून ओरडली.

"मी अभ्यास करतेय. नलूला नाहीतर विजूला बोलाव ना. नाहीतर संजू. जा ना रे कुणीतरी."

"हॅ, आईने तुला बोलावलंय." दोघी एका सुरात म्हणाल्या. संजूचं लक्षच नव्हतं. कमूनेपण आपली मान पुस्तकात खुपसली.

"कमूऽऽऽ" गीताईच्या आवाजातल्या स्वराने आता मात्र कमू घाबरून उठली. नलू, विजू फिस्सकन हसल्या, तशी रागारागाने त्यांच्याकडे पाहत ती आत गेली.

"हे घे." प्रभाने घट्ट दाबलेली मूठ कमूने उत्सुकतेने उघडली.

"रिबिनीऽऽऽ" खुललेल्या चेहऱ्याने तिने आनंदाने उडी मारली.

"हो. तुला नोकरी लागली की आणणार होतीस ना रिबिनी. आताच आणल्या

मी तुझ्यासाठी.'' नोकरी लागून कमूने रिबिनी घेईपर्यंत रिबिनी बांधायचं वय कुठे राहणार होतं. आज घरी परत येताना दुकानात थांबून तिने मुद्दाम कमूसाठी रिबिनी घेतल्या होत्या. कमूच्या चेहऱ्यावरचा आनंद पाहताना रिबिनी घेतल्याचं सार्थक झाल्यासारखं वाटलं तिला.

"बांध ना वेण्या तुझ्या रिबिनीने. का मी बांधून देऊ?''

"नको.'' कमू पळालीच तिथून. जिन्याच्या पायऱ्या धाडधाड चढत कमू खोलीत गेली. काळोख्या खोलीची खिडकी तिने गडबडीने उघडली आणि कोपऱ्यात ठेवलेल्या पत्र्याच्या ट्रंकमधला छोटासा आरसा आणि फणी बाहेर काढली. केळ्याच्या दोराने बांधलेल्या वेण्या तिने घाईघाईने सोडल्या. बराच वेळ ती त्या रिबिनी कुरवाळत राहिली. पुन्हापुन्हा केस विंचरून तिने वेणी घातली. लाल रिबिनीने बांधलेल्या वेण्यांकडे डोळे भरून पाहत राहिली. या दोन रिबिनी तिच्या हक्काच्या होत्या. यापूर्वी तिने एकदाच तिच्या केसांना रिबीन बांधली होती. तीसुद्धा चोरून. घरात सगळ्यांकडे रिबिनी होत्या. त्यातलीच कुणाचीतरी तिने हळूच आपल्या केसांना बांधून पाहिली होती. आज प्रभाने आणलेल्या रिबिनीमात्र तिच्या होत्या. स्वतःच्या.

दोन्ही हातांनी वेण्या उडवित कमू जिन्याच्या पायऱ्या भराभर उतरली. कधी एकदा प्रभाला रिबिनी दाखवतोय असं झालं होतं तिला. शेवटच्या पायरीवरून उतरून जिन्याची मुठ धरून ती डावीकडे वळून ओसरीवर जाणार तेवढ्यात माजघरातून आलेली गीताई कमूच्या नजरेला पडली. तिच्याकडे दुर्लक्ष करत ती बाहेर धावली. गीताईचा धारदार स्वर पाठीवर आदळला तशी ती दचकून थांबली. वळून गीताईकडे पाहत राहिली.

"इकडे ये.''

कमू गुपचूप गीताईच्या समोर उभी राहिली.

"रिबिनी कुठून आल्या तुझ्याकडे?''

"प्रभाने दिल्या.'' कमू कुजबुजली.

"हंऽऽ'' तोंड वाकडं करून गीताई तिच्या बाजूनेच गेली. तिच्या उंचनिंच आकृतीपुढे कमूला आपण अगदी छोटं असल्यासारखं वाटलं. गीताई झरझर पावलं टाकत ओसरीवरच्या झोपाळ्यावर जाऊन बसली. झोपाळ्यांच्या कडांचा आवाज माजघरात घुमत राहिला. भिंतीशी टेकून कमू तिथेच स्वतःच्या वेणीशी, रिबिनीशी चाळा करत राहिली. प्रभाला दाखविण्यासाठी बाहेर जायचं धाडस झालंच नाही तिच्याने.

"आईने गरम गरम लापशी ठेवली आहे तुझ्यासाठी. पटकन ये.'' दाराआडून हळूच कुजबूजणाऱ्या प्रभाकडे शेणाने बरबटलेल्या हाताने कमूने पाहिलं आणि मान

डोलवली, पण ती तिथून उठली नाही. खोली सारवतासारवता ती उठून गेली असती, तर पायाचे ठसे उमटले असते. घरात चाललं नसतं ते. गीताईने उद्धार केला असता. नकोच ते. मुकाट्याने शेणाने बरबटलेले हात ती जमिनीवर फिरवत राहिली.

"कमू, अगो येत होतीस ना लापशी खायला." सुधाआत्याचा खणखणीत आवाज कानावर पडल्यावर कमू उठलीच. पण तोपर्यंत गीताई तिथे येऊन उभी राहिली होती. कमू तिच्याकडे पाहत राहिली.

"वन्सं, तुम्ही उगीच लाडावून ठेवू नका कमूला. घरातली कामं कोण करणार?" सुधावन्संनी हातातलं काम टाकलं आणि त्यादेखील जिन्याजवळच्या खोलीच्या, मधल्या दारात येऊन उभ्या राहिल्या.

"काय गो, केवढासा जीव तो. वाट्टेल ती कामं करायला लावतेस हो तिला. तुझा नवरा आला ना घरी, की बोलतेच मी त्याच्याशी आज."

"तुम्ही आमच्यामध्ये का पडता दर वेळेस तेच मला समजत नाही." गीताईच्या कपाळावर आठ्यांचं जाळं विणलं गेलं. सुधावन्सं तिच्याकडे क्षणभर पाहत राहिल्या. रागावली तरी मेली छान दिसते. तो भावडा भाळला हिच्या रूपावर. बायको गेली कमूला जन्म देऊन आणि ह्याने आणली हिला घरात सहा महिन्यांच्या आत. राणी असल्यासारखा वावर असतो सगळीकडे.

"जरा काही कमूला काम सांगितलं की तुमचं बिनसतं." पुन्हा गीताई म्हणाली तशी सुधावन्संची तंद्री भंगली.

"हे बघ, मला काही तुमच्यामध्ये पडायची हौस नाही. पण दहा वर्षांच्या पोरीला मोलकरणीसारखी राबवतेस, ते नाही हो पाहवत. कमू सहा महिन्यांची होती तेव्हा आलीस ना या घरात? कुत्र्या-मांजरांचा पण लळा लागतो चटकन तसा छोट्या बाळाचा लागायला नको? किती राग राग करतेस तिचा."

"इतकं आहे तर तुम्ही घ्या ना तिचा ताबा. कुणी नको म्हटलंय." सुधावन्संनी कमू तिथे नसल्याची खात्री केली. उंबरठ्यावरून त्यांनी गीताईच्या खोलीत पाऊल ठेवलं. जिन्यापाशी उभं राहून वाद घालणाऱ्या गीताईच्या दंडाला पकडून त्यांनी बाजूला ओढलं.

"फार झालं हे गीता. अगं, तुझ्या बहिणीचीच मुलगी ना ही? आणि कशी वागतेस तिच्याशी? कुठे फेडशील हे पाप? ताबा घ्या म्हणून वर तोंड करून सांगतेस मला? मी आबाला कधीच सांगितलं आहे. माझ्या मुलांमध्ये आणखी एक. मला नाही हो जड. म्हटलं तर वाढतेच आहे ती माझ्या मुलांबरोबर, पण तू तुझ्या हाताखाली राबवून घ्यायचं काही सोडत नाहीस. घाबरते पोर तुला. तू काय म्हणतेस ते करत असते. चार शब्द प्रेमाचे बोल त्या पोरीशी. जवळ घे कधीतरी. किती राग

राग करायचा आणि कशासाठी? आमचा आबासुद्धा तुझ्या ताटाखालचं मांजर झालाय. त्याला दिसत नसेल की काय हे सगळं. पण दुर्लक्ष करायचं झालं. काय भुरळ घातली आहेस ते आबाच जाणे.''

गीताई सुधावन्संकडे खाऊ की गिळू नजरेने पाहत राहिली. त्यांना हाताने बाजूला करत ती खोलीत शिरली. लापशी खाणाऱ्या कमूच्या हाताला धरून ओढलंच तिने. फरफटत आपल्या खोलीत आणलं. तोंडाने बडबड चालू होतीच. सुधावन्संच्या हातापायातलं त्राण गेलं. त्या मटकन तिथेच जिन्याच्या पायरीवर बसल्या. गीताईला कमूवरून काही बोललं की सगळा राग ती त्या पोरीवर काढते. आणि कमूचा छळ पाहून मूग गिळून गप्पही बसता येत नाही. काय करावं?

गीताईने कमूला फरफटत आणलं, पण तिच्यापेक्षा जास्त राग तिला सुधावन्संचा आला होता. येता जाता फटकारतात. कमू, कमू, कमू... सारखा तिच्या नावाचा जप. पण माझ्या बहिणीला गिळलं या नतद्रष्ट कार्टीने हे विसरतात सगळी. उलट जो उठतो तो मलाच शिकवायला जातो. सहानुभूतीचा सगळा पूर कमीकडे. मनातल्या विचारांसारखाच कमूच्या हातावरचा गीताईचा जोर वाढला. कमूने गीताईचा दंडावरचा हात दूर करण्याचा प्रयत्न केला; पण गीताईची घट्ट पकड तिला सोडवता येईना. माजघरातून स्वयंपाकघरात जवळजवळ ओढतच नेलं तिने कमूला. पायरीवर तिला बसवून गीताई कामाला लागली. सतत काहीतरी पुटपुटत होती. केसाच्या झिपऱ्या आवरत, डोळ्यातलं पाणी पुसत कमू तिला न्याहाळत राहिली. गीताई सांगेल ते ती ऐकत होती. सुधाआत्यानेच एकदा तिला जवळ घेऊन सांगितलं होतं गीताईचं ऐकायचं म्हणून. ती तेच करत होती, पण तरी गीताई सारखी चिडलेली का असते, तेच तिला कळत नव्हतं. कमू एकदम जोरजोरात रडायला लागली. पायरीवर पाय आपटत राहिली.

''मला आई पाहिजे, माझी आई पाहिजे, आत्ताच्या आता.'' हातातलं काम टाकून गीताई तिच्यासमोर उभी राहिली.

''आई पाहिजे? पाहिलं तरी आहेस का कधी तुझ्या आईला. आई पाहिजे म्हणे. गिळलंस हो तू तुझ्या आईला. आता कुठून आणायची तुझी आई? अं? कुठून आणायची तुझी आई? काय गं कुठून आणायची? सांग ना.'' गीताईच्या रुद्रावताराला घाबरून कमूच्या रडण्याचा आवाज आणखीनच वाढला.

''थोबाड बंद कर. नाहीतर एक ठेवून देईन. बसली आहे आमच्या राशीला.'' गीताईचा आरडाओरडा आणि कमूच्या रडण्याने सारं घर तिथे गोळा झालं. सुधावन्संनी कमूला जवळ घेतलं.

''ठेवा तिला तुमच्याचकडे. इतका पुळका आहे तर.''

काहीही न बोलता सुधाआत्या कमूला बाजूच्या दोन खणाच्या खोलीत घेऊन गेली. कमू मांडीवर डोकं टेकून रडत राहिली. सुधाआत्या तिच्या डोक्यावर हात फिरवत राहिली, थोपटत राहिली.

"आई, मामी असा त्रास का गं देते कमूला?" सुधाला चिकटून बसलेल्या प्रभा आणि तिच्या दोघी बहिणींनी दर वेळचा प्रश्न पुन्हा विचारला.

"आईवेगळ्या पोरीचे भोग गो हे. पण मी आहे समर्थ हिची काळजी घ्यायला. आता ह्या मधल्या खोलीचं दारच बंद करून टाकते. तुमचा मामा आला तिला घ्यायला, तरच जाईल आता ती त्या घरात." मुलींनी माना डोलवल्या तसं कमूने आपलं डोकं आत्याच्या मांडीत आणखीनच खुपसलं.

आबांनी सवयीने रस्त्यावरून खाली पाहिलं. घरासमोर खालच्या चौकात मुलांचा गोंगाट चालू होता. तो गोंगाट ते कानात साठवत राहिले काही क्षण. दगडी पायऱ्या उतरलं की चौक ओलांडायचा की आलं घर. आबा झपाझप पायऱ्या उतरायला लागले. खेळताखेळता मुलांच्या नजरा पायऱ्यांकडे वळल्या. कुणीतरी जिना उतरतंय इतकी मनाने नोंद घेतली आणि सारीच पुन्हा खेळात गर्क झाली. हातातली पिशवी खाली ठेवून आबा ओटीवरच्या झोपाळ्यावर विसावले. गीताईने घाईघाईने पाण्याचा तांब्या-भांडं त्यांच्यासमोर धरलं. त्यांनी हसून तिच्याकडे पाहिलं; पण गीताईच्या चेहऱ्यावरून काहीतरी बिनसलं असावं, हे लक्षात आलंच त्यांच्या. काही न बोलता त्यांनी गटागटा पाणी पिऊन टाकलं.

"चहा टाकते. तोपर्यंत हात पाय धुऊन घ्या." गीताई तांब्या-भांडं घेऊन वळली तसे तेही उठले. आत शिरताशिरता भिंतीवरच्या खुंटीला त्यांनी डोक्यावरची टोपी काढून लावली. झरझर पावलं टाकत ते न्हाणीघरात शिरले. पायावर पाणी घेऊन आत येऊन बसले.

"मुलं बाहेर खेळतायत. मुली दिसल्या नाहीत."

"असतील. जाणार कुठे." गीताई तुटकपणे उत्तरली.

"कमू?"

"शेजारी असेल."

"खेळायला नाही गेली बाहेर?"

"वन्संनाच विचारा तुम्ही."

"म्हणजे?"

"सावत्र मुलगी आहे ना ती माझी. किती केलं तरी काही ना काही खुपतंच प्रत्येकाच्या डोळ्यांत. दोन शब्द काय बोलले तर गेल्या घेऊन."

आबा काहीच बोलले नाहीत. गीताई काहीतरी पुटपुटत संध्याकाळच्या स्वयंपाकाच्या

तयारीला लागली. आबा तिथून उठले. माजघरातल्या बैठकीवर लोडाला टेकून बसून राहिले. बाहेरून मुलांचा अस्पष्ट आवाज कानावर येत होता, पण आबा पहिल्या पत्नीच्या आठवणीने कासावीस झाले. सारा दोन वर्षांचा खेळ. कमूला जन्म दिला आणि आठवड्यात गेलीही. कमूकडे पाहिलं की तिची आठवण येत राहते. कधी कमूचाच राग यायला लागतो, त्यात गीताचं बोलणंही खरं वाटायला लागतं. मग चुकीचं आहे हे कळलं, तरी दुर्लक्ष होतंच कमूकडे; पण सुधा कमूला प्राणापलीकडे जपते हेही खरंच. रीतीप्रमाणे वर्षाच्या आत दुसरं लग्न झालं. कमूचं करणारं कुणीतरी घरात असेल हेही लग्नाच्या वेळेला मनात होतंच; पण गीता, कमूची सख्खी मावशी असूनही कमूबद्दल मनात अढी ठेवूनच वागत राहिली. कुणी म्हटलं तर पटकन बोट ठेवता आलं नसतं. घरात काय घडतं ते पाहायला तसंही मार्ग नव्हता. संध्याकाळी आलं की गीता जे सांगेल, वातावरण असेल त्यावरून ताडायचं. अधूनमधून कमूच येऊन बिलगली, की कळायचंच काहीतरी बिनसलं आहे ते. पण घरातले ताण आणखी वाढू देणं नकोसंच व्हायचं. प्रत्येक वेळेला काहीतरी समजुतीचं बोलून कमूला ते सुधाकडे पाठवून देत. तीही अधूनमधून त्यांचे कान टोचत राही. आताही ते संथ पावलं टाकत बहिणीच्या खोलीकडे वळले.

"आलास. वाट पाहूनपाहून डोळा लागला कमूचा." पलंगावर झोपलेल्या कमूच्या डोक्यावर हात फिरवत आबा बसले. सुधाने लगबगीने खोबऱ्याच्या वड्या पुढे केल्या.

"नको, खाऊनच आलो." आबा नुसतेच कमूच्या डोक्यावर हात फिरवत बसून राहिले.

"थोडं बोलायचं होतं तुझ्याशी."

"बोल." सुधा काय बोलणार ह्याची कल्पना आलीच आबांना. त्यांच्या स्वरातला निरुत्साह जाणवूनही सुधाने बोलायचं ठरवलं.

"हे बघ आबा, तुझी लेक मी माझी म्हणून सांभाळली. भाऊच आहेस तू माझा. तेवढं करायलाच हवं. दिवसभर म्हटलं तर ती इकडेच असते, म्हणजे शाळेतून आल्यावर. पण काम असलं की बरोबर गीताला आठवण होते तिची. बाकिच्यांना पण सवय झाली आहे. काम म्हटलं की कमू. सगळी जण तिच्यावरच ढकलतात आपली कामं. गीताचं बघतात आणि सगळी तसं वागतात. कमूपण घाबरून करते कुणी काय सांगेल ते. जिभेला तर हाडच नाही गीताच्या. येता जाता उद्धार. कमूमुळे नाही रे तुझी बायको गेलेली. तिला का नको होती स्वतःची आई? पण गीता सतत कमूला जबाबदार धरते. मनाला येईल ते बोलत असते. खायला-प्यायला तरी घालावं म्हणते मी नीट. पण तिथेही आनंदच. तू बोल गीताशी. नाहीतर माझ्याकडेच

राहू दे तिला.''

''बोलतो. आता झोपू दे इथेच कमूला.'' विषय न वाढवता आबा उठले. बाहेर झोपाळ्यावर जाऊन बसले. गीता एकदा दोनदा डोकावून गेली; पण त्यांचं लक्ष नव्हतं. काय करावं? सुधाचं खरं मानावं की गीताचं वागणं? आपण समोर असताना कुरकुर चालू असते, पण सुधा म्हणते तशी खरंच कामाला जुंपत असेल गीता तिला? कमूशी बोलायला हवं. पण एवढ्याशा मुलीशी काय बोलणार? काय सांगणार तिला? काय विचारणार? गीताशी काही बोलणं म्हणजे चिडचिड, आदळआपट आणि अबोला. आधी कामानिमित्त सतत फिरती. घरी आलं की अशा कटकटी. कमूचा ताबाच देऊन टाकला सुधाकडे तर? तसंही सुरुवातीला विचार आला होताच की अनाथाश्रमात ठेवावं म्हणून. नंतर स्वत:चीच लाज वाटली. पण तो विचार मनात आला तेव्हा वाटत होतं, आपल्याच्याने ही जबाबदारी झेपायची नाही. घरी मोठं कुणी नाही. फिरतीची नोकरी. कसं इतकं लहान बाळ सांभाळणार. पण नशिबाने त्याच वेळेला सुधा आली शेजारच्या घरात राहायला. तिने बजावलं, एकदा मुलगी गेली अनाथाश्रमात की गेली. पुन्हा काही डोळ्याला दिसायची नाही. शेवटी अधूनमधून गीताच यायला लागली. कमूला सांभाळायची, घरातलं पाहायची. नाही म्हटलं तरी ओढला गेलो. गीताचा सहवास हवाहवासा वाटायला लागला. सुधानेच आठवण करून दिली होती. दुसरं लग्न वर्षाच्या आत व्हायला पाहिजे म्हणून. कळलं असेल तिला आपल्या मनात काय आहे ते? असणारच. बहुधा तिनेच बोलावून घेतलं गीताच्या भावाला. तोच त्यांच्या घरातला जबाबदार. तो चार दिवसांसाठी आला काय आणि गीताला या घरचीच करून गेला काय. पटापट घडल्या गोष्टी. फार घाई झाली का? गीता स्वत:च्या बहिणीच्या जाण्याला कमूला जबाबदार धरते आणि माझ्याही मनात कमूला पाहिलं की तेच डोकावून जातं की काय, असं वाटायला लागलंय. म्हणजे हे गीतामुळे, की माझ्याच मनाचा दरिद्रीपणा? आबांना ठरवता येईना. पण गीताशी लग्न होऊनही झाली जवळजवळ नऊ वर्षं. कमू लहान होती तोपर्यंत लहान-लहान म्हणून सुधाच करत आली. मग गीता स्वत:च्या मुलांमध्ये रमली. कमू मोठी झाल्यावरच तिचा या घरातला वावर वाढला; पण तो गीताच्या स्वार्थासाठी वाढलेला असेल तर काय करायचं?

कमू आली ती वाऱ्याच्या वेगाने आत्याच्या घरात शिरली.

''आत्या, आत्या मी पास झाले.''

''अगो, हळू ओरड जरा. कान फुटले माझे.'' पलंगावर निजलेली आत्या धडपडत उठली. बसल्याबसल्या ती कमूकडे पाहत राहिली. कमूचा चेहरा ओंजळीत धरून ती अश्रू आवरण्याचा प्रयत्न करत राहिली.

"आत्या, अगं पाहतेस काय अशी? मी पास झाले. पाऽऽस झाले. आता प्रभा मला पोस्टात नोकरी लावून देईल. द्यायलाच हवी तिने. देईल ना गं?"

"देईल हो. अगदी नक्की. हे बघ आधी साखर ठेव देवाजवळ. चल मीच ठेवते." सुधाआत्याने कमूचा हात धरून स्वयंपाकघरात नेलं. फडताळातला साखरेचा डबा काढून वाटीत साखर घेतली आणि त्या तिला माजघरात घेऊन गेल्या. देवाजवळ साखर ठेवून दोघी हात जोडून उभ्या राहिल्या.

"कमे, गीताईला सांगितलंस का? बाकी कुणी घरात नाही, पण तिला सांगून ये. आणि बस जरा माझ्याजवळ. बोलायचं आहे तुझ्याशी." कमूने मान डोलावली. वरच्या खोलीत झोपलेल्या गीताईला उठवणं टाळलंच कमूने. तशीही ती आत्याने सांगितलं म्हणूनच वर गेली होती. गीताईला झोपलेलं पाहून कमूच्या चेहऱ्यावर स्मितरेषा उमटली. जिना उतरून ती आत्याच्या खोलीत गेली. तुपावर रवा भाजल्याचा खमंग वास येत होता.

"काय करतेयस?" चुलीजवळ गुडघे पायापाशी घेत कमू बसली.

"अगो, गार पडेल ढुंगण. पाट घे बघू."

"शीऽऽ ढुंगण काय म्हणतेस." कुरकुरत भिंतीपाशी ठेवलेला पाट कमूने बसायला घेतला.

"आता सांग, काय करतेयस?"

"गोड शिरा गो. तुझं कौतुक नको करायला कुणीतरी." सुधाआत्याचा चेहरा खुलला होता.

"आत्या, तुला बोलायचं होतं ना माझ्याशी?"

"अं?"

"अगं, तुला बोलायचं होतं म्हणालीस ना माझ्याशी."

"हो, हो. ती काय करतेय?"

"ती?"

"तुझी आई गं."

"डोळा लागलाय तिचा."

"हं, मग बोलू आपण निवांत." काविलथ्याने रवा परतत सुधाआत्या म्हणाली. "कमू, तुला घरातली परिस्थिती काय आहे ते ठाऊकच आहे. तू आतल्या आत कुढत असतेस. पण नशिबाचे खेळ आहेत सारे. प्रभा तुझ्या मागे लागली होती ११वी हो आणि पोस्टात नोकरी करायला सुरुवात कर, ते यासाठीच. एक सांगते पोरी, तुझ्या आईला शब्द दिला होता तुला जपेन. तेव्हा ते इतकं कठीण असेल असं नव्हतं वाटलं. विचार केला, माझ्या मुलांमध्ये एक मूल वाढेल. पण गीताने सारं कठीण करून टाकलं. गीताचं वागणं कळत असूनही माझ्यापरीने तिला विरोध

केला, तुला त्रास होणार नाही याची काळजी घेत आले. प्रभा आणि बाकी सगळीच तुला जीव लावून आहेत; पण त्यांचीही व्हायची हो चिडचिड. प्रभा म्हणायचीही, सारखं आपलं कमूबरोबर खेळा, कमूला एकटं पडू देऊ नका. तुझं कमूवरच प्रेम आमच्यापेक्षा. एक-दोनदा असं झाल्यावर तिला समजावून सांगितलं आणि तिनेही वेड्यासारखा जीव लावला तुला. आता माझं वय होत चाललंय, घराचा गाडा एकटीनेच हाकला मी. तुझे काका फार लवकर गेले आणि मग काही वर्षांकरता म्हणून आलो होतो, ते कायमचेच आबाच्या आसऱ्याला राहिलो. गीताला हे आवडत नाही ते कळतं. पण पोरी तुझ्यासाठी पाय अडतो गं. आणि आबासाठीदेखील. गीता काय कमी लागट बोलते मला. तुझी कड घेतली की जाणवून देते आबामुळेच या घरी आहोत आम्ही ते. पण मी शब्द दिला होता, तुझे चाललेले हाल पाहवत नव्हते, त्यामुळे वेळोवेळी विरोध करत राहिले. वाईटपणाची पर्वा नाही करत; पण इतकं करूनही तुझी त्रासातून सुटका झाली नाही याचं दुःख होतं.'' बोलताबोलता सुधाआत्याचा हात थांबला. बाजूला पडलेला फडका उचलून पितळेचं भांडं तिने पटकन उचलून जमिनीवर ठेवलं.

''आत्या, अगं कितीतरी वर्षं मला ठाऊक तरी होतं का की मला आई नाही? आणि गीताई सांगेल ती कामं मी करायचे, ते तुझ्यासाठी. तू नाही का सांगायचीस तिचं ऐक. फक्त तुझं ऐकायचं म्हणून ती सांगेल ते करायचे मी. हळूहळू कुणी सांगितलं नाही, तरी परिस्थितीची जाणीव झालीच गं मला. कामाचं नाही काही वाटायचं. तुला, प्रभाला अष्टौप्रहर काम करतानाच पाहिलंय. पण गीताईच्या शब्दांनी मला घायाळ केलंय गं. भीती वाटत राहते, ती म्हणते तसं माझ्यामुळे खरंच सगळ्यांचं वाटोळं होईल का गं? जिथे जाशील त्याचं वाटोळं करशील, हे रोज ऐकते मी आणि वाटतं, कुठेतरी जीव देऊन मोकळं व्हावं. जे काय होईल ते माझं. माझ्यामुळे दुसऱ्यांचं वाटोळं नको व्हायला. मला ठाऊक आहे माझी आई गीताईची बहीण होती. पण असं कुणी कुणामुळे जग सोडून जातं का? मला नको होती का माझी आई? आणि आत्या, माय मरो मावशी जगो म्हणतात ना गं?'' हुंदका आवरत कमूने आत्याकडे पाहिलं.

''तिचं चुकलंच. आबाचं माहीत नाही, पण तिची चूक वेळोवेळी मी तिला दाखवून दिली आहे. आबाला पण सांगत आले आहे. स्वभाव, वृत्तीच म्हणायला हवं. दुसऱ्याच्या कमीपणावर बोट ठेवून टोचायला तिला फार आवडतं. पण मुली, तुला सांगायचं होतं ते हेच, की प्रभाने पोस्टात आधीच बोलून ठेवलंय. मिळेल ती नोकरी. नोकरी लागल्यालागल्या लग्नाचं पाहणार आहे मी तुझ्या. खरंतर हेच सांगायचं होतं मला आज. आणि नाही म्हणू नकोस. गीता तुला पुढे शिकू देणार नाही, तुझा पगार एकदा तिच्या हातात पडायला लागला, की तुझ्या लग्नाचं ती

मनावर तरी घेईल का, ही शंका आहे माझ्या मनात. एक-दोन वर्षं नोकरी कर आणि मग लग्न लावून टाकू आपण. मी बोलणार आहे आबाशी. त्याआधी तुझ्या कानावर घालायचं होतं.'' कमूला काय बोलावं ते सुचेना. ती तशीच बसून राहिली.

''ऐकतेयस ना?''

''हं.''

''मग?''

''आधी नोकरी तर लागू दे.''

आत्या हसली. ''बरं, बरं, नोकरीला सुरुवात कर आणि स्वत:च्या पायावर उभी राहशील आता. घाण्याला जुंपल्यासारखी कामं करत असतेस ना त्या गीताची, ती बंद कर. इतके दिवस मी विरोध करत राहिले. माझं ऐकायचं म्हणून ती म्हणेल ते करत राहिलीस, पण प्रत्येकाची वेळ येतेच हे लक्षात घे. हं, हे घे.'' बोलताबोलता सुधाआत्याने गोड शिऱ्याची वाटी कमूसमोर धरली.

''आधी एक चमचा माझ्या देवाला.'' कमूने हसून चमचा आत्यासमोर धरला आणि सुधा आत्याचे डोळे आसवांनी तुडुंब भरले. कमू पाटावरून उठून तिच्यासमोर गुडघ्यावर बसली. आत्याच्या खांद्यावर एक हात ठेवून तिने तिचे डोळे अलगद पुसले आणि लहान होत ती अलगद सुधाआत्याच्या कुशीत शिरली.

कमूचं लग्न सुधाआत्याने दोन-तीन वर्षांत जुळवून आणलंच. लग्नानंतर कमूचं आयुष्य सुखाचंच गेलं; पण लहानपण जितकं त्या वेळेला अंगावर आलं नव्हतं, तितकं सुखात न्हाऊन गेल्यावर आलं. लहानपणी गोष्टींचं स्वरूप कळलं नव्हतं, ज्याचा विचारच मनात डोकावला नव्हता, ते लक्षात यायला लागलं. गीताईबरोबर चित्रपट पाहायला जाणं ही पर्वणी असायची कमूच्या दृष्टीने. वर्षाला ५२ चित्रपट पाहायचे; पण गीताई तिला घेऊन जायची ते बाकीच्यांचा अभ्यास बुडू नये म्हणून, हे फार उशिरा लक्षात आलं कमूच्या. कमूचं लहानपण मोठ्यांच्या आज्ञा पाळण्यात गेलं. तिच्या स्वभावात त्यामुळे जात्याच एक समंजसपणा, बुजरेपणा आला. हो ला हो करत तिने आपलं मत कधी मांडलंच नाही. किंबहुना आपलं असं एक मत असतं हेच मुळी तिला कधी कळलं नव्हतं. हे सारं तिचं तिलाच जाणवायला लागलं तिथून बाहेर पडल्यावर. मोकळा श्वास घेतल्यावर. एकेक गोष्टींचा विचार करायला लागलं की ती स्वत:त बुडून जायची. घरात फक्त आपलं शिक्षण कमी. आबांनाही कधी का वाटलं नाही बाकीच्या मुलींसारखं पदवीधर करावं या मुलीलाही. का त्यांच्या दृष्टीनेही आपण नगण्यच? सगळे बंध तोडून टाकावेसे वाटायला लागले. पण त्याच वेळी दुसरं मन कधी न रुजलेली नाती घट्ट धरून ठेवायचा प्रयत्न करत राहिलं. कर्तृत्ववान, स्पष्टवक्त्या बहिणींसमोर येणारा न्यूनगंड लपवत आपलं सुखी

जीवन त्यांना कळावं याची धडपड करत राहिलं. मलाही सुखी आयुष्य मिळू शकतं हे दाखविण्याच्या नादात ती त्यांच्यातली एक व्हायचा प्रयत्न करत राहिली. यात कधीकधी प्रभा आणि इतर भावंडं बाजूला पडत. जी आवर्जून कमूचा उल्लेख आपली बहीण म्हणून करत त्यांचाही तिला विसर पडे. जे कधीच आपलं नव्हतं, ते मिळवायचा खटाटोप तिचं मन नकळत करत राही. पण प्रभा काय किंवा इतर भावंडं काय, त्यांची मात्र ती जिवाभावाची कमूच राहिली. तिलाही ते कधीतरी जाणवलं आणि खऱ्याअर्थी ती मोकळी झाली. आबा, गीताईच्या घराशी संबंध मग जेवढ्यास तेवढेच राहिले.

आणि आज इतक्या वर्षांनी आबांना भेटण्यासाठी कमूताई आल्या होत्या. तेदेखील संजूने निरोप पाठवला म्हणून. घरात पाऊल टाकल्याटाकल्या गीताईने तिला पुढे येऊन जवळ घेतलं; पण तिची ती जवळीक नाकारलीच शरीरानं. शरीर आक्रसल्यासारखं झालं. कुठल्याच भावना मनाचा तळ गाठत नव्हत्या. सगळे विचार वरवरच भिरभिरून नाहीसे होत होते. आपल्याला नक्की काय वाटतं आहे तेच त्यांना कळत नव्हतं. कर्तव्य म्हणूनच तर आल्या होत्या कमूताई इथे. पण इतकं निर्विकार झालं आहे मन? त्यांनी स्वत:लाच चाचपडून पाहायचा प्रयत्न केला; पण कळत नव्हतं, खरंच कळत नव्हतं. गीताई हे सारं जाणवल्यासारखी बाजूला झाली. आबा झोपलेल्या पलंगापाशी कमूताई येऊन उभ्या राहिल्या. त्यांचे मिटलेले डोळे उघडण्याची वाट पाहत राहिल्या. पण काही अर्थ होता का या गोष्टीला? म्हणजे जात्या जिवाला खरंच आपण आलो हे कळायला हवं म्हणून आलोय आपण, की आपली आणि त्यांची शेवटची भेट व्हावी म्हणून? उरलेला एक सख्खा दुवा निखळताना शेवटची भेट मनात जपावी म्हणून? नक्की कारण उलगडेना. तितक्यात आबांनी डोळे उघडले. कमूताईकडे पाहिलं. कमूताईंच्या मनात आलंच, जाणाऱ्या माणसाच्या मनात काय घोटाळत असेल? इथले हिशोब पूर्ण करायचे, मागे राहाणाऱ्यांची काळजी, मृत्यूची भीती की तो विचारही डोकावत नसेल? फक्त पैलतीर गाठायची घाई? त्या आबांकडे रोखून पाहत राहिल्या. ते काहीतरी बोलले. नीट ऐकायला येईना म्हणून कमूताई खाली वाकल्या.

"तुला, तुझ्यावर... खूप वर्षं सांगायचं होतं. आता उशीर करून चालणार नाही. तुझ्यावर अन्याय झाला माझ्याकडून. माफ कर मला." क्षणभर अर्थच उलगडेना कमूताईंना. लक्षात आलं तसं मन, शरीर गोठल्यासारखं झालं क्षणभर. कमूताई न बोलता उभ्या राहिल्या. ताठ. आयुष्यात पहिल्यांदाच अगदी ताठपणे त्या उभ्या राहिल्या. मनावरचं ओझं उतरलं होतं. आज पहिल्यांदाच कुणाचीही पर्वा न करता आनंदाने गिरकीच मारली त्यांनी.

"अगं कमे, कमू... अगं..." प्रत्येक जण काहीतरी पुटपुटत तिने परिस्थितीचं भान बाळगावं अशी अपेक्षा करत होता. न राहवून गीताईने विचारलं, "काय म्हणाले तरी काय हे असं? इतका काय तो आनंद? जाणाऱ्या जिवासमोर हा कसला थिल्लरपणा तुझा?"

कमूताईंच्या चेहऱ्यावर कडवट हसू पसरलं. गीताईच्या अगदी समोर डोळ्याला डोळा भिडवून त्या उभ्या राहिल्या. "थिल्लरपणा? निदान जाताना तरी पाहू दे की माझा आनंद आबांना. त्यांच्यामुळे, तुझ्यामुळे हरवलेलं लहानपण त्यांनी मला जाताजाता देऊ केलंय गीताई. लहानपणी अशी आनंदाची गिरकी कधी घेतलीच नाही मी. पाहू दे त्यांना. मी असं का वागतेय विचारलंस ना? आबांनी माझी माफी मागितली. ऐकलंत? आबांनी माझी माफी मागितली. अन्याय झाला म्हणाले. अन्याय. माझ्यामुळे कुणाचं वाटोळं नाही झालं गीताई, खरंच माझ्यामुळे कुणाचंही वाटोळं नाही झालं..."

अखेर डाव कमूने जिंकला होता. जेत्याच्या आवेशात तिने आबांना निरोप द्यायला जमलेल्या भावंडांकडे पाहिलं. तिच्या चेहऱ्यावर डोळे खिळवून बसलेल्या आबांकडे ती क्षणभर पाहत राहिली. अतीव मायेने तिने त्यांच्या चेहऱ्यावरून हात फिरवला. "केलं मी माफ आबा तुम्हाला. त्यासाठी थांबला असाल तर घ्या निरोप आता. मी नाही केला तुमच्यासारखा उशीर. काहीकाही गोष्टी ह्या जेव्हाच्या तेव्हाच होण्याला अर्थ असतो आबा. नाहीतर खूप उशीर होतो. खूप. माणसं, मनं वाट पाहूनपाहून थकून जातात. तुमच्याकडे तर आता वेळच नाही. आणि जाणाऱ्या जिवाला अश्वत्थाम्यासारखी चिघळती जखम देण्याचं धैर्य माझ्यात नाही. म्हणून आबा, मी माफ केलं तुम्हाला. आत्या भेटली पैलतीरी तर सांगाल ना तिला, की मी माफ केलं तुम्हाला? तिचे संस्कार आहेत माझ्यावर. म्हणूनच कठीण असलं तरी केलंय मी माफ तुम्हाला."

तिच्याकडे टक लावून पाहणारे आबा गेले हे कमूताईंच्या काही क्षणांनी लक्षात आलं. त्या तिथून उठल्या आणि कुणाकडेही न पाहता बाहेर पडल्या. झुकलेल्या खांद्यांनी कमूताईंच्या पाठमोऱ्या आकृतीकडे गीताई हताश नजरेने पाहत राहिली.

ताठ मानेने कमूताई बाहेर पडल्या. हाताने दार मागे लोटत जिन्यावरून पायऱ्या उतरायला लागल्या; पण हातापायातला जोर गेलाच. कठड्याला धरत कमूताई पायरीवरच बसल्या आणि इतकी वर्षं कोंडून ठेवलेल्या दुःखाला वाट मिळाली. त्यांच्या मनाचा आक्रोश हुंदक्यावर हुंदके देत आजूबाजूचं वातावरण चिरत राहिला.

◆

प्रथमला निरोप द्यायला चित्रा दारात येऊन उभी राहिली. तो फाटकातून बाहेर पडेपर्यंत ती तिथेच थांबली. मनात बरीच कामं घोळत होती. प्रथम आता दोन तीन दिवस येणार नाही म्हणजे निवांतपणा होता. शांतपणे राहिलेलं काम हातात घेता येणार होतं. दार लोटून ती आत जाणार तेवढ्यात फाटकाच्या दिशेने परत येत असलेल्या प्रथमकडे तिचं लक्ष गेलं. पटकन पायऱ्या उतरत ती पुढे झाली.

''काय रे? काही राह्यलं का?''

प्रथमने तिचे दोन्ही हात हातात घेतले. त्याच्या नजरेतल्या व्याकुळपणाने तिचाच जीव घुसमटल्यासारखा झाला.

''प्रथम?'' ती पुटपुटली.

''चित्रा, शक्य झालं तर मला माफ कर.'' झटकन मान फिरवून तो पुन्हा वळला. ती तशीच उभी राहिली. गोठल्यासारखी. हे काय नवीन? प्रथम काय म्हणाला? माफ कर? का पण? ओढणी सावरत ती फाटकाच्या दिशेने धावली; पण उशीर झाला होता. प्रथमची गाडी धुरळा उडवत नाहीशी झाली होती. अंगातलं त्राण गेल्यागत ती मागे वळली. प्रथमच्या शब्दांचा काही केल्या अर्थ लागत नव्हता. फोन करावा? की तो येईपर्यंत वाट पाहायची? त्याचं बाहेर काही? दुसरा संसार? मूल? तिला त्याचा रागच आला. हे काय, माफ कर म्हणे. काहीतरी तुटक बोलून डोक्याला भुंगा लावून द्यायचा.

ती वेगाने प्रथमच्या खोलीत शिरली. टेबलावरचे कागद उलटसुलट करून त्यातून काही मिळतंय का शोधत राहिली. हातात येईल तो कागद पाहून ती भिरकावून देत होती. विचारांच्या नादात खोलीत झालेला कागदांचा पसाराही तिच्या लक्षात आला नाही. टापटिपीच्या बाबतीत काटेकोर असणारी चित्रा उन्मळून गेल्यासारखी खोलीतल्या कागदांवर स्वतःला झोकून देत हमसूनहमसून रडत राहिली. काही वेळाने तिची तीच स्वतःला सावरत उठली. खोलीचं दार बंद करून पसारा नजरेआड टाकत दिवाणखान्यात आली. निरर्थक इकडे तिकडे पाहत राहिली. तिचं लक्ष कोपऱ्यातल्या टेबलाकडे गेलं. तिने दागिन्यांच्या नक्षीचे नमुने ठेवले होते त्यावर व्यवस्थित ठेवलेला

लिफाफा उठून दिसत होता. चित्राला हसायला आलं. चित्राच्या हातात सहजासहजी पडावा या हेतूने त्याने तिच्या कामाच्या जागी तो लिफाफा ठेवला होता. तिने मात्र त्याच्या खोलीचा नक्षाच बदलून टाकला. तिचा अंदाज खरा होता तर. प्रथमला लेखणीचा आधार घ्यावा लागला होता. म्हणजे पुढचं सारं तिला शंका आली होती तसंच? कधी लिहिलं असेल त्याने हे पत्र? माफ कर म्हणाला म्हणजे काहीतरी अस्वस्थ करणारंच असणार. त्याची मनोवस्था जाणवली कशी नाही? तिने घाईघाईने पत्र उघडलं. उभ्याउभ्या वाचायला सुरू केलेल्या पत्रातल्या ओळी तिच्या नजरेसमोर अंधूक व्हायला लागल्या. चित्रा खुर्चीचा आधार घेत बसली. अंदाज चुकला म्हणून आनंद मानायचा, की जे घडत होतं ते थांबवायचा प्रयत्न करायचा? खरंच होतं ते तिच्या हातात? तिचं तिलाच समजेना. पण मन मात्र घडत असलेल्या, घडून गेलेल्या घटनांचा, प्रसंगांचा आपोआप पुन्हा धांडोळा घ्यायला लागलं.

चित्रा पुस्तकात डोकं खुपसून बसली होती. कथेतले प्रसंग अगदी डोळ्यांसमोर उभे राहत होते. एकदम कुणीतरी पुस्तक ओढलं तसं तिने दचकून पाहिलं. प्रथम वैतागून तिच्याकडे पाहत होता.

"किती हाका मारायच्या चित्रा?"

"लक्षातच आलं नाही." ती एकदम ओशाळून म्हणाली.

"चल ना, भटकून येऊ या कुठेतरी." रविवारची दुपारची निवांत झोप काढून तो ताजातवाना झाला होता. तिला खरं तर घेतलेली गोष्ट वाचून पूर्ण करायची होती; पण तिने मोडता घातला नाही. पुस्तक बाजूला ठेवून ती उठली. स्वतःचं आवरून प्रथमबरोबर निघाली. बाहेर पडल्यापडल्या प्रथमला कुणी ना कुणी ओळखीचं भेटत राहिलंच. चेहऱ्यावर स्मित हास्य ठेवून चित्राही प्रत्येकाबरोबर होणाऱ्या त्याच्या गप्पा ऐकत होती. प्रथम गप्पिष्ट, तर चित्रा तशी अबोलच. त्याचं धबधब्यासारखं कोसळत राहणं तिला मनापासून भावायचं, त्याच्या लोकसंग्रहाचं कौतुक वाटायचं. ती कौतुकाने त्याच्या प्रत्येकाशी होणाऱ्या गप्पा कान देऊन ऐकत होती. रहदारीचा भाग काही वेळात संपून दृष्टिक्षेपात येणारा गडनदीचा पूल गप्पागोष्टींमुळे नजरेत यायला दहा-पंधरा मिनिटं लागली. तो दिसायला लागल्यावर मात्र कधी एकदा पुलाच्या कठड्याला टेकतो असं होऊन गेलं चित्राला. प्रथमच्या बरोबरीने ती चालत असली, तरी आता तिला त्या पुलाचीच ओढ लागली. नदीजवळच्या पुलाजवळ येऊन दोघं उभे राहिले. पुलाखालून वाहणाऱ्या गडनदीच्या पाण्याकडे चित्रा पाहत राहिली. नदीच्या पाण्याचा आणि पाठीमागून रस्त्यावरून जाणाऱ्या एखाद्या गाडीचा आवाज इतकंच काय ते संगतीला आहे असं वाटत होतं. कितीतरी वेळ ती तशीच उभी होती. प्रथमने तिच्या तंद्रीचा भंग केला,

''उभ्या देवापर्यंत जाऊ या?'' वाहणाऱ्या पाण्याचा खळखळाट, डाव्या हाताला वळत गेलेल्या रस्त्यावर झाडामधून नजरेला पडणारी पण झटकन नाहीशी होणारी एखादी सायकल आणि मध्येच संध्याकाळच्या येणाऱ्या प्रकाशाची तिरीप डांबरी रस्त्यावर पडून काहीतरी चकाकल्यासारखा भास हे सारं अनुभवण्यात ती गुंग होती. प्रथमच्या शब्दांनी ती भानावर आली.

''चालेल.'' ती लगेच वळून चालायला लागली. प्रथमच्या हातात हात गुंफून मावळतीचा प्रकाश अनुभवत संथपणे चालत राहिली.

''काय काय येतं नाही नजरेच्या टप्प्यात या पुलावरून? गडनदी, हळवलला जाणारा रस्ता, आर्यादुर्गेचं देऊळ. मला आवडतं हे दृश्य पाहायला. पण पुलावरून भरधाव वेगाने जाणाऱ्या गाड्यांची भीती वाटते. फार जोरात चालवतात.''

तिने नुसतीच मान हलवली. प्रथमनेही गप्पा मारण्याची इच्छा आवरली आणि शांतपणे तो तिच्याबरोबरीने चालत राहिला.

गर्द झाडीच्या रस्त्यावरून, पायवाटेवरून थोडं आत चालत गेलं की विस्तीर्ण वृक्षांच्या सावलीतला उभा देव तिला आजूबाजूच्या वातावरणात गूढता निर्माण करणारा वाटायचा. पायाखालच्या पानांची सळसळ, लांबवरून ऐकू येणारी एखादी हाक, नदीच्या आसपास कपडे धुण्याचा येणारा अस्पष्ट धपधप आवाज असं सगळं कानावर झेलत दोघं तिथल्या भल्यामोठ्या शिळेवर बसले. हाताच्या अंतरावर शांतपणे वाहणाऱ्या गडनदीच्या पाण्याकडे दोघं मूकपणे पाहत राहिले.

''तुला पश्चात्ताप होतोय का चित्रा?'' अचानक प्रथमने विचारलं. तिने गोंधळून त्याच्याकडे पाहिलं.

''कशाबद्दल?''

''या आडगावात येऊन राहिल्याचा.'' चित्राने हसून मानेने नकार दिला.

''नक्की?'' त्याने पुन्हा विचारलं.

''नाही रे. पश्चात्ताप कसला. तुला आवडतंय ना मग झालं तर.''

''हेच, हेच मला आवडत नाही तुझं. मला आवडतं म्हणून तू करतेस का सारं?''

''नाही, असंच काही नाही.''

''तू आनंदी दिसत नाहीस. चित्रा, मला ठाऊक आहे तुला यायचं नव्हतं रत्नागिरी सोडून. माझ्यासाठी म्हणून आलीस तू. खरं ना?''

ती काहीच बोलली नाही.

''इतका त्याग, कुढेपणा बरा नव्हे चित्रा.''

''अरे, काहीतरीच काय बोलतोस?''

"मन मारून तू काही करावंस अशी माझी इच्छा नाही. मी हे पहिल्यापासून सांगतोय, पण तुझ्या मनाचा थांगच लागत नाही कधीकधी.''

काही न बोलता चित्राने त्याच्या हातात हात गुंफला.

"तुझं काहीतरीच. आणि आता आलोय इथे आडबाजूला तर बसू या नं निवांत. डोळे मिटून इथला शांतपणा अंगात अलगद झिरपू द्यावा असं वाटतंय. आपणही ह्या शांततेचा, गूढतेचा भाग व्हावा असं काहीसं.'' तिने त्याच्या खांद्यावर मान टेकून डोळे मिटलेच. तोही नाईलाज झाल्यासारखा संथ वाहणाऱ्या पाण्यावर नजर खिळवून बसून राहिला. एकमेकांना चिकटून बसलेल्या त्या दोघांची मनंमात्र दोन दिशेला भरकटली होती. प्रथमच्या मनात चित्राला बोलतं कसं करायचं याचा विचार चालू होता तर चित्राच्या डोळ्यांसमोर कणकवलीला कायमचं यायचं ठरायच्या आधीचे दिवस तरळत होते.

त्या दिवशी कणकवलीहून तो आला संध्याकाळी. चित्राने नुकतंच काही दागिन्यांचं काम पूर्ण केलं होतं. त्यातली रंगसंगती, आकार ती पुन्हा पुन्हा निरखून पाहत होती. दुबईतल्या व्यावसायिकाला दागिने आवडले, तर वर्षभर पुरेल इतकं काम हाताशी येणार होतं. ते काम तिलाच मिळेल याची तिला खात्री होती. थोडेफार बदल सुचवले तर ते करायची तयारी तिने मनात आधीच केली होती. आता फोटो काढून पाठवून द्यायचं एवढंच राहिलं होतं. प्रथम आल्याआल्या उत्साहाने ती बांगडी आणि हाराची नक्षी दाखवणार तितक्यात घरात शिरल्याशिरल्या तोच म्हणाला, "चित्रा, खूप दिवसांपासून मनात काही घोळतंय. तुला केव्हा वेळ असेल तेव्हा बोलू या.''

"महत्त्वाचं आहे?'' त्याच्या स्वरातला गंभीरपणा तिला जाणवला. तिने हातातले नक्षीचे कागद आणि दागिने बाजूला ठेवले.

"अगदी तसंच नाही. पण थोडी धाकधूक, शंका आहे मनात. तुझ्याशी बोलताबोलता मलाच उत्तरं सापडत जातात.''

"मग बोल की आत्ताच. आहे वेळ मला. पण निदान हात-पाय धू, काहीतरी खाऊन घे. यमुनाबाईंना सांगू का काहीतरी करायला?''

"नको. निघायच्या आधी खाल्लंय.''

"ठीक आहे.'' चित्राने यमुनाबाईंना त्याचं सामान आत नेण्याची खूण केली आणि ती बसली.

"मी कणकवलीला कायमचं जायचं ठरवतोय.''

एक क्षणभर चित्राला तिचे कान लाल झाल्यासारखे वाटले; पण स्वतःला सावरून तिने विचारलं, "असं अचानक? म्हणजे कधी ठरलं तुझं? आणि माझं

काय?'' तिच्या स्वरात शांतपणा असला, तरी नकळत आवाज किंचित उंचावलाच. पण तिचं तिलाच जाणवल्यासारखं ती म्हणाली, ''नाही म्हणजे शेवटी तू विचार करूनच काय ते ठरवलं असशील म्हणा.''

''आबा थकलेयत. विश्वासू माणसाच्या शोधात आहेत, पण मलाच वाटायला लागलंय मीच घ्यावं आता हातात काम.'' तिच्या चेहऱ्यावरचे भाव निरखत प्रथम बोलत होता. ''म्हणजे कुणाचाच तसा आग्रह नाही. अजून एखादं वर्ष रेटतील ते कारभार सुरळीतपणे; पण कामं स्वीकारून बसले आहेत. फक्त कणकवलीतली नाही, तर आजूबाजूच्या गावातली. त्यांच्यासारखं काम कुणी करत नाही अशी ख्याती आहे ना त्यांची. आपल्या दृष्टीने साध्या नावाच्या पाट्या बनवायच्या असल्या, तरी त्यात कलात्मकता पाहिजेच यावर ठाम आहेत ते. खरं सांगायचं तर हातात घेतलेलं काम झेपेल की नाही, या विचाराने त्यांच्या मनावरचा ताण वाढतोय असं जाणवलं मला. तसाही मी अधूनमधून मदतीला जात असतोच. मग तिथेच बस्तान हलवलं तर? माझ्याशिवाय आहे कोण त्या दोघांना? आणि मुख्यं म्हणजे तू पण त्यांना काही कल्पना देऊ शकशील.''

चित्रा काही बोलली नाही. एकदा वाटलं आपल्या कामाचं कारण पुढे करावं. पण कशाला? त्या बाबतीत काय करता येईल हे तिलाही ठाऊक होतंच की. पण त्याने हे ठरवूनच टाकलं आहे, की तो विचारतोय? तिच्या मनातलं कळल्यासारखं प्रथम हसला.

''मी काही ठरवलेलं नाही; पण आज परत येताना जो अस्वस्थपणा आला, त्यातून मोकळं व्हायचं होतं मला. तुझं म्हणणं ऐकायचं होतं. जो निर्णय घेऊ तो दोघांनी मिळून घेतलेला असेल. मी म्हणतोय म्हणून ते झालं पाहिजे, असा माझा मुळीच अट्टाहास नाही. आणि लगेच काही ठरवायचं आहे असंही नाही. तू विचार कर. मग बोलूच आपण. जे माझ्या कामाच्या बाबतीत तेच तुझ्याही. तुझं काम सुदैवाने तिथेही करू शकतेस.'' त्याने तिच्या डोक्यावर थोपटल्यासारखं केलं. आतून यमुनाबाईंची ताटं वाढल्याची हाक ऐकू आली तसं दोघंही उठलेच.

नकार द्यायचा? रत्नागिरीतलं सुरळीत आयुष्य सोडून पुन्हा घडी बसवायला जायचं कणकवलीला? तो जसा त्याच्या आई-वडिलांचा विचार करतोय, तसा मलाही माझ्या करायला नको का? आई तर एकटी राहतेय. कधी ना कधी आपल्याकडे येऊन राहायचा विचार तिच्या मनात डोकावला तर? येईल ती कणकवलीला? का जाईल बाबांकडे? पण नाही म्हणणं इतकं खरंच सोपं आहे? त्याच्या मनात जायचं असेलच तर मग वाद, भांडणं सुरू होतील. टोक गाठलं जाईल. म्हणजे अजूनपर्यंत तसं कधी झालेलं नाही. समजूतदार आहे प्रथम. पण आई-वडिलांसाठी तो हा निर्णय घेतोय आणि आपण नाही म्हणायचं? उगाचच

अडवण्यात काय अर्थ? ती एकदम लहान मुलीसारखी रडायला लागली. मुंबईच्या घरातल्या एक खणी खोलीत असल्यासारखा तिचा जीव गुदमरायला लागला. त्या खोलीत वावरणारे आई-बाबा दिसायला लागले. आसपास वावरायलाच लागले ते तिच्या.

"गेंड्याचं कातडं पांघरलंय तुम्ही. किती काही बोललं तरी आपलं तेच खरं." बाबांच्या हातातलं वर्तमानपत्र खेचत आई म्हणाली.

"उत्तर दिलं नाही म्हणजे गेंड्याचं कातडं? तेच तेच ऐकून कंटाळतो म्हणून काही बोलत नाही."

"बोलू नका हो. करून दाखवा."

"ते दाखवतोच आहे. तुला दिसत नाही त्याला मी काय करू?" दोघांचे आवाज वाढायला लागले तसं तिथेच अभ्यास करत बसलेल्या चित्राने वहीत जोरजोरात काहीतरी खरडायला सुरुवात केली. आईने तिच्या पाठीत धपाटा घातला, हातातली वहीदेखील ओढली.

"चित्रा, काय हे गिरमिट करून टाकलं आहेस. आणि किती जोर लावायचा तो. वही फाटेल." चित्रा तिथून पळालीच. स्वयंपाकघरात जाऊन तिने पाण्याचं भांडं तोंडाला लावलं. घशाला पडलेली कोरड गेली, तरी पडद्याच्या आडून ऐकू येणाऱ्या आवाजांनी तिच्या काळजाचे ठोके वाढले. ओट्याच्या बाजूला कोपऱ्यात भिंतीला टेकून ती शरीराचं मुटकुळं करून बसली. आई इतकी का चिडते? बाबा सगळं शांतपणे ऐकत राहतात. बाबा नक्की काय चुकीचं करतात म्हणून दोघांचे सारखे वाद होतात? खरं तर नेहमी आईच त्यांच्यावर चिडते. याचा अर्थ तेच चुकत असणार. आई चिडली की तेही वाद घालतात. आई ऐकून घेत नाही हे लक्षात आलं की दारामागच्या खुंटीवर अडकवलेला शर्ट घालून निघून जातात. आई ते दाराबाहेर पडेपर्यंत बडबड करत राहते. आताही चित्राला माहीत होतं त्याच क्रमाने सारं पार पडलं. चित्रा आई स्वयंपाकघरात कधी येईल त्याची वाटच पाहत होती. तिने आल्या आल्या प्रश्न विचारायला सुरुवात केली. न चिडता, आदळआपट न करता आई तिच्याकडे पाहत राहिली. रोजच्या वागण्यापेक्षा आईचं हे वागणं वेगळं होतं. ती चित्राच्या बाजूला येऊन बसली आणि गुडघ्यात डोकं खुपसून रडायला लागली. चित्रा बावचळली. आईला रडताना ती प्रथमच पाहत होती. ती एकदम शांत झाली. मोठं होत तिने आपल्या आईला कुशीत घेतलं.

"रडू नको ना." स्वतःचे डोळे पुसत चित्रा आईला समजावत होती. चित्राच्या केविलवाण्या चेहऱ्याकडे पाहत आईने अश्रू रोखले. काही न बोलता ती तशीच बसून राहिली.

"तू बाबांवर का चिडतेस? मला नाही आवडत."

"माझं चिडणं डोळ्यावर येतं. त्यांचं वागणं नाही दिसत कुणाला."

"काय करतात ते?"

"पिल्लू, तू फार लहान आहेस गं. नाही समजायचं तुला आता काही."

"सांग ना."

"तुझे बाबा कोणतीही गोष्ट गंभीरपणे घेत नाहीत म्हणून चिडते मी."

"म्हणजे?"

"हे बघ, आजोबा मदत करतात आपल्याला. त्यांच्यावर अवलंबून राहावं लागतं. तुझे बाबा दर दोन-चार वर्षांनी वेगवेगळ्या कल्पना मनात घेऊन नवीन काहीतरी व्यवसाय करायला निघतात. एकाच वेळी दोन-तीन गोष्टी. त्यासाठी पैसे गुंतवावे लागतात. धंद्यात पैसा खेळता ठेवायला लागतो हे मान्य, पण हाताशी पैसा नसताना दुसरं काहीतरी सुरू करायचं कशाला?"

चित्राला काडीचंही समजलं नाही, पण तरी तिने विचारलं, "बाबा सांगतात आजोबांकडून पैसे आणायला?"

"नाही. जाऊ दे. तुला नाही समजायचं." आईने विषय संपवला. चित्राचा गोंधळ आणखीनच वाढला. तिने बाबा नाहीतर आजोबांनाच आईच्या म्हणण्याचा अर्थ विचारायचं ठरवलं.

पण ठरवलं तरी तसं झालं नाही. बाबा खूप उशिराच यायचे घरी. त्यात हल्ली हल्ली आणखी उशीर व्हायला लागला होता. आले की इतके कसल्यातरी विचारात असायचे, की समोर जायलाच भीती वाटायची चित्राला. बऱ्याचदा चित्रा झोपेतून जागी व्हायची ती दोघांच्या आवाजाने. आजही तसंच झालं. मात्र आईच्याऐवजी बाबांच्या आवाजाने ती दचकून उठली आणि तशीच पलंगावर बसून राहिली. पडद्याच्या आडोशातूनही बाबा काय बोलतायत ते स्पष्ट ऐकू येत होतं.

"घरी आलो की तुझं सुरू. तुझ्या करवादण्याने सतत भेदरल्यासारखी वागत असते चित्रा. मी तिच्यासाठी गप्प बसतो."

"खरं वाटेल कुणाला तुम्ही माझा शब्द खाली पडू देत नाही हे." खिजवल्यासारखं हसत आई म्हणाली.

"वाटतं ते सांगायचा प्रयत्न करतो, पण तुझं चालूच राहतं. मग गप्प बसतो. पण सततची धुसफुस, भांडणं, वाद याचा चित्रावर परिणाम होतोय ते कसं लक्षात येत नाही तुझ्या?"

"इतकी काळजी आहे तर ही वेळच येऊ न देण्याची खबरदारी का नाही घेतलीत? सगळे धडे मला."

"मी काही केलं तरी तुला समाधान मिळायला हवं ना."

"समाधान मिळेल असं कर्तृत्व गाजवा की. कुणी नको सांगितलंय."

"अगं बाई, तुझ्या या अशा बोलण्याचं सतत दडपण असतं माझ्या मनावर. दोन-तीन व्यवसाय एका वेळी मी नीट सांभाळतो, तरी सतत टोचून बोलतेस. बरं आपल्याला काही कमी आहे का? नाही. पण एकहाती तू मागशील तेवढी रक्कम ताबडतोब हजर करता येत नाही, या एकाच मुद्यावर सतत कटकट असते तुझी. व्यवसायात पैसा फिरता राहतो, हे किती वेळा तुला सांगायचं तेच समजत नाही."

"तो फिरता पैसा पुरवावा लागतो माझ्या वडिलांना."

"मी गेलोय कधी त्यांच्याकडे मागायला? गेलोय कधी?"

"तुम्ही नसाल गेला, पण वापरता ना त्यांनी दिलेले पैसे."

"मी वापरत नाही. तुझ्याकडे असतात ते पैसे. मी घेऊ नको सांगूनही तू घेतेस. पुन्हा सांगतोय, माझ्या अंगात संसार चालवण्याची धमक आहे."

आई काही बोलली असली, तरी चित्राच्या कानापर्यंत ते पोचलं नाही; पण एकदम ओरडण्याचा आणि रडण्याचाच आवाज यायला लागला. कधी नव्हे ते बाबा तार स्वरात ओरडत होते.

चित्रा घाबरून थरथरायला लागली. तिला बाबांच्या कुशीत शिरावंसं वाटत होतं. ती जवळ असली की बाबा एकदम शांत होतात, ते ठाऊक होतं तिला. पण बाबांचा इतका चढलेला आवाज ती पहिल्यांदाच ऐकत होती. ती तशीच बसून राहिली. बाजूची चादर तिने अंगावर ओढून घेतली. भिंतीला टेकून ती कानावर आदळणारे शब्द झेलत राहिली. किती वेळ गेला कुणास ठाऊक; पण आई खसकन पडदा बाजूला करून बाहेर आली. कपाट उघडून तिने आतल्या साड्या बाहेर फेकायला सुरुवात केली. चित्राच्या मुसमुसण्याचा आवाज कानावर पडला तसं तिच्याकडे न पाहताच आई ओरडली, "ऊठ लगेच. आपल्याला जायचंय इथून."

"कुठे जायचंय?"

"आजोबांकडे."

"बाबा पण येतायत?"

"नाही. एकही प्रश्न विचारू नकोस आता. कृपा कर."

चित्रा बाबांच्या दिशेने धावली. बाबा खुर्चीत मान खाली घालून बसले होते. तिने त्यांच्या गळ्याला घट्ट मिठी मारली. त्यांनीही तिला आवेगाने जवळ घेतलं.

"मला नाही जायचं आजोबांकडे." ते काही न बोलता तिला थोपटत राहिले. आई पायात चप्पल घालून दारात उभी राहिली, तसं बाबांनीच चित्राला खूण केली. तेही उठले.

"जाऊ नकोस. उद्या शांतपणे बोलू आपण. इतक्या रात्री आलेलं पाहून

घाबरतील घरातली.''

आई सरळ पायऱ्या उतरायला लागली तसं बाबाच त्या दोघींबरोबर खाली आले. रिक्षा थांबवून दोघींना बसवून देत ते तिथेच उभे राहिले.

''तुम्ही उद्या मला न्यायला या बाबा. शाळा चुकवायची नाहीये मला.'' रिक्षा सुरू झाली तसं तिने बाहेर डोकं काढत रडत म्हटलं. बाबांनी मान डोलावली. आईने हाताने तिला आत ओढलं आणि ते घर कायमचं सुटलं.

बाबा न्यायला येतील या आशेवर होती चित्रा. तिला वाटलं तसं बाबा आलेही दुसऱ्या दिवशी; पण तिच्याकडे लक्ष देण्याच्या मन:स्थितीत कुणीच नव्हतं. बाबा सतत आजोबांशी काहीतरी बोलत होते. आई मध्ये पडली की आवाज चढत होते. आजी मात्र तिला तिथे फिरकूच देत नव्हती. त्या दिवशी चार-पाच तास तरी असेच गेले असावेत. निघायच्या आधी बाबा तिला भेटले ते आता ती इथेच राहील, तिची शाळा बदलेल; पण ते तिला भेटत राहतील हे सांगण्यापुरतं. बाबा गेल्यानंतर कितीतरी दिवस आईने रडून काढले. चित्राचंही नवीन शाळेत लक्ष लागत नव्हतं. ती शाळेतून आली की पुस्तकात डोकं खुपसून बसे. गोष्टींमध्ये जीव रमवायचा प्रयत्न करी. मनात आई-बाबांबद्दलचा राग साठत चालला होता. तो वागण्यातही डोकावायला लागला. उलट उत्तरं, निष्काळजीपणा हे नित्याचं झालं. कधी घरकोंबड्यासारखं वागायचं, तर कधी शाळेतल्या वाचनालयात जितक्या उशिरापर्यंत बसता येईल, तितका वेळ तिकडेच काढायचा. वाचनालयात झालेल्या ओळखीतून बाहेर उंडारत राहायचं. विचित्र वळणावर चित्राचं आयुष्यं खेचलं गेलं. घरातलं वातावरणही बदललं. सुरुवातीला रडून दिवस काढणारी आई, आजोबांच्या व्यवसायात मदत करायला लागली. बराचसा वेळ ती तिकडेच घालवे. चित्रामधलं लक्ष काढून घेतल्यासारखं वागत असली, तरी चित्राच्या साऱ्या गरजा भागवत होती, ती मागेल ते देत होती; फक्त तिचं मन जाणून घ्यायचा प्रयत्न आईकडून होत नव्हता. लेकीसाठी वेळ देता येत नव्हता. बाबा अधून मधून उगवत. तिला घेऊन बाहेर जात. बाहेर जेवण, आइसक्रीम ती जे मागेल ते मिळे. चित्राला आत्तापर्यंत जे मिळालं नव्हतं, ते विनासायास हजर होत होतं. म्हटलं तर भौतिक सुख कधी नव्हे ते आपणहून चालून येत होतं; पण अधूनमधून मिळणारा सुखाचा घास तेवढ्यापुरता आवडला, तरी आई-बाबांच्या सहवासाला ती आसुसली होती. प्रत्येक वेळी बाबा सोडायला आले की तिला वाटायचं, सगळ्यांनी मिळून पहिल्या घरी जावं. पुन्हा तिथल्या शाळेत जावं, मैत्रिणींना भेटावं. पण आई-बाबा स्वतंत्ररीत्या कितीही तिला पाहिजे ते द्यायचा प्रयत्न करत असले, तरी एकत्र आले की वाद-विवादाच्या फैरी झडत. आता यात आजोबांचाही समावेश झाला होता. आजी या सगळ्याला

कंटाळली आणि एक दिवस नेहमीचं नाटक सुरू झाल्या झाल्या तिने चित्राला बोलावलं.

"हिच्या समोरच ठरवा काय करणार आहात पुढे. फार झाली ओढाताण तिची. इथे येऊनही वर्ष होऊन जाईल. दोन्ही डगरीवर पाय देऊन उभं राहणं दोघांनीही थांबवा."

काही वेळ कुणीच काही बोललं नाही. मग बाबाच म्हणाले, "चित्रा, तुझ्यावर अन्याय होतोय याची कल्पना आहे. माफीतरी कुठल्या शब्दांनी मागू? पण याला अंत नाही. आतापर्यंत म्हटलं तर आम्ही दोघंही प्रयत्न करत राहिलो. पण प्रेम, तडजोड यापेक्षा अहंकार वरचढ झालाय. या क्षणी माघार कुणीही घेतली, तरी ती तात्पुरतीच असेल. प्रत्येक वेळच्या यातनामरणापेक्षा एकदाच सोक्षमोक्ष लागणं उत्तम. आमचे मार्ग इतके बदलले आहेत, की ते पुन्हा एकत्र येतील असं वाटत नाही."

बाबांचं बोलणं समजायला कठीण जात असलं, तरी त्यातला अर्थ चित्राला व्यवस्थित कळला. घटस्फोट. आई-बाबा घटस्फोट घेणार. तिला रडावंसं वाटत होतं; पण घरातल्या मोठ्यांसमोर रडण्यात अपमानही वाटत होता. ती बाबांच्या नजरेला नजर देत तशीच बसून राहिली. आईने काही न बोलता चित्राचा हात हातात धरला. चित्राने तो झिडकारलाच. धावत ती आजीच्या खोलीत शिरली. धाडकन पलंगावर अंग टाकून रडत राहिली. पाठीवर फिरत असलेल्या हातानेच आजी खोलीत आल्याचं तिला कळलं. हळूहळू ती शांत झाली.

"वेगळे होणार का गं आई-बाबा?"

"तेच या परिस्थितीत योग्यं नाही का चित्रा? वर्षभर वाट पाहिली; पण काही बदलेल असं वाटत नाही. घरी तेच, इथे येऊनही तेच. कुणालाच सुख नाही."

"आजी, माझ्या संसारात मी नाही असं वागणार. ही वेळच येऊ देणार नाही. का असं वागतात गं दोघं? माझं चुकलं की ओरडायचे, मला फटके मिळायचे लहान असताना. ठाऊक आहे ना?"

"हो."

"मलापण दोघांवर आरडा ओरडा करावंसं वाटतंय. फटकावून काढलं पाहिजे दोघांनाही."

"चित्रा..." आजीच्या स्वरातला कठोरपणा जाणवला, तशी चित्रा गप्प झाली.

"कुणाचं आणि काय चुकलं, चुकतंय ही चर्चा निरर्थक आहे. टाळी एका हाताने वाजत नाही हेच खरं. पण यातून सर्वांनाच मार्ग काढायचा आहे. तुझी आई, आजोबांना मदत करेल. तिला आता स्वत:च्या पायावर उभं राहणं जितकं गरजेचं आहे, तितकीच आवश्यकता तुझं वागणं बदलण्याची आहे चित्रा."

"मी काय केलं? चुकतंय ते त्या दोघाचं."

"त्यांच्या चुकीची शिक्षा तू त्यांना भरकटल्यासारखं वागूनच द्यायला हवी, असं आहे का?"

"पण मी..."

"लहान नाहीस तू आता. तुला चांगलं कळतंय मला काय म्हणायचं आहे ते."

चित्रा काही न बोलता बसून राहिली. आजी उठून पुन्हा बाहेर निघून गेली. पण नाकारायचं म्हटलं तरी आजीचं बोलणं तिला पटत होतं. निदान स्वत:च्या आयुष्याचा ताबा तिने स्वत:च घ्यायला पाहिजे होता. पण म्हणजे काय करायचं? ती जास्तीत जास्त आजीच्या आसपास घालवायला प्रयत्नपूर्वक शिकली. विसकटलेली घडी सुरळीत व्हायला चार-पाच वर्षं लागली. प्रत्येकाची दिशा वेगळी असली, तरी निदान मार्ग हाती गवसले होते. इथपर्यंत पोचेतो सर्वांनीच बरंच काही गमावलं होतं त्यामुळे आता हातातून काही निसटू न देण्याची खबरदारी मन आपोआप घ्यायला शिकलं होतं. आजीच्या पंखाखाली चित्राला सुरक्षित वाटत असतानाच अचानक आजी गेली. काहीही हासभास नसताना गेलेल्या आजीचं जाणं पचवणं चित्राला फार जड गेलं. पण जाताजाता आजीने विसकटलेली घडी पुन्हा नीट बसवून दिली होती. चित्राही प्रयत्नांची पराकाष्ठा करून ती घडी आता विसकटू देणार नव्हती. बाबा अधूनमधून घरी येत राहिले. आले की आजोबांशी बोलत बसायचे. आईच्या स्वतंत्र बाण्याचं कौतुक करायचे. थकल्या डोळ्यांनी आजोबाही बाबांच्या यशाचं कौतुक करायचे. आई फारशी बोलत नसली, तरी बाबा आले की तिचा चेहरा खुलायचा. गुण दिसायला, कर्तृत्व पटायला खरंच लांब जावं लागतं एकमेकांपासून? चित्राच्या घराबाबत तरी निदान तसं झालं होतं. पाहताना चित्राला वाटायचं, आजी हवी होती. खूश झाली असती. हल्ली हल्ली तर तिला वाटायला लागलं होतं आई-बाबांनी पुन्हा एकत्र यावं. नाही तरी आता किती छान जमतं दोघांचं. मनातला विचार ओठावर येईतो आजोबांनी आजीच्या वाटेवर पाऊल टाकलं. आता तर चित्राला आईला बाबांच्या आधाराची खरी गरज आहे, असं प्रखरतेने वाटत होतं. शेवटी एकदा धाडस करून तिने विषय काढला.

"बाबा, आता तुम्ही इकडेच का राहत नाही? आईला मदत हवीच आहे तिच्या कामात."

आईने आश्चर्याने चित्राकडे पाहिलं. "अगं काय बोलतेयस तू चित्रा? तुझ्या बाबांना वाटेल मीच बोलले हे तुझ्याशी. कुठून हे वेड घेतलंस?"

"वेड? नाही गं. मला तीव्रपणे वाटलं तेच करतेय. आई, मला तुम्ही दोघंही हवे आहात गं. आता काही मी लहान नाही. लवकरच शिक्षणही संपेल माझं. जुने दिवस आठवते तेव्हा तुमच्या दोघांचं वागणं, माझं तुमच्याबरोबर बदलत गेलेलं नातं

हे जसं लक्षात येतं, तसं त्या वेळची तुमची मन:स्थिती, तुमच्या दोघांची ओढाताण हे मला आता कळतं. बाबांच्या मनातलं कायमचं एक अपराधीपण आणि तुझं सततचं वैतागलेपण. कोण बरोबर, कोण चूक याचा हिशोब या नात्यात नाहीच करता येत. तुम्ही वेगळं व्हायचं ठरवलंत त्याची नक्की कारणं माहीत नसली, तरी अंदाज आहे मला. दोघांची बाजूही आता समजू शकते मी. नात्याचा ताण तुम्हाला झेपला नाही हेच खरं. घटस्फोट झाल्यावर, दूर गेल्यावर कसं सगळं सुरळीत झालंय. तुमचं तुम्हालाही हे जाणवलं असेलच ना? तुमच्या दोघांच्या वागण्याची झळ मला लागत होतीच, तुम्हालाही ते समजत असणारच. बाबा, तुम्ही माझ्या वाट्टेल त्या मागण्या पूर्ण करायचात, ते त्या वेळेस आवडायचं मला. आई, तुला वेळ द्यायची इच्छा असूनही जमायचं नाही आणि त्यामुळे आणखीनच चिडचिड व्हायची तुझी. त्या त्या वेळेस राग यायचा, पण आता तुम्ही एकमेकांना समजून घेताना दिसता ना, तेव्हा सगळं विसरून जावंसं वाटतंय. आणि आई, मी इथून गेले की तू अगदी एकटी पडशील गं.'' चित्रा आईकडे पाणावलेल्या डोळ्यांनी पाहत राहिली. पोटच्या मुलीमध्ये आलेलं प्रौढपण पाहता पाहता आईच्या चेहऱ्यावर हसू उमटलं.

''तुझं तू जमवलं आहेस का कुठे? ते सांगण्यासाठी हा मार्ग?''

चित्रा गडबडीने म्हणाली, ''नाही गं. म्हणजे तेही सांगायचं आहेच. पण आत्ता जे बोलले नं मी, ते खरंच आतून आतून जाणवलेलं मला. आजी-आजोबा गेल्यानंतर तुमच्यातला सुसंवाद जाणवतो, आवडतो मला म्हणून मी मागे लागले आहे.''

''बरं, बरं. आता मुद्द्यावर या.'' बाबा हसून म्हणाले.

''हो. प्रथमशी तुमची भेट कधी घालून देऊ ते दोघांनी सांगा मला.'' चित्रा पुटपुटली.

''हं, आता खरं बाहेर पडलं. चित्रा, प्रथमला भेटूच आम्ही. पण आमचं दोघांचं पुन्हा एकत्र येणं अशक्य आहे बेटा. आहे तेच चालू राहणं योग्य. आता तुझी आई काय, मी काय पुन्हा लग्न करू असं वाटत नाही. पण तुटलेला संसार, मनं सांधताना जी कसरत करावी लागते, त्याची तयारी नाही माझी. तुझी आई आता माझी मैत्रीण आहे. ती तशीच राहू दे. त्यातच जास्त सुख आहे. हे माझं मत. तुझ्या आईला काय वाटतं ते नाही ठाऊक मला.''

''अगदी तेच म्हणणं आहे माझं.'' दुजोरा देत आई म्हणाली.

''आता पुन्हा हा विषय नको. प्रथमला केव्हा आणते आहेस भेटायला? त्याच्याबद्दल ऐकायला आवडेल आम्हाला.''

प्रथमचं नाव काढल्यानंतर चित्रा त्या दोघांची झालेली भेट, त्याच्या घरची मंडळी याबद्दल बोलण्यात रंगून गेली.

प्रथमला चित्रा घरी घेऊन आली आणि तो मग येतच राहिला. शिक्षण पूर्ण होऊन, स्वत:च्या पायावर उभं राहिल्यावर लग्न होईतो मध्ये तीन-चार वर्षं गेली. लग्न झाल्यावर मुंबई सोडून रत्नागिरीला जायचं आहे हे ठाऊक असूनही प्रत्यक्ष वेळ आली, तेव्हा चित्रा थोडीशी भांबावली. पण वाटलं तितकं रत्नागिरीत स्थिर होणं जड गेलं नाही. रत्नागिरीला येऊन दोन वर्षं झाली आणि प्रथमने कणकवलीला स्थायिक व्हायचा निर्णय घेतला. अर्थात तिच्याच संमतीने. कणकवलीला येऊनही वर्ष झालं होतं. प्रथमच्या आई-बाबांनी त्या दोघांचा संसार स्वतंत्र राहील याची काळजी घेतली होती. गावातच; पण वेगळा संसार होता दोघांचा. असं सगळं सुरळीत चालू आहे असं वाटत असतानाच प्रथमने असं का करावं? लाल झालेले डोळे चोळत ती त्याने लिहिलेलं पत्र पुन्हा वाचायला लागली.

प्रिय चित्रा,

गेलं वर्षभर मी झगडतोय. नक्की काय करावं ते समजत नाही. तुझ्याशी बोलायचं धाडस नाही म्हणून हे पत्र. पत्रलेखन बरं असतं. एकतर्फी असतं. मनातलं सारं लिहिता येतं. चेहऱ्यावरचे भाव निरखत शब्द बदलावे लागत नाहीत. जे शब्द मी अनेकदा ओठांवर येऊनही गिळून टाकले, ते इथे लिहितोय. लिहिताना तुझा चेहरा समोर येतोय. तुला माझ्या शब्दांमुळे किती धक्का बसेल, याची कल्पनाही करवत नाही; पण मला वाटत नाही आपलं जमेल. मला कल्पना आहे मी किती दुखावतोय तुला. जे आपल्या दोघांच्या बाबतीत कधीही होऊ नये याची तू आपल्या संसारात दक्षता घेत आलीस, त्याच परिस्थितीत मी तुला ढकलतोय. मला ठाऊक आहे, तुझ्या आई-वडिलांचा घटस्फोट झाला, त्या वाटेवर कधीही पाऊल टाकायचं नाही असा तुझा निर्धार आहे; पण त्या निर्धाराचं सावट आपल्या संसारावर पडतंय हे लक्षातच आलं नाही तुझ्या. खूप प्रयत्न केला मी. पण आहे या परिस्थितीत बदल होईल असं वाटत नाही. तू स्वत:ला हरवून बसली आहेस चित्रा. म्हणजे तसं सगळं छान आहे. पण जिथे मतभिन्नतेचा प्रश्न येतो, तिथे सारं बदलतं. मतभेद होताच कामा नयेत याची काळजी घेण्याचा तुझा खटाटोप असतो. विचार करतो तेव्हा वाटतं, तुझ्या आई-वडिलांच्या सततच्या वाद-विवादाला कंटाळली होतीस तू. त्याचाच हा परिणाम असेल का? म्हणजे तसं तू कधी सांगितलं नाहीस, त्यामुळे कदाचित ठरवून नसेलही होत तुझ्याकडून; पण वाद टाळतेस तू हे अगदी स्पष्ट जाणवतं. एक-दोन वेळा मी विचारलंही तुला कारणांबद्दल, पण धड उत्तर नाही देता

आलं तुला. कुठल्याही निर्णयप्रक्रियेत मला तुझा सहभाग हवाय. नुसतं हो ला हो नको चित्रा. आपण एकमेकांचे जोडीदार आहोत. तू माझी गुलाम नाहीस. लग्न झालं म्हणून प्रत्येक गोष्टीला मान तुकवलीच पाहिजे असं कुणी सांगितलं तुला? गेल्या दोन वर्षांत एकही गोष्ट मला आठवत नाही, ज्याला तू विरोध केलायस. तुझ्या डोळ्यात नाराजी उमटते; पण ती तू शब्दांत व्यक्त होऊ देत नाहीस. असं का? मी नाना तऱ्हेने हे तुझ्यापाशी खरं तर बोललोय. कितीतरी वेळा अगदी सष्टपणे. असं वागू नकोस म्हणून बजावलं आहे, समजावलं आहे. जर माझं ऐकायचं असंच ठरवलं आहेस, तर मग हे का ऐकत नाहीस? भांड ना कडकडून माझ्याशी. आवडेल मला. कितीतरी वेळा तू वाद घालावास म्हणून मी निरर्थक विधानं केली, पण आपल्या दोघांमध्ये वादाला जागाच द्यायची नाही, हे तुझ्या मनात पक्कं ठसलेलं आहे. चुकीचं आहे ते. सांगूनसांगून थकलो मी आता. दोन माणसं एकत्र आली की तडजोड करावी लागतेच; पण त्यालाही मर्यादा असते. अस्तित्व हरवून गेलेली कळसूत्री बाहुली नकोय मला चित्रा. हाडामांसाचं माणूस हवंय. चिडणारं, रडणारं, हट्ट करणारं, वेळ प्रसंगी कान उपटणारं. आणि नेमकं तेच या लग्नाने मी हरवून बसलोय आणि म्हणूनच चित्रा, मला वेगळं व्हायचंय. मला घटस्फोट हवाय.

चित्राने हातातल्या कागदाचा बोळा केला. रडतरडत ती ओट्याच्या बाजूला कोपऱ्यात गुडघ्यात डोकं घालून बसली. मुंबईच्या घरातल्या एक खणी खोलीत असल्यासारखा तिचा जीव गुदमरायला लागला. चुरगळलेल्या कागदाचा बोळा तिने थरथरत्या हाताने पुन्हा उघडला. ज्या शब्दाला आयुष्यात कधीच थारा नाही असा विश्वास होता चित्राला, तोच शब्द तिच्या डोळ्यांसमोर पुन्हा नाचत होता. प्रथमचा पत्रातून उतरलेला आवाज पुन्हापुन्हा कानावर आदळत होता. घटस्फोट. मला घटस्फोट हवाय!

◆

''उशीर होईल यायला. वाट नको पाहू.'' विकासने केस सारखे करत आरशात पुन्हा नजर टाकली.

''कुठे चालला आहेस?''

''च्यायला, विचारलंस कुठे म्हणून? लागली पनवती आता.'' हातातला कंगवा भिरकावत तो सुमतीच्या दिशेने वळला.

''दादा...'' खुर्चीत वाचत बसलेली कविता संतापाने उठली.

''तोंड आवर आणि हे काय वागणं तुझं.''

''गप गं. सालीऽऽऽ मला शिकवते.'' शर्टाची कॉलर नीट करत विकास म्हणाला.

''कविता तू नको मध्ये पडू. जा तू विकास.'' सुमती शांतपणे म्हणाली आणि शाळेतून तपासायला आणलेल्या वह्यांचा गठ्ठा तिने पुढे ओढला. कविताला आईचा रागच आला. पाय आपटत ती तिथून उठली. सुमतीला हसायला आलं. दोघांच्या दोन तऱ्हा. एक माझी बाजू घेऊन भांडणार, दुसरं मला किती त्रास देता येईल ते पाहणार. दुर्लक्ष करायचं हा मनाशी केलेला निश्चय पुरा केल्यासारखं तिने हातात आली ती वही तपासायला घेतली. सातवी आठवीतल्या मुलांचे जग बदलून टाकायचे बेत वाचता वाचता, एकेका निबंधामध्ये ती कितीतरी वेळ रमली.

''आई, अगं दिवा तरी लावायचा.'' कविताने खोलीतला दिवा लावला. पिवळसर प्रकाशाने खोली उजळून निघाली. पण सामानाच्या भिंतीवर पडलेल्या वेड्यावाकड्या सावल्यांनी खोलीची अवकळा अधोरेखित झाल्यासारखी वाटत राहिली सुमतीला. त्यात दिव्याखालची पाल अंगावर शहारा आणत होती. वर्षानुवर्षं वापरात असलेला दिवाण, एक टेबल, दोन खुर्च्या आणि खिडक्यांचे विरलेले पडदे. बस इतकंच सामान. स्वप्नांच्या रंगासारखेच झाले होते ह्या घराचे रंग विटकट, जुने पुराणे. सुमतीने पुन्हा वहीत डोकं खुपसलं. मुलांच्या नजरेतून भविष्यकाळ पाहतापाहता तीदेखील त्यांच्या वयाची झाली, त्या वेळची स्वप्नं, दिवस, क्षण तिच्याभोवती अलगद फेर धरून उभे राहिले.

मळभ

करकचून दोन वेण्या बांधलेल्या सुमतीने भावाच्या घरात पाऊल टाकलं आणि गोंधळलीच ती. भाऊ, वहिनी दोघं डॉक्टर. त्यांच्या इतमामाला साजेसा तो चकचकीत बंगला डोळे दिपवून टाकत होता. भिरभिरत्या नजरेने ती सगळ्या घरात फिरली. शिरोळच्या घराएवढंच मोठं घर हे. आवडलं का अवघड वाटतं आहे इथे वावरायला तेच समजेना तिला. खिडक्यांचे महागडे पडदे, उंची फर्निचर, स्वयंपाकघरातल्या अद्यावत सोयी... स्वप्नातही तिने कधी विचार केला नव्हता अशा गोष्टी होत्या; पण शिरोळच्या मातीचा वास नव्हता आजूबाजूला. बंबातली पेटती लाकडं, हौदातलं पाणी, खोल विहीर, रहाटाचा आवाज, शेजाऱ्या पाजाऱ्यांचं येता जाता डोकावणं, गडग्याच्या पलीकडे उभं राहून गप्पा मारणं यातलं काहीही नव्हतं. एका बंदिस्त जगात तिने पाऊल टाकलं होतं, तितक्याच बंदिस्त वातावरणात पुढची तीन वर्षं काढावी लागणार हे घरातल्या वातावरणाने मूकपणे तिला सांगितलं. एकदा कॉलेजचं शिक्षण संपलं की परत शिरोळ.

"इथे सही लागेल तुमची." गांगरलेल्या सुमतीच्या चेहऱ्यावरचे भाव निरखत नरेश म्हणाला. बँकेत खातं उघडायला गेलेली सुमती गांगरली होती. तो सांगेल तिथे सह्या करत होती. तिचा गोंधळ, धांदल, गडबड पाहून नरेशला हसायला आलं,

"मी काही खाणार नाही तुम्हाला. सावकाश. काही घाई नाही." सुमती अवघडल्यासारखं हसली.

"मी पण शिरोळचाच आहे." आतामात्र मान वर करून तिने त्याच्याकडे पाहिलं.

"तुम्हाला कसं कळलं मी शिरोळची आहे ते?"

अर्जावर पत्ता लिहिलेल्या ठिकाणी बोट ठेवत तो पुन्हा हसला. त्याच्या शुभ्र दंतपंक्तीवर तिची नजर खिळली.

"अय्या, मग मी कसं कधीच नाही पाहिलं तुम्हाला? अख्खं शिरोळ ओळखीचं आहे आमच्या. म्हणजे एवढंसं तर गाव आहे नं."

"आमचं मूळ गाव ते. कितीतरी वर्षांत गेलो नाही. काका, काकू असतात फक्त आता तिथे. छान झालं आपली ओळख झाली. आता बँकेत आलात की भेटा नक्की." तो निरोपाचं बोलला तशी ती उठली.

कारणा कारणाने नरेशशी तिची भेट होत राहिली. शिरोळला जाणाऱ्या एस.टी.त नरेश भेटला तेव्हा ती आश्चर्याने आणि आनंदाने खुलली.

"शिरोळ?" तो तिच्या बाजूला येऊन बसला, तसं हसतहसत तिने विचारलं.

"हो. दोन दिवस जोडून सुटी आहे ना."

काहीही न बोलता ती खिडकीतून बाहेर पाहत राहिली. खरं तर खूप बोलावं, गप्पा माराव्या असं वाटत होतं; पण त्याने इतकं अगदी बाजूलाच बसावं असं पहिल्यांदाच होत होतं. ती थोडीशी अवघडली होती, सुखावली होती.

"सुमती, गप्प का?"

"अं? काही नाही उगाच." खिडकीबाहेरचा रस्ता, झाडं यात नजर गुंतवण्याचा प्रयत्न करत ती म्हणाली.

"तुला भेटून भेटून एकदा शिरोळची चक्कर मारून यावी असं वाटायला लागलं. तसंही काका, काकूंना भेटून खूप वर्षं झाली." तुम्हीवरून त्याने अगं तुगं म्हणायला सुरुवात केलेली तिच्या लक्षात आलं.

"आधी बोलला असतात, तर एकत्रच गेलो असतो." ती पुटपुटली.

"एकत्रच तर जातो आहोत." त्याने तिच्याकडे एकटक पाहत म्हटलं.

"तो योगायोग." तिनेही रोखून पाहिलं त्याच्याकडे.

"नक्की?" त्याच्या स्वरातला मिश्किलपणा जाणवून तिच्या एकदम काहीतरी लक्षात आलं.

"अय्या, तुला ठाऊक आहे मी कधी जाते शिरोळला ते?"

"अरे वा, बढती मिळाली." तिच्या प्रश्नाला चतुराईने त्याने बगल दिली, पण तिच्या चेहऱ्यावरचं प्रश्नचिन्ह पाहून तो घोगऱ्या आवाजात म्हणाला, "तुम्हीचं तू झालं. आवडलं बुवा आपल्याला." त्या स्मितहास्याकडे ती पाहत राहिली. पाच तासांचा तो प्रवास कधीच संपू नये असं वाटत राहिलं दोघांना.

"तू कशाला ताटकळत बसली आहेस? सांगितलं नव्हतं मी कुणी थांबू नका माझ्यासाठी." सुमती एकदम दचकली. भानावर आली.

"बाप रे, लक्षातच आलं नाही रे झोपायची वेळ झाली ते." वह्या बंद करत सुमती म्हणाली.

"च्यायला, काय आई आहेस की कोण गं तू?" विकासच्या आवाजातल्या तुच्छतेने सुमतीच्या काळजात कळ उठली.

"काय झालं?" केविलवाण्या सुरात तिने विचारलं.

"आमच्या पोटापाण्याची फिकीरच नाही तुला. जेवण झालंय की नाही ते तरी विचारशील?"

"तू जेवून येणार होतास."

बाहेर पडतापडता रागारागाने फेकलेलं त्याचंच वाक्य त्याला आठवलं. उत्तर सुचेना तसा रागाचा फुत्कार टाकत विकासने दिवाणावर अंग टाकलं.

“अरे, बाहेरून आलास तर पायावर पाणी तरी घ्यावं, चप्पल काढाव्यात.”

“ए, कटकट नाय पायजेल हा. जा झोप जा तू.” विकासने कपाळावर आडवा हात टाकला. पुटपुटत, राग आवरत सुमती खोलीच्या दिशेने वळली.

आई गेल्याची चाहूल डोळ्यांवर आडवा हात टाकून विकास घेत राहिला. आईचा आणि कविताचा त्याला वैताग यायला लागला होता. सारखा उपदेश, नाहीतर दुर्लक्ष. बापाच्या मार्गावर गेल्या आहेत दोघी. हिच्यामुळे, हिच्यामुळे सगळ्या घराचा सत्यनाश झाला. आपल्या समाजातल्या पोराशी लग्न करायचं सोडून गेली पळून. फळं भोगतोय आम्ही पोरं. मनातल्या मनात घरातल्या सगळ्यांना लाखोली वाहता वाहता तो घोरायला लागला.

“ऊठ रे आता. किती वेळ घोरत पडणार आहेस. आई परत यायची वेळ झाली शाळेतून.” कविताने विकासला जोरजोरात हलवलं. बघावं तेव्हा आडवा पडलेला असतो, वेळ नाही काळ नाही. विकासने कसेबसे डोळे उघडले. रात्री परत येताना मनात साचलेलं एकदम बाहेर पडलं विकासच्या.

“मामा भेटला होता आज.”

“काऽऽय?”

“हो, म्हणजे त्याने मला भेटायला बोलावलं होतं.”

“तू आधी तुझं आवर. मी चहा करते. चहा घेता घेता बोलू आपण. आणि आई यायच्या आत सांग सगळं. आईला अजिबात आवडणार नाही तू त्याला भेटायला गेलास हे कळलं तर.”

विकास चुळबूळ करत उठला. कविताने पटापट ती खोली नीटनेटकी केली. विकासची चादर तिनेच घडी केली, नाहीतर तशीच राहिली असती. चहा कपात ओतताओतता विकास आलाच.

“च्यायला, मी सांगतो तुला आईने जर जातीत लग्न केलं असतं ना, तर कुठच्या कुठे पोचलो असतो आपण. पैसाच पैसा आणि काय हवं ते करायला मोकळीक.”

“काय बोलतो आहेस तू विकास. बाबांनी काय कमी केलं रे आपल्याला?”

“मामा आज मला कसल्या भारी हॉटेलमध्ये घेऊन गेला होता. त्याला भेटावंसं वाटत होतं म्हणाला.” बाबांचा विषय टाळत तो म्हणाला.

“त्याला भेटावंसं वाटलं आणि तू भेटलास. अरे, आईला नाही आवडणार. तिचा नको का विचार करायला?”

“मामा सांगत होता, आईचं लग्न डॉक्टर मित्राशी लावून देणार होता तो; पण त्याच्याआधीच पळून गेली बाबांबरोबर.”

"प्रेम होतं तिचं बाबांवर. आणि आपले बाबा काही अडाणी नव्हते. मामाने कोंडूनच ठेवलं होतं आईला जवळजवळ. मग काय करणार ती."

"काय उपयोग झाला त्या प्रेमाचा? माहेर तुटलंच ना तिला कायमचं? झाली ना आपली फरफट?"

"काय फरफट झाली रे? बाबा गेले; पण आई निभावते आहे ना सारं."

"तुला डोकं म्हणून नाही. आईने जातीत लग्न केलं असतं, तर पैसा खेळला असता घरात. डॉक्टरशी लग्न. यार, सगळं मनासारखं झालं असतं."

"तुला काही सांगायचं म्हणजे पालथ्या घड्यावर पाणी. सगळी सुखं पैशाने नाही मिळत. आता कृपा कर आणि आईपाशी नको बोलूस हे."

"बरं, बरं. नाही बोलत. अजून उपदेश नको तुझा." विकास चहाचा घोट घेत विचार करत तिथेच बसून राहिला. कप सुकला तसा समोरच्या भांड्यातून त्याने पुन्हा एकदा चहा ओतून घेतला.

"आई, बाबांनी प्रेम गाजवलंच. कुठेपण जा कोणी ना कोणी भेटतंच त्यांच्या प्रेमाबद्दल मिटक्या मारत बोलणारं. आईने मामाचं न ऐकता पळून जाऊन लग्न केलं ही कशी चूक होती ते तर प्रत्येक जण बिंबवत असतो मनात. मग आईचं माहेर कसं तुटलं, बाबांच्या घरातल्यांनी तिला कसं आपलंसं केलं. अख्ख्या जगाला माहीत होतं त्याचं प्रकरण, फालतू लफडं. शीऽऽऽ लाज वाटते असलं ऐकायला."

कविता हसली. "लफडं काय म्हणतोस? अरे, छोट्याशा गावात वर्षानुवर्षं राहतो आहोत आपण. सगळे ओळखतात एकमेकांना. होणारच असं. आणि तुला ऐकवत नाही तर ऐकू नकोस. माहीत आहे सगळं म्हणायचं ना, की संपलं."

"तेच जमत नाही. बाबा तर गेले, पण आईची लाज वाटते. तिच्यामुळे मान खाली घालून वावरावं लागतं जिथे तिथे. शोभलं का असं पळून जाणं, जातीबाहेर लग्न करणं?"

"या गोष्टीला वीसहून अधिक वर्षं झाली आहेत विकास. आपणपण लग्नाच्या वयाचे झालो आहोत. जग कुठे चाललं आहे आणि तू जातीच्या कसल्या गोष्टी करतोस?"

विकास काहीच बोलला नाही. पुन्हा एकदा स्वतःसाठी चहा ओतून घेत तो बाहेरच्या दिवाणावर चहाचे घोट घेत राहिला. कविता आपलं आवरून बाहेर निघून गेली. चहाचा कप दिवाणाच्या बाजूला ठेवून विकास पलंगावर पुन्हा आडवा झाला ते दाराचा आवाज होईपर्यंत.

पाच जिने चढून सुमतीला चांगलीच धाप लागली. मनातल्या विचारांचं वादळ चेहऱ्यावर उतरलं होतं. एकट्याने हे घर कसं सावरायचं ते कळेनासं झालं होतं. दोन

तरुण वयातली मुलं. नोकरी मिळत नाही म्हणून वैतागलेला, परिस्थितीला तिलाच जबाबदार धरणारा मुलगा आणि कॉलेजमध्ये शिकणारी, सारं निमूटपणे पाहणारी, कुढणारी, तिच्यापरीने भावाच्या वागण्याला करता येईल तेवढा विरोध करणारी, त्याला समजावणारी कविता. दोघांच्या दोन टोकाच्या वागण्याने मधल्यामध्ये सुमती भरडली जात होती. वैतागत होती. आणि आता आज हे नवीन. दाराचं कुलूप काढायला तिने पर्समधून किल्ली काढली तितक्यात दार उघडून विकास बाहेर आला. त्याच्या अवताराकडे ती पाहत राहिली. चुरगळलेला शर्ट, विस्कटलेले केस, फाटकी जीन्स.

"भर दुपारी कुणीकडे चालला आहेस अशा अवतारात?"

"कुठे जाणार? नोकरी नसलेली माणसं काय करतात? चाललो गाव उंडारायला."

"आत चल. बोलायचं आहे मला तुझ्याशी." आईच्या आवाजातल्या जरबेने विकास बुजला. तो लहान असताना क्वचित त्याने तिला इतक्या हुकमतीने बोलताना पाहिलं होतं. एरवी ती मितभाषीच. न कळत काही न बोलता दारातून तो मागे फिरला. दिवाणावर टेकला.

"बस तिथे. मी आलेच साडी बदलून." सुमती आत जाऊन घटाघट पाणी प्यायली, सावकाशपणे तिने साडी बदलली. स्वत:चं आवरता आवरता विकासशी कसं बोलायचं, त्याचा भडका उडू न देता सारं व्यवस्थितपणे कसं पटवून द्यायचं, त्याच्या मनातले विचार किती चुकीचे आहेत ते त्याच्या कसं लक्षात आणून द्यायचं, या विचारात ती यांत्रिकपणे आवरत होती.

"आई, पाच मिनिटांत येते म्हणालीस. पंधरा झाली. नंतरच सांग काय असेल ते. मी चाललो." विकासचा उंच स्वर ऐकून ती घाईघाईत बाहेर आली.

"उठायचं नाही. बस." तिच्या आवाजातल्या जरबेने तो पुन्हा बसला. अस्वस्थ, चुळबुळ करत.

"कविता म्हणाली तू आज मामाला भेटलास."

"ती कुठे भेटली तुला?"

"शाळेत आली होती."

"कुत्री, साली. मला सांगते आईला सांगू नकोस आणि स्वत: तेवढं सांगण्यासाठी शाळा गाठते. हरामखोर."

"विकास, सभ्य माणसांचं घर आहे हे. शब्द जपून वापर." तोल ढळू न देण्याची काळजी घेत सुमती म्हणाली.

"कळलं!" गुरगुरल्यासारखा तो पुटपुटला.

"मामाला भेटायला गेला होतास तू?"

"वाटलंच. बोलायचं म्हणजे तू बोलणार, मी ऐकणार. उपदेऽऽऽश."

"हे माझ्या प्रश्नाचं उत्तर नाही विकास."

"हो गेलो होतो. आज पहिल्यांदा नाही. गेल्या दोन वर्षांत खूपदा भेटलो त्याला.''

"का?''

"तो बोलावतो म्हणून. महागड्या हॉटेलात नेऊन चांगलं खायला प्यायला देतो म्हणून.''

"आणि...''

"बस इतकंच.''

"इतकंच नाही. तुझ्या आईचं कसं चुकलं हे ऐकायला जातोस तू मामाकडे.'' विकास पायांच्या अस्वस्थ हालचाली करत नखं कुरतडायला लागला.

"विकास, ते नखं कुरतडणं थांबव. लहान नाहीस तू आता. आणि तुझ्या लक्षात कसं येत नाही, मामा तुला भडकवायचा प्रयत्न करतो आहे.''

"का?''

"मला शिक्षा म्हणून.''

"मामा म्हणतो झालं गेलं मी विसरून गेलो आहे कधीच.''

"हो? मग बहिणीला भेटायला घरी का येत नाही? मला का बोलवत नाही त्याच्या घरी?''

"त्याला लाज वाटते तुझी.''

"लाज वाटण्यासारखं मी काहीही केलेलं नाही.''

"म्हणजे त्याचं राहणीमान, प्रतिष्ठित लोकांमधला वावर. डॉक्टर आहे ना तो. आपल्याकडे आलं तर गाडी लावायलाही जागा नाही म्हणाला.''

"एरवी एवढ्यातेवढ्याला भडकतोस. मामाने असा अपमान केला, तर त्याला काय ऐकवलंस मग?''

"खरं तेच बोलला तो. आई, मामा म्हणतो ते पटतं मला. त्याच्या डॉक्टर मित्राशी लग्न केलं असतंस ना, तर आपलं आयुष्य वेगळं असतं. बाबांनी तुझं वाटोळं केलं आई.''

"विकास...'' सुमती तार स्वरात ओरडली.

"एकदा बोललास. खूप झालं. खूप दिवस चालवून घेतलं तुझं कसंही वागणं. बस्स झालं आता. आमचं प्रेम आम्ही निभावलं. नरेशच्या घरच्यांनी मला आपलं मानलं. हा तुझा नालायक मामा, स्वतःला उच्च जातीतला समजतो, त्याच्यामुळेच, त्याच्यामुळेच तुझे बाबा गेले रे. मामाने मारलं तुझ्या बाबांना. आज असते, तर सगळं काही तुला हवं तसंच झालं असतं. चांगली नोकरी होती, पुढे जायची धमक होती. चांगलं चाललं होतं रे आपलं. पाहवलं नाही तुझ्या मामाला, नसते मान-अपमान आले मध्ये.''

"मामाने मारलं? काय वेड्यासारखं बोलतेस आई. काहीही."

"खरं सांगतेय. मी पळून जाणं हा प्रतिष्ठेचा प्रश्न झाला. जात आडवी आली. माझं माहेर तुटलं. वाटलं, तुझा जन्म झाल्यावर होईल जाणं-येणं सुरू. ते नाही झालं. माहेरच्यांनी संबंध तोडलेच पूर्ण. तुझ्या बाबांच्या मनात माझं माहेर तुटलं ही खंत होती. भराभर परीक्षा देत तुझे बाबा, बढती मिळवत होते. एकच ध्यास. माझ्या माहेरच्यांच्या मनातलं त्याचं स्थान उजळ व्हावं, मला माहेरची माया पुन्हा मिळावी. आपल्या घरातल्या सर्वांना त्या घराने आनंदाने स्वीकारावं."

"मग? का नाही झालं तसं?" विकासच्या मनातला संभ्रम लपत नव्हता.

"कारण त्या अतीव ताणाने त्यांना हृदयविकाराचा झटका आला. सारं काही अर्ध्यात आटोपलं."

"हे कारण होतं बाबांना झटका येण्याचं?" विकासच्या डोळ्यांसमोर आजच घडल्यासारखं सारं उभं राहिलं. सातवीचा वर्ग. मुख्याध्यापकांबरोबर वर्गात आलेले शेजारचे काका. गंभीर चेहरा. कविताला आणि त्याला, दोघांना त्यांनी आपल्या घरी नेलं. बाबांना बरं नाही, आई हॉस्पिटलमध्ये गेली आहे एवढंच सांगितलं त्यांनी. घरी गेल्यावर काकूंनी आधी जेवायला बसवलं. आणि मग आत्या आली होती त्या घरी. दोघांना कुशीत घेऊन हमसाहमशी रडली. कुणीही न सांगता काय झालं ते दोघा भावंडांना कळलं होतं. आज इतकी वर्षं झाली, हृदयविकाराच्या झटक्याने बाबा गेले एवढंच माहीत होतं. दोघांनी आईला त्रास होऊ नये म्हणून समंजसपणे, आपसूकच कधी काही विचारलं नव्हतं. आणि आज अचानक आई सांगते आहे, मामामुळे गेले बाबा.

"तुझ्या बाबांना मामाच्या हॉस्पिटलमध्ये नेलं होतं."

"आणि..." एका विचित्र शंकेने विकासच्या छातीतली धडधड वाढली. मुद्दाम चुकीचे उपचार केले असतील मामाने?

"त्याने मला जमणार नाही म्हणून सांगितलं."

"काय? काय जमणार नव्हतं?" विकासचा स्वर रडवेला झाला.

"उपचार करणं. नात्यातल्या लोकांवर उपचार करायचे, तर मन एकाग्र करता येत नाही म्हणाला."

"मग?"

"मग काय? गावातलं एकमेव हॉस्पिटल ते. वाटलं होतं, जिवावर बेतलं की माणूस हेवेदावे विसरतो, माणुसकी जागी होते. तुझा मामा नाही म्हणाल्यावर सरकारी दवाखान्यात दाखल करायचं ठरवत होतो. पण दया आली असावी शेवटी बहिणीची. शिकाऊ डॉक्टरला बोलावतो आणि घेतो दाखल करून असं म्हणाला."

"म्हणजे बाबा तिथेच राहिले तर. पण मग गेले कसे?"

"निर्णय घ्यायला उशीर केला रे तुझ्या मामाने. हो नाही करत तयार झाला तोपर्यंत दुसरा, तिसरा एकामागून एक लागोपाठ झटके आले. उपाय सुरू व्हायच्या अगोदरच गेला नरेश सोडून.'' सुमतीचे डोळे अश्रूंनी डबडबले.

"मी कधी हे तुम्हा दोघांनाही सांगितलं नव्हतं, कारण मला तुमचं मामाबद्दलचं मत कलुषित नव्हतं करायचं. पण आज कविताने तू त्याला भेटायला गेलास हे सांगितलं आणि गेल्या वर्ष-दोन वर्षांतल्या तुझ्या विक्षिप्त वागण्याचं कोडं उलगडल्यासारखं वाटलं. तुझे बाबा खूप हुशार होते, मुख्य म्हणजे माणूस होते. माझ्या भावाचं माणूसपण पैसा, मान-अपमान, जात, श्रीमंती या दिखाऊ गोष्टींच्या आत गाडलं गेलं आहे. तू माणूस बन. पैसा कसाही येतोच रे. मी नाही मोठं केलं तुम्हा दोघांना? चैनीत नाही; पण तुझी आणि मामाची गाठ पडेपर्यंत सुखात राहिलोच ना आपण? नोकरी मिळेल. नोकरी का मिळत नाही, व्यवसाय का करता येत नाही याची तुझ्या दृष्टीने शोधून काढलेली कारणं चुकीची आहेत विकास. आणि त्याचा राग माझ्यावर शिवीगाळ करून काढणं... आपल्या घरात शोभत नाही ही भाषा. कुठे शिकलास ते नाही विचारायचं मला. विसरून जा ते सारं आणि माणसात ये.''

"आई, तुझं सगळं बोलणं ऐकलं मी दाराआडून. म्हणजे तुझ्याशी बोलल्यावर इतकी बेचैन होतीस ना, घरी नीट पोचशील की नाही अशी काळजी वाटायला लागली. मी तुझ्या मागूनच आले जवळजवळ; पण दारातच तुमची वादावादी ऐकली आणि थांबले जिन्यापाशी.'' कविता आत येत म्हणाली,

"बरं झालं तूही ऐकलंस. वेळ पाहून बोलायचं होतंच मला. आता तुमची वयं जाणती आहेत. कळायला हव्याच होत्या या गोष्टी कधी ना कधी.''

"विकासला काय वाटलं ठाऊक नाही; पण मी एक निश्चय केला आहे.''

सुमतीने प्रश्नचिन्हांकित चेहऱ्याने तिच्याकडे पाहिलं.

"आपल्या घरात कधीही आपण जात या विषयावर बोललो नाही. पण घराबाहेर तुझ्या आणि बाबांच्या जातीवरून कायमच ऐकत आलो आम्ही. एकाच गावात राहून आपण मामाकडे का जात नाही या प्रश्नालाही 'पटत नाही म्हणून' असंच तू सांगितलं होतंस. पण हळूहळू बाहेरूनच कळत गेलं गं सगळं आम्हाला. कुणी ना कुणी काहीही बोलायचं, प्रेम करणं म्हणजे चोरी असाच समज होत गेला आमचा. खिजवल्यासारखं वाटायचं तुमच्या दोघांबद्दल ऐकताना. त्यात तुम्ही पळून जाऊन लग्न केलंत हे तर तिखट मीठ लावून अजूनही लोक सांगतात. यात शेजारपाजारचे, तुमचे मित्र-मैत्रिणीही आहेत आई. कधीतरी तूच मोकळेपणाने सांगितलं असतंस ना, तर नीट समजून घेतलं असतं. मनातला गोंधळ वाढत गेला. आम्हाला दोघांनाही तुमच्याशी या विषयावर बोलावंसं वाटायचं, पण लाज वाटायची. बाबा गेल्यावर मी आपोआप मोठी झाले. परिस्थितीशी जुळवून घ्यायला शिकले. विकास मात्र बहकला,

परिस्थितीशी भांडण करताकरता तो तुझ्याशीच भांडायला लागला. त्याच्या दृष्टीने या परिस्थितीला जबाबदार तू आणि बाबा होता, बाबा हे जगच सोडून गेले. राहिलीस तू. तुझ्यावर तो आगपाखड करत राहिला. मामाने त्यात भर घातली आणि विकासने वैर पत्करलं तुझ्याशी. बहिणीने आपलं मानलं नाही, जातीबाहेर लग्न केलं याचा राग किती वर्षं ठेवला गं मामाने. का वागला तो असं? बाबांना नेलंच कायमचं, विकासलाही जिवंत मरण देऊ पाहत होती ही जात... आई, मी ठरवलं आहे यापुढे मी फक्त नाव लावणार, जात कळणारी आडनावं हवीत कशाला? पुढे काय होईल ठाऊक नाही. पण मला सुरुवात तर करू दे.''

सुमती आणि विकास दोघंही दारात उभ्या राहून बोलणाऱ्या कविताकडे पाहत होते. वीस वर्षांपूर्वी जातीबाहेरच्या मुलाशी लग्न करण्याचा घेतलेला निर्णय चुकीचा नव्हता हे आज आयुष्याची इतकी वळणं, अडथळे पार करून आल्यावर पुन्हा एकदा सुमतीला जाणवलं. पाणावलेल्या नजरेने तिने विकासकडे पाहिलं. डोळे पुसत विकास कविताच्या बाजूला जाऊन उभा राहिला. मनातलं मळभ दूर झालं होतं. कविताच्या हातात हात गुंतवून पहिल्यांदाच अतीव प्रेमाने, मोकळ्या मनाने दोघंही आईच्या मिठीत सामावून जाण्यासाठी सुमतीच्या दिशेने पुढे झाले.

◆

''जयला आणून सोड तू आज. मी परस्पर पोचतो.''

''अरे, वाटेत तर घर आहे माझं. जाताजाता थांब ना.''

''नाही.'' परागच्या तुसडेपणाला गीता वैतागलीच; पण जय उत्साहात होता. त्याच्या चेहऱ्यावरचा आनंद पाहून तिने तोंडातून बाहेर पडू पाहणारे शब्द गिळले.

''ठीक आहे. तू दोन वाजता दरवाज्यापाशी उभा राहा. तुझ्या लेकाला खूप आनंद झालाय तुझ्याबरोबर सामना पाहायला मिळणार म्हणून. मजा करा.''

''नक्कीच.''

''आणि जयला परत आणून तू सोडशील ना?''

''छे, असलं काही नाही जमणार. तू घ्यायला ये. मी बसने जाणार. उलटसुलट होईल.''

अधूनमधून भेटणाऱ्या मुलासाठी एवढीही तोशीस घ्यायला नको या माणसाला. आई ती तशी, बाप हा असा. तिने फोन बंद केला. नेहमीप्रमाणे ती आपली कामं मुकाटपणे उरकत राहिली. खूप बडबड करावी. पराग, लिलीच्या नावाचा, त्यांच्या वागण्याचा उद्धार करावा असं वाटत होतं; पण तिने स्वतःवर ताबा ठेवला. जयच्या मनात त्याच्या आई-वडिलांबद्दल नकारात्मक भावना रुजेल असं तिला काही करायचं नव्हतं. फार अवघड होतं ते. जयला कळत नसेल का हे? नक्कीच कळत असेल. लहान नाही तो आता. आजचा दिवस तर फार महत्त्वाचा होता. बेसबॉलला बाप-बेटा एकत्र जाणार होते. त्यासाठीच नाही का तिने पैसे साठवून साठवून हे महागडं तिकीट काढलं. कोवळ्या जिवाला बापाचा सहवास, प्रेम लाभावं ह्याच इच्छेने.

स्टेडियमच्या दाराशी त्या दोघांची वाट पाहत गीता उभी होती. आपण खूप काहीतरी केल्याचं समाधान, जयची खुशी, परागलाही मुलाबरोबर घालवता आलेला वेळ खूप काही मनात घोळत होतं. पराग आणि जय येताना दिसले तशी तीच पुढे झाली.

''मजा आली?''

''हो.'' जयच्या आवाजातल्या थंडपणाने ती

अस्वस्थ झाली.

"कंटाळा आला यार. एकट्याचं तिकीट काढलं असतं, तर बिअर ढोसत सामना पाहिला असता."

"जयला तुझ्याबरोबर यायला मिळावं म्हणून ठरवलं होतं हे. तुझ्यासाठी नाही." मोठ्या कष्टाने तिने शांतपणाचा मुखवटा घातला.

"चल जाऊ या आपण." परागकडे न बघताच जयने गीताचा हात धरला. जवळजवळ ओढतच त्याने तिला तिथून बाहेर नेलं.

"मावशी, बास झाले हे तुझे प्रयत्न. मला त्या माणसाचं तोंडही पाहायचं नाही."

"अरे पण...."

"मला कळत नाही असं वाटतंय का तुला? संताप येतो परिस्थितीचा, आई-बाबांचा आणि हल्ली हल्ली तुझाही."

"माझा? मी काय केलं. तुला सुख मिळावं म्हणूनच माझी धडपड आहे ना?"

"कशाला? तू कोण आहेस माझी?"

गचकन ब्रेक दाबत तिने रस्त्याच्या कडेला गाडी थांबवली. एकदम दाबलेल्या ब्रेकने तिची जुनीपुराणी गाडी खाडखाड आवाज करत कशीबशी थांबली.

"काय म्हणालास तू? काय म्हणालास? पुन्हा म्हण."

तिचा रागावलेला चेहरा, थरथरणारे हात पाहून जय घाबरला. गप्प बसून राहिला.

"पुन्हा म्हण म्हणते ना." ती तार स्वरात किंचाळली. त्याला एकदम रडायला यायला लागलं. पण त्याने अश्रू आवरले. लहान का होता तो आता.

"चुकलं माझं. मला असं म्हणून तुला दुखवायचं नव्हतं गं. पण ती माझी सख्खी माणसं, तरी त्यांना काही फिकीर नाही. तुझे-माझे रक्ताचे संबंध नाहीत तरी तू..."

ती त्याच्याकडे पाहत राहिली. डोळ्यांतून घळघळा वाहणारं पाणी पुसण्याचंही भान राहिलं नाही तिला.

"काही नाती रक्तापेक्षा मोठी असतात जय. माझ्या आयुष्यात जेमतेम वर्षा-दीड वर्षाचा असशील तू तेव्हा आलास. मी अठरा-एकोणीस वर्षांची होते. माझा मुलगा म्हणून वाढवलंय मी तुला."

"मुलगा म्हणून वाढवलं आहेस. पण मुलगा आहे का मी तुझा?" इतके दिवस विचारावासा वाटणारा प्रश्न त्याने बळ एकवटून विचारला. गीताला पेचात पाडून तो मुकाट राहिला. गाडीच्या खिडकीतून बाहेर पाहत. उत्तर नकोच होतं त्याला. त्याने फक्त गीताला वास्तवतेची जाणीव करून दिली होती, त्याच्याही नकळत. इतक्या

वर्षांचा हिशोब मांडल्यासारखंच झालं की हे. मेळ जमत नव्हता. काहीतरी चुकलं होतं. हेच... हेच ऐकण्यासाठी केलं का मी या मुलाला मोठं? तिला तो सारा प्रवास घटकेत झाल्यासारखा वाटला. प्रचंड थकवा आला. तीनशे पासष्ट दिवस वर्षातले. कितीने गुणायचं म्हणजे किती आणि कसे दिवस घालवले या मुलासाठी ते कळेल ह्याला. रक्ताच्या नात्याच्या गोष्टी करणाऱ्या या मुलाला समजेल मग किती रक्त आटवलं त्याच्यासाठी ते. स्टिअरिंग व्हीलवर डोकं टेकवून ती तशीच बसून राहिली. भूतकाळ उकरत राहिली.

"जशी असशील तशी ये गीता," धनेशच्या कुजबुजत्या आवाजाने ती गोंधळली, घाबरली.

"अरे, पण काय झालंय? तू ठीक आहेस ना?"

"मी ठीक आहे, पण लिली जयला सोडून निघून गेली आहे."

"अं?" तिला धक्काच बसला.

"लिली जयला सोडून निघून गेली आहे." तो परत म्हणाला.

"जय जेमतेम वर्षाचा आहे. अशी कशी गेली ती सोडून. तिच्या नवऱ्याने अडवलं नाही का तिला?"

"तू येतेस का? जय एवढंसं तोंड करून बसलाय. तुझ्याकडे रमतो तो छान म्हणून तुला विचारतोय."

"हो, पोचते मी दहा मिनिटांत." गीताने फोन ठेवला आणि ती निघालीच. काय झालं असेल? अशी कशी ही खुशाल सोडून गेली जयला? तेही धनेशकडे. म्हटलं तर तिऱ्हाइताकडे. काय संबंध हिचा धनेशशी? संबंध काही नाही; पण त्यातल्या त्यात तोच एक हक्काचा तिचा. बाकी कोण विचारतंय? सगळ्यांनी दूर लोटलेलं तिला. उलटसुलट विचारांच्या नादात ती गुरफटली. धनेशकडूनच लिलीबद्दल काहीना काही समजायचं तेवढंच तिच्या खात्यात जमा होतं. ती त्याची मैत्रीण, लहानपणापासून हातात हात घालून दोघं वाढलेले. लिली आणि पराग एकत्र राहायला लागले, तेव्हा धनेशने जोरदार विरोध केला होता. पराग आणि लिली दोघंही उतावळे, चंचल. त्यांचं जमायचं नाही, हे त्याला पक्कं ठाऊक होतं. आणि झालंही तसंच. वर्षाच्या आत लिलीला जय झाला. तो झाला त्यानंतर किंवा कधीतरी आधीच पराग अमली पदार्थांच्या आहारी गेला. थोड्या दिवसांनी लिलीदेखील. हे बरं आहे या लोकांचं, जबाबदारी पेलता आली नाही की सुटकेचे मार्ग शोधायचे, तेही असे. आणि आता तर टोकच गाठलेलं दिसतंय. ती मनोमन वैतागली; पण जयची काळजी वाटलीच आणि धनेशसाठीतरी तिथे पोचायला हवं होतं लगेच.

धनेशच्या घरी ती पोचली तेव्हा दारात उभाच होता तो जयला घेऊन. तिला बघताच जय तिच्याकडे झेपावला. त्याला उराशी कवटाळत गीताने प्रश्नार्थक नजरेने धनेशकडे पाहिलं.

"गेला आठवडा माझ्याकडेच राहायला होती. पराग गेले आठ दिवस घरी आलेलाच नाही. पैसे मागत होती उसने."

"दिलेस?"

"छे, तिला म्हटलं इथे राहायचं तेवढे दिवस राहा. पैसे दिले की ती राहणार नशेत. परवा दूध आणायला म्हणून गेली ती फिरकलेलीच नाही परत."

"मग लगेच करायचास ना फोन."

"कुठल्या नात्याने तुला पेचात पाडू?"

गीता नुसतीच त्याच्याकडे पाहत राहिली. नकाराचं दु:ख काळवेळाचं भानही नाही ठेवू शकत?

"हं, तेही खरंच. पण जाऊ दे. शेवटी झाली ना माझी आठवण?"

"तू बस याच्याजवळ. मी एकदा जाऊन परागतरी घरी आलाय का पाहतो." तिने मान डोलवली. धनेशने जयचा गालगुच्चा घेतला आणि तो बाहेर पडला.

बऱ्याच दिवसांनी गीता आज धनेशच्या घरी निवांत बसली होती. जयला मांडीवर थोपटत. ती उगाचच त्याचं घर निरखत राहिली. धनेशचं मित्रमैत्रिणींनी गजबजलेलं घर आज भकास होतं, उदासपणा चिकटला होता जिथे तिथे. भिंतीवरच्या रंगाचे कोपचे निघाले होते. इकडेतिकडे पडलेले कपडे, कागद, खेळणी... पसाराच पसारा. कितीतरी दिवस न आवरल्यासारखं खोलीचं रूप होतं. पंख्यावरच्या धुळीचे थर ती निरखत राहिली. धनेशबरोबर एकत्र राहायचं नाकारलं नसतं, तर हे घर तिचं झालं असतं. त्या दोघांचं. कदाचित तिने कायापालट करून टाकला असता, तिला हवं तसं रूप दिलं असतं. पण एखाद्या माणसाचा कायापालट करणं घराचा कायापालट करण्यासारखं थोडंच असतं? ते जमणार नाही हे माहीत असलं, की पर्याय शोधावे लागतात. तिनेही तेच केलं होतं. वर्ष झालं होतं या गोष्टीला. तिच्या निर्णयाने तो खूप निराश झालाय, अजूनही खपली धरलेली नाही हे त्याच्या वागण्यातून जाणवायचंच वारंवार. गीता त्याच्या विचाराने अंतर्बाह्य ढवळून निघाली, पण तिला त्या दोघांच्या एकत्रित आयुष्याचं चित्र भयावह वाटत होतं. दिशाहीन, तडजोड, निराशा हेच रंग त्यात मिसळतील हे कळत होतं. तो सतत कुठल्यातरी वाद्यात गुंतलेला, कविता लिहून चाली लावण्यात मग्न असलेला. ती मनाने हळवी असली, तरी व्यवहारी होती. स्वप्नाच्या दुनियेत रमणारी नव्हती. जगाचं भान धनेशला कधी येईल, असं तिला वाटलंच नाही. सुरुवातीला मनाच्या त्याच

हळवेपणातून त्याच्या नादिष्टपणात तीही वाहवत गेली. पण हायस्कूलनंतर शाळा सोडायचं त्याने ठरवलं, तेव्हा तिचे पाय जमिनीवर आले. नाकारायचं ठरवलं तरी धनेश उतरला तिच्या मनातून.

"हे काय काहीतरीच."

"कॉलेजचा खर्च झेपणार नाही मला. आणि खरं सांगायचं तर त्या शिक्षणात काही अर्थही नाही."

"पण मग तू करणार काय?"

"कविता लिहिणार, गाणी म्हणणार. त्यात सातत्य दाखवलं तर अल्बम निघतील, नाव होईल, पैसा मिळेल."

ती बघत राहिली. कोणत्या दुनियेत वावरतो हा?

"तिथे अथक प्रयत्न आणि यशाची खात्री नाही हे समीकरण असतं. ज्यांचं भलं होतं ते सुखाच्या राशीत लोळतात, पण ज्यांचा जम बसत नाही ते होरपळून निघतात. विषाची परीक्षा घेण्यासारखं आहे हे."

"यशाची खात्री कुठे असते गीता? पण म्हणून ते करायचंच नाही का? आणि कदाचित त्या सुखाच्या राशीत लोळण्याइतकं माझं असेल नशीब असा का नाही विचार करत? अपयश येईल या शंकेने तिकडे फिरकायचंच नाही का?"

"आधी शिक्षण पूर्ण कर ना तू. मग नंतर कर काय करायचं ते."

"खूप वर्षं जातील त्यात. आणि माझ्या शिक्षणासाठी मलाच कमवावा लागेल पैसा."

"पण अल्बमसाठी काय करणार आहेस?"

"नॅशव्हिल गाठेन लवकरच. गायक म्हणून जम बसवायचा तर जावंच लागेल. तिथे जाण्यासाठी पैसा लागेल. तो एक-दोन ठिकाणी कार्यक्रम करून मिळवेन. माझ्या चार-पाच मित्रांनाही यातच रस आहे. पण माझं जाऊ दे. तू काय करणार आहेस?"

"कॉलेज. आई, बाबांची मदत असेलच. शिष्यवृत्तीही मिळेल आणि मी नोकरी करेन जमेल तितके तास."

त्या संभाषणानंतर धनेशपासून ती हळूहळू लांब होत गेली. धनेशच्या लक्षात ते यायला वेळ लागला नाही.

त्याच्या कवितांमध्ये रस दाखविणारी, तासन्‌तास त्याच्याबरोबर, त्याच्या मित्रमैत्रिणींबरोबर रमणारी गीता हल्ली त्याच्या आसपास फिरकत नाही हे त्याला जाणवलं, तेव्हा तो तोंडावर आलेल्या कार्यक्रमात गुंतला होता. गाणी निवडणं, जाहिरात, सराव काही ना काही चालू होतं. गीताच्या मनातलं जाणून घ्यायला निवांत वेळ मिळत नव्हता. जवळजवळ महिनाभर तो भेटलाच नव्हता तिला. तीही फिरकली नव्हती इतक्या दिवसांत. आज शाळेचाच कार्यक्रम म्हटल्यावर ती आलेली असेल

या आशेवर होता तो. कार्यक्रम संपल्यावर तिच्याशी बोलायचं, विचारायचं त्याने निश्चित केलं होतं.

पडदा वर गेला. पहिल्या रांगेत बसलेल्या गीताला पाहिल्यावर त्याला विलक्षण आनंद झाला. सरत्या संध्याकाळी अलगद कार्यक्रमात रंग भरत गेला.

"फार छान आवाज आहे तुझा." त्याच्या आसपास जमलेल्या गर्दीतून वाट काढत ती त्याच्यापर्यंत पोचली. तो नुसताच हसला. तिचा हात हातात धरून बाकीच्यांशी बोलत राहिला. गीता रोमांचित झाली. नकळत त्याच्या आणखी जवळ सरकली. कसं व्हायचं याच्यापासून बाजूला? केवळ त्याला शिकायचं नाही म्हणून ह्या नात्याला कोंब फुटू द्यायचे नाहीत, की जे होईल ते होईल म्हणून साथ द्यायची? त्याचा हातात धरलेला हात तिने आणखी घट्ट धरला, आधार चाचपडतात तसा. गर्दीच्या कोड्यांळ्यातून बाहेर पडतापडता त्याने धाडस केलं.

"तुला कधीपासून विचारायचं होतं."

"विचार ना, त्यासाठी वाट कशाला पाहायची? आणि परवानगीची काय आवश्यकता?"

"अपेक्षेप्रमाणे उत्तर मिळेल की नाही याची खात्री नसली की होतं गं तसं."

"मग अशा वेळेस विचारूच नये." त्याने चमकून तिच्याकडे पाहिलं. पण तिने ते सहज म्हटलं असावं. निदान तिच्या चेहऱ्याकडे पाहूनतरी त्याला तसं वाटलं.

"एकत्र राहू या आपण?"

"धनेश?" ती चमकली. त्याने विचारलंच तर तो लग्न करू या का आपण असं विचारेल, असा अंदाज होता तिचा. तिने त्याचं उत्तर आधीच ठरवलं होतं. शिक्षण संपल्याशिवाय कसं शक्य आहे, असं विचारून ती त्यालाच पेचात पाडणार होती. पण असं काय विचारतोय हा?

"मला वाटलं होतं, तू लग्नाचं विचारशील. एकत्र राहू या काय? आपला भाग मोठ्या शहरांसारखा झालेला नाही अजून. एकत्र राहू या म्हणे."

"लग्नाचं विचारलं, तर तू शिक्षणाचं कारण पुढे केलं असतंस."

"म्हणून काय एकत्र राहू या का विचारायचं?"

"एवढा काय बाऊ करतेस गीता. एकत्र राहिलं, पटलं, जमतंय असं वाटलं तर करूच ना कधीतरी लग्न."

"नाही तर?"

"व्हायचं मग बाजूला. कुणी कुणाचा अडथळा बनून नाही राहायचं."

तिला हसायलाच आलं. इतकं साधं सोपं समीकरण असेल, तर आयुष्यात इतकी गुंतागुंत का होते?

"धनेश, अशा राहण्याला काही अर्थ नाही. माझ्या किंवा तुझ्या मनात लग्न करायचं असेल, तर मग ते व्हायला पाहिजे म्हणून दुसऱ्याच्या कलानं घ्यायचं. सतत त्या विचाराच्या दडपणाखाली वावरायचं, वर्षानुवर्षं. त्यातच मुलंही होऊ द्यायची आणि कुणीतरी एकाने कधीतरी जमायचं नाही या निष्कर्षाप्रत यायचं. हे कधीतरी होऊ शकतं हे माहीत असलं, तरीही या एका निर्णयाने पुढे सारी फरफटच. ती होते आहे हे कळण्याएवढीही उसंत मिळत नाही रोजचा दिवस रेटताना. पाहत नाहीस का आजूबाजूला, शेजाऱ्यापाजाऱ्यांच्या घरात काय चालू आहे ते? तुझ्या घरीही तेच. तुला नाही का हे बदलावंसं वाटत? असं नातं नको आहे मला. काहीतरी शाश्वत हवं आहे. आणि तसंही तू लग्नाचं विचारलं असतंस तर मी 'नाही' म्हणणार होते." घट्ट धरलेला तिचा हात त्याच्या हातातून निसटल्यासारखा वाटला त्याला.

"का? मी हायस्कूलनंतर शिकायचं नाही ठरवलं म्हणून?"

तिने नुसतीच मान डोलावली.

"तू काय करणार आहेस शिकून?"

"अजून ठरवलं नाही."

"मी पुढे शिकायचं नाही ठरवलं, तरी मला काय करायचं आहे ते निश्चित आहे. तुला शिक्षण झाल्यावर काय करायचं ते नाही ठरवता आलेलं अजून, पण तरी शिकायचं आहे. त्यातूनही माझ्याबरोबर लग्न नाही करायचं हे माहीत आहे तुला. समजतच नाहीत मला तुझ्या मनाचे खेळ."

"खेळ कसं म्हणतोस तू याला? आणि दोन वेगवेगळ्या गोष्टी तू एकत्र करतो आहेस धनेश."

"मग तू करून दाखव त्या स्वतंत्र."

"मी काय करणार आहे ते माहीत नसलं, तरी तुला साथ देणं कठीण आहे धनेश. कदाचित तू खूप प्रसिद्ध होशील किंवा नाहीही, आत्ताच नाही सांगता येणार. पण तू कलावंत आहेस. स्थैर्य नसतं अशा व्यवसायात. तू मित्रमैत्रिणींत रमणारा. मलाही आवडतं, पण त्यालाच काही मी सर्वस्व समजत नाही. तू आहेस तसा मला आवडतोस. तू बदलावं असं मी म्हणत नाही, तशी माझी अपेक्षाही नाही. असं कुणी कुणामुळे बदलत नसतं. आहे ते स्वीकारायचं की नाही ते ठरवणं महत्त्वाचं." ती गप्प झाली. तोही विचारात पडल्यासारखा पावलं टाकत राहिला. चालताचालता दोघांची पावलं दोन दिशेला वळली. दोघं आपापल्या मार्गाला लागले.

जयने चुळबूळ केली तशी ती भानावर आली. वर्तमानकाळात. मांडीला रग लागल्याचं तिला एकदम जाणवलं. त्याला आता उठवायला हवं होतं. ती त्याला अलगद हलवत राहिली. तो जागा झाला, पण रडणं थांबेना. लिलीला शोधत

असेल? नक्कीच. वर्षाचा आहे. आईचा स्पर्श समजत असेलच त्याला. त्याला उचलून घेऊन ती बाहेर उभी राहिली. धनेश येताना दिसला तसा तिचा जीव भांड्यात पडला.

"काय झालं?"

"परागला शोधत फिरत होतो."

"सापडला?"

"हो." तिने आशेने धनेशकडे पाहिलं.

"जय ही लिलीची जबाबदारी आहे म्हणतो."

"हं, पण आत्ता न्यायला नाही आला?"

"वेळ नाही म्हणाला."

"मग?"

"मला आत तरी येऊ दे. मी माझं आवरतो आणि आपण बाहेर जाऊन खाऊन येऊ."

"अरे, मला घरी जायला हवं. काही न सांगता बाहेर पडलेय. वाट बघत राहतील घरी. उद्या कॉलेजही आहे."

"गीता प्लीज..."

"बरं चल, खाऊन तर येऊ. मग बघू."

जयला सांभाळत खाताखाता दोघांचीही त्रेधातिरपीट उडत होती. जय नुकताच चालायला लागला होता. त्याला एका जागी बसायचं नव्हतं.

"मला परवा कार्यक्रम आहे." पुढच्या कल्पनेने गीताला घाम फुटला.

"कुठे?"

"बाहेरगावी."

"अरे, मग तू काय करणार जयचं?"

"तेच समजत नाही मला. लिली माझी जिवाभावाची मैत्रीण आहे. अशी निघून जाईल अशी कल्पनाही नव्हती केली."

"अमली पदार्थांच्या आहारी गेलेली माणसं कल्पनेपलीकडची असतात. बेभरवशी. आपण असं करू या. इथून परागकडेच जाऊ सरळ. जयला सोडू आणि मग मी जाईन घरी."

"गीता, जयला नाही सोडता येणार घरी."

"का?"

"पराग तुरुंगात आहे."

"तुरुंगात?" तिला धक्काच बसला. काय बोलावं हेच सुचेना.

"तू तुरुंगात गेला होतास त्याला भेटायला?" तिने आश्चर्याने विचारलं.

"मग काय करणार? पण भेटीची ठरलेली वेळ नव्हती त्यामुळे भेटूच देत

नव्हते. जयचं सांगायचं नव्हतं मला तिथे, नाहीतर समाजसेवी संस्था येऊन ताबा घेईल त्याचा.''

''मग केलंस काय तू?''

''परागची आई आजारी आहे म्हटल्यावर बोलायला दिलं त्यांनी त्याच्याशी.''

''मग आता?''

''तू थांबतेस? थांब ना.'' धनेश एकदम काकुळतीला आला. ती काहीच बोलली नाही.

''गीता...''

''अरे, अशी कशी राहू तुझ्या घरी?''

''पण मी नसेनच. मला उद्या सकाळी निघावं लागेल. दोन दिवसांचा प्रश्न आहे, नाही म्हणू नको.''

''इथे येऊन नाही राहता येणार. जयला घेऊन जाते मी पाहिजे तर आमच्या घरी.''

''पण तो राहणार नाही. त्यातल्या त्यात माझी सवय आहे त्याला.''

''पण तू नसणारच ना? आणि दोन दिवसांसाठीच म्हणतोयस ना. तू माझ्याबरोबर घरी ये मात्र. मी असं एकदम नाही घेऊन जाणार जयला माझ्याबरोबर.'' तो हसला.

''अगं, एक वर्षाचा आहे तो. तुझा मुलगा आहे का असं नाही कुणी विचारणार.''

तीही हसली. ती दोघं खरंच जयला घेऊन गीताच्या घरी पोचली. गीताने जयबद्दल घरी सांगितलं होतं, पण ती अशी त्याला घेऊन घरी येईल याचा अंदाज कुणालाच नव्हता. छोट्या जयकडे पाहून कुणी फारशी खळखळ केली नाही. तिच्या घरात आई-वडील आणि पाच भावंडं. ठरवल्यासारखं सगळ्यांनी त्याला दोन दिवस थोडा थोडा वेळ सांभाळलं. फार दिवसांनी त्या घरात लहान मूल आलं होतं. सगळीच रमली त्याच्याबरोबर. जय थोडासा बावरला सुरुवातीला. भिरभिरत्या डोळ्यांनी इकडेतिकडे पाहत राहिला. पण मग रडणं विसरला. गीताला तर त्याला परत पाठवूच नये असं वाटत राहिलं. धनेश त्याला न्यायला आला, तेव्हा तिचा जीव थोडा थोडा झाला.

''आपणच ठेवू या का जयला?'' अपेक्षेने ती आईकडे पाहत राहिली.

''अगं, त्याची आई येईल गं परत. आणि ती नाही आली तर वडील आहेतच ताबा घ्यायला.''

''मला नाही वाटत कुणी येईल.'' चिवटपणे गीता म्हणाली.

''गीता, अगं किती तरुण वय आहे तुझं. जयला ठेवून कसं करशील? कॉलेज, नोकरी, लग्न...''

''ते पुढचं झालं. आत्ता त्याला आपली गरज आहे.'' गीता आपला मुद्दा

सोडायला तयार नव्हती. शेवटी धनेश मध्ये पडला.

"गीता, मी पुढच्या आठवड्यात इथेच आहे. जय राहील माझ्याबरोबर. लिली किंवा पराग आला, तर जयला घेऊन जातीलच ते. जास्त गुंतून चालणार नाही."

निरुपायाने गीताने त्याचं ऐकलं. कॉलेजमधून आल्यावर धनेशकडे चक्कर मारायला ती विसरत नव्हती. तिची भावंडंपण एक-दोनदा जयसाठी चक्कर मारून गेली.

त्या दिवशीही गीता घाईघाईत पोचली, तर लिली परतलेली. चार दिवसांनी. विस्कटलेले केस, तारवटलेले डोळे, सतरा ठिकाणी फाटलेली जीन्स. कशाचंच भान नसल्यासारखं वागणं. फ्रीजमधलं हाताला लागेल ते घेऊन तिने बकाबका घशात कोंबलं. विस्कटलेल्या केसावरून हात फिरवत लिलीने केस सारखे केल्यासारखे केले आणि सोड्याची बाटली तोंडाला लावून डुलत्या खुर्चीत बसून राहिली. गीता तिच्याकडे 'आ' वासून पाहत राहिली. जय आत झोपला होता, पण साधी त्याची चौकशी करण्याच्या परिस्थितीतही नसावं या बाईने? तिचा जीव जयसाठी तुटला. या क्षणी त्याला घेऊन पळत सुटावं, लांब कुठेतरी निघून जावं. इतक्या लांब की तो पुन्हा लिलीच्या दृष्टीलाही पडता कामा नये. पण त्यातलं काहीही न करता गीता नुसती लिलीकडे पाहत राहिली. तिच्या एकटक नजरेने शरमून गेल्यावर किंवा काहीतरी बोलायला हवं म्हणून लिलीने तोंड उघडलं.

"कसा आहे जय?"

"ठीक."

"धनेश?"

"तोही ठीक."

मग बोलणं खुंटलं ते धनेश येईपर्यंत. लिलीला पाहिलं आणि धनेश भडकलाच.

"निघ इथून तू. आणि जयलापण घेऊन जा."

लिली टक लावून त्याच्याकडे पाहत राहिली. खुर्चीत डुलत राहिली. तो पुढे झाला. त्याने त्या डुलत्या खुर्चीला धक्का मारला.

"मी काय सांगतोय ते ऐकू येत नाही का?"

लिली हमसून हमसून रडायला लागली, तसा तो वरमला.

"अगं, दूध आणायला म्हणून पडलीस ना बाहेर? पोरगं रडून रडून थकून झोपलं तुझं. गीताच्या घरच्यांनी सांभाळलं म्हणून. मला कसं जमणार गं जयला जपायला? किती लहान आहे तो. गीताही अभ्यास, कॉलेज विसरून करत होती सारं. पण बस्स झालं आता. हा असला प्रकार पहिल्यांदा आणि शेवटचा. यापुढे नाही जमायचं मला. माझे दौरे असतात. अर्धा जीव इकडे आणि अर्धा तिकडे. आणि गीताने का करावं जयचं? केवळ मी विनंती केली म्हणून? आणि माझीतरी ती कोण

आहे की मी तिला हक्काने सांगावं?''

गीताने चमकून पाहिलं. लिली मात्र बधिर झाल्यासारखी धनेशकडे पाहत होती. शेवटी काही न सुचून म्हणाली, ''बरं, घेऊन जाते मी जयला उद्या. आज राहू ना इथे मी? चालेल?''

''राहा गं, पण तू तुझ्या घरी का नाही जात?''

''तिथे जाऊन काय करू?'' पुढे लिली काही बोललीच नाही. पराग त्रास देत असेल हिला? की दोघं मिळून अमली पदार्थांच्या गुंगीत जयला विसरून जातात म्हणून ही येत असेल इथे? पण आत्ता तर तो तुरुंगात आहे. काय कारण असेल? गीता शक्यता चाचपडत राहिली, लिलीकडून समाधानकारक उत्तर मिळत नव्हतं.

''परागचं घर मोकळंच आहे की. तो तुरुंगात आहे हे माहीत आहे ना?'' धनेश तिला विचारत होता.

''हे बघ धनेश, मी इथे राहिले तर चालेल की नाही सांग. नाहीतर निघते मी आत्ताच.''

धनेश चिडून काहीतरी बोलणार तितक्यात गीताने विषय बदलला. लिली तशीच खुर्चीत झोपली, पाय दुमडून. अवघडल्यासारखी. धनेशही काही न बोलता आत निघून गेला. गीता तिथेच बसून राहिली. लिलीवर पहारा दिल्यासारखी. मगाशी धनेश म्हणाला कोण लागते गीता माझी हक्काने सांगायला? अजून आशेवर असेल का हा इतक्या स्पष्टपणे सांगितल्यावरही? त्याला 'नाही' म्हटल्यावरही त्यांची मैत्री टिकली होती. निदान तिला तसं वाटत होतं. ती त्याच्या मित्रमैत्रिणींत रमत होती. तो आता तिच्याबरोबर कॉलेजला नव्हता. त्याचे गाण्याचे दौरे जोरात सुरू आहेत. कुठल्यातरी कंपनीशी अल्बमच्या संदर्भात त्याचं बोलणंही चालू होतं. पुढे मागे तो नॅशव्हिललाच गेला असता हे नक्की. तिनेही शिक्षिका व्हायचं ठरवलं होतं एव्हाना. गीताने धनेशला खोट्या आशेवर झुलत ठेवलं नव्हतं, तरी तो असं का बोलला? तोडून टाकायचं तर पूर्ण संपवूनच टाकायला हवं होतं का? दोघं चांगले मित्र होते म्हणून तर गुंतले होते नं एकमेकांत? ते नाही जमत, तर मैत्रीच मुळापासून उखडून टाकायची? एकदा धनेशशी या संदर्भात बोलायचं तिने ठरवलं.

त्यानंतर हे असंच चालू राहिलं. कधी लिली एक-दोन दिवसांत परतायची, तर कधी महिना उलटून गेला तरी तोंड दाखवायची नाही. जय आता दोन वर्षांचा झाला होता. त्यालाही समज येत चालली होती. कळायला लागलं होतं. धनेशने नॅशव्हिलला जायचं पक्कं केलं, तेव्हा गीताचं कॉलेजचं शेवटचं वर्ष होतं. जयचा प्रश्न होता, पण धनेशला त्याच्याकडे चालून येणाऱ्या संधी भुरळ पाडत होत्या. त्याला आता जयमध्ये गुंतून पडायचं नव्हतं. त्याने त्याच्यापरीने प्रयत्न केले. परागला जाऊन

भेटला. तो तुरुंगातून बाहेर आला होता, पण नुसता बसून राहायचा. मनात आलं की जयला भेटायला यायचा. लिलीला घरी येऊन राहायचा आग्रह करायचा. ती बरी असली तर जायचीही. पण सगळं तात्पुरतं. दोघांच्याही बाबतीत तेच. लहर फिरली की पुन्हा पाढे गिरवल्यासारखं सुरू. एव्हाना लिली आली की धनेशने नॅशव्हिलला निघून जायचं पक्कं केलं. तो तिथे नाहीच म्हटल्यावर कुणाच्या भरवशावर ती सोडून जाणार जयला. ठरवल्याप्रमाणे तो खरंच निघून गेला, तेव्हा गीताला हातातून काहीतरी निसटल्याची हुरहुर लागून राहिली; पण आतातरी लिली मार्गाला लागेल, जयमुळे तिचं आयुष्य बदलेल याचीही आशा वाटली, ती लिली जयला तिच्याकडे सोडून जाईपर्यंत.

"नाही म्हणू नकोस गीता. मी आता तुझ्याच भरवशावर आहे."

"अगं, माझा जीव तुटतो गं या मुलासाठी. पण मला नको का माझं पाहायला. आत्तापर्यंत घरातल्यांचा पाठिंबा होता म्हणून जयचा खर्च त्यांच्या मदतीने भागवत होते. खर्चाचा विचार करून स्वतंत्र न राहता त्यांच्याबरोबरच राहत होते. मला आता स्वतंत्र राहायचं आहे. माझा कॉलेजचा खर्च, कपडेलत्ते. तू कधीतरी पुढे केलेले किरकोळ पैसे नाही पुरत जयसाठी. माझ्या घरातल्यांनीही पत्कर नाही घेतलेला जयचा. तुझ्या नातेवाइकांकडे का नाही सोडत तू? नाहीतर आतातरी शहाणी हो, तुझा मार्ग बदल." गीताच्या जीव तोडून बोलण्यावर लिली हसली.

"माझे नातेवाईक? कुणी मला दारातपण उभं नाही करत."

"परागचे?"

"त्याचेही. त्याचंतरी कुठे धड चालू आहे?"

"पण मग तुझं तू ठरव बाई आता. मी शिक्षिका म्हणून काम सुरू करतेय पुढच्या महिन्यापासून. दिवसभर जयला बाहेर ठेवायचं तर इतका पैसा कुठून आणू?"

"रात्री ठेवते तुझ्याकडे. मी दिवस कुठेतरी काढेन. जयला रात्री तुझ्याकडे राहू दे. माझा भार नाही टाकणार तुझ्यावर."

"एक विचारू लिली तुला?" कितीतरी दिवस मनात घोळत होता तो प्रश्न आता विचारावा असं वाटून गेलं गीताला. लिली नुसती तिच्याकडे बघत राहिली.

"तू दत्तक का नाही देत जयला?"

"कुणाला देऊ? आणि मग मी अधूनमधून त्याला भेटते तेही बंद होईल."

"हो, पण त्याच्या दृष्टीने तेच भलं असेल तर करायला हवं."

ती काहीच बोलली नाही.

"हे बघ लिली, अजूनपर्यंत आम्ही काय किंवा इतर कुणीच जयला तुम्ही दोघं असे सोडून जाता त्याबद्दल तक्रार नोंदवलेली नाही. पण पुढे मागे कुणी तसं केलं

तर जय हातातून जाईल तुझ्या. मुलाकडे दुर्लक्ष या कारणाने तुला आणि परागलाही खडी फोडायला जावं लागेल आत. जयचं आणि तुझं नातं अळवाच्या पानावरच्या थेंबासारखं होईल गं. धरून ठेवण्याच्या प्रयत्नात निसटून जाईल तो हातातून. अशीच वागलीस तर तो कधी हाती लागणारच नाही तुझ्या. अशी मुलं फक्त या घरातून त्या घरात टोलवली जातात. क्वचित त्यांना खरं घर, प्रेम, जिव्हाळा लाभतो. भवितव्य बदलून जातं; पण फार क्वचित. त्यांचे तात्पुरते आई-वडील तात्पुरतेच राहतात. कधी सरकारकडून मिळणाऱ्या पैशात त्यांचा स्वार्थ दडलेला असतो, तर कधी घरकामाचं माणूस एवढाच हेतू असतो. खायचे प्यायचे हालच होतात. काही वेळेला दान त्या मुलांच्या बाजूने पडलं, तरी या मुलांमधल्या असुरक्षित भावनेला मानलेल्या आई-वडिलाचं प्रेम पुरं पडत नाही, ही मुलं अठरा वर्षांची होईपर्यंत सरकार मर्जीनुसार त्यांच्यावर प्रयोग करत राहतं आणि मग जाणतेपणाचा शिक्का मारून रस्त्यावर सोडून मोकळं होतं. असं झालं की त्यांच्या मनावरचे ओरखडे कधीच बुजले जात नाहीत. हे सगळं टाळायचं असेल, तर दत्तक द्यायचा विचार कर लिली तू. तिथे निवडीचा अधिकार तुला असेल, नाहीतर या तुझ्या व्यसनातून बाहेर पडायचा मार्ग शोध. पण जयची झाली तेवढी परवड पुरे झाली.''

''मला काही कळत नाही गीता, तूच ठरव काय ते.'' एवढा मोठा डोस पचवणं लिलीच्या आवाक्यापलीकडचं होतं.

''कळत नाही म्हटलं की संपली का जबाबदारी? समजावून घ्यायचा प्रयत्न कर.''

''तूच का नाही घेत दत्तक जयला?'' लिलीच्या अनपेक्षित प्रश्नाने गीताच्या काळजाचा ठोका चुकला.

''शहाणीच आहेस तू. हे म्हणजे मऊ लागलं की उकरता येईल तितकं उकरणं झालं लिली.'' काहीतरी उत्तर द्यावं तसं गीताच्या तोंडून निघून गेलं.

लिली ओशाळली.

''तो नाहीतरी तुझ्याकडेच असतो म्हणून म्हटलं मी. तुझाच झाला तर मला काळजी नाही. भेटताही येईल कधीही. तुटणार नाही गं तो माझ्यापासून.''

''हा विचारही नव्हता डोकावला माझ्या मनात. लगेच नाही सांगता येणार गं. मला आत्ता कुठे नोकरी मिळतेय. धनेशनंतर मला कुणी भेटलं नाही, पण लग्न करायचं आहे. जयची जबाबदारी स्वीकारली की सगळं अवघड होत जाईल. आई-बाबांशी आणि भावंडांशी बोलू दे मला. पण लवकरच काहीतरी निर्णय घ्यावा लागेल. तेच हिताचं होईल जयसाठी.'' गीता जयला दत्तक घ्यायचा निदान विचार तरी करेल या आश्वासनाने लिलीची कळी खुलली.

गीता तिच्या नोकरीमध्ये रुळली. लिलीही थोडीफार मार्गावर आल्यासारखी वाटत होती. ती गीताच्या घरी मुक्कामाला होती. धनेशच तिला लागतील तसे पैसे पाठवत असावा. जयला अचानक सोडून जात नव्हती आताशा. अधूनमधून लहान-सहान कामं मिळवत थोडाफार पैसा तिच्याही हातात खेळत होता. त्या एका वर्षात परागपण सुधारल्यासारखा वाटत होता. जयला लिली आणि परागबरोबर पाहिल्यावर गीतालाच भरून येत होतं. धनेशच्या आणि गीताच्या भेटीही फार क्वचित होत होत्या. तो कधी गावाकडे फिरकला तरच. धनेशही एकटाच होता, पण गीताचा नकार त्याने उशिरा का होईना पचवला होता. त्या वाटेला पाऊल टाकायचं नाही असं काहीतरी मनाशी ठरवल्यासारखं त्याचं वागणं होतं. ती त्याला टी.व्ही.वर पाहत होती. त्याच्या कार्यक्रमांच्या बातम्या वाचत होती, पण आता तो तिचा नव्हता. कुणाचाच नव्हता. यशाने त्याला फार वरच्या पायरीवर नेऊन उभं केलं होतं. दृष्टिक्षेपात न येणाऱ्या पायरीवर. गीताला जोडीदाराची उणीव भासत होती, पण धनेशची उणीव भरून काढणारं कुणी पुन्हा आयुष्यात येईल असं तिला वाटत नव्हतं. सगळं सुरळीत पार पडतंय म्हणेपर्यंत परागने पुन्हा एकदा तुरुंगाची वारी केली. लिली जयला घेऊन गीताकडेच कायमची राहायला आली. आता तशीही गीताची स्वतंत्र जागा होती. लहान, पण शाळेजवळ. जयही पूर्ण दिवस शाळेत जायला लागला होता. तो आनंदात होता. तिने त्याची शाळा बदलली. ती होती त्याच शाळेत तोही जायला लागला. लिली मात्र पुन्हा दिवसचा दिवस घरात बसून घालवायला लागली. तिला पुन्हा मार्गावर आणण्याचे गीताचे प्रयत्न तोकडे पडत होते. कंटाळून गीताने लिलीच्या बाबतीत जे होईल ते होईल म्हणून दैवावर भरवसा टाकला. नाहीतरी कधीतरी ती पुन्हा जाणारच. आता काळजी करायची ती फक्त जयच्या मनाची, भावविश्वाची.

जयने अभ्यास करण्यासाठी पुस्तक उघडलं, पण त्याचं त्यात लक्ष लागेना. काल रात्रभर त्याने गीताबरोबर आईची वाट पाहिली होती. संध्याकाळी ती फिरून येते म्हणून बाहेर पडली, ती परत आलीच नव्हती. गीताने अकरापर्यंत वाट पाहून त्याला झोपायला लावलं.

"हे नवीन नाही आपल्याला. ती येणार नाही आज हे कळत नाही का तुला?"

खरंच होतं ते. तो काही न बोलता निमूट झोपायला गेला. दुसऱ्या दिवशी शाळेतही गेला. अभ्यासात मन रमवायचा प्रयत्न केला त्याने. पण घरी आला तो अधीर मनाने. आल्या आल्या कदाचित सोफ्यावर बसलेली आई दिसेल अशी भाबडी आशा मनात ठेवूनच त्याने दार उघडलं. समोर कुणीच नव्हतं. घाईघाईत जाऊन त्याने कुणाचा फोनवर निरोप आहे का पाहिलं. लाल रंगाचा दिवा चमकत नव्हता.

निराश मनाने त्याने फ्रीज उघडला. हाताला लागेल ते तोंडात कोंबलं. खूप राग आला होता त्याला आईचा. गेले सहा महिने ती घरीच होती. असून नसल्यासारखी असली, तरीही तिचं अस्तित्व हाच त्याचा आधार होता. गीता आणि आई हीच दोन माणसं त्याचं जग होतं. गीताच्या वाटेकडे तो डोळे लावून बसला. ती आल्यावर मात्र त्याने चिडचिडच केली.

"किती वेळ लावलास. मला कंटाळा आला."

"अरे, शाळेतून असं येता येतं का? अभ्यास करून टाकावा अशा वेळेस."

"केला पूर्ण शाळेतच."

"मग खेळायला जायचं बाहेर."

"हं."

त्याच्या हं... मधल्या रागाने तिला हसू फुटलं. तिच्या हसण्याने त्याचा आणखी पापड मोडायला नको म्हणून तिने घाईघाईत म्हटलं, "चल, काहीतरी खायचं बघू या."

"मला नको आहे काही खायला." तो तिला येऊन बिलगला.

"अरे, काय झालं तुला एकदम?" त्याला कुशीत घेत तिने त्याच्या डोक्यावरून हात फिरवला, तसं त्याला एकदम रडू फुटलं.

"रडू नकोस रे असा. काय झालं ते सांग ना." तिने त्याला आपल्या बाजूला बसवलं आणि त्याची हनुवटी आपल्याकडे वळवली.

"तू आई-बाबांसारखं सोडून नाही ना जाणार मला?" त्याला एकदम घट्ट कुशीत घेतलं तिने. तोही तिला बिलगला.

"मी तुला सोडून कुठेही जाणार नाही."

"शपथ?"

"शपथ." तिने त्याच्या हातात हात दिला.

"पळ आता इथून. मला कपडेतरी बदलू दे. आले ती इथेच बसले." जय खुशीत तिथून गेला तसं तिला बरं वाटलं. अधूनमधून जयचा अस्वस्थपणा त्याच्या वागण्यातून डोकावत राही. कधी खूप चिडचिड, आदळआपट करे तो. काही वेळेस दिवसच्या दिवस काही न बोलता राही. त्याच्याशी बोलायचा प्रयत्न केला की घुम्यासारखा कुठेतरी एकटाच जाऊन बसे. मध्येच केव्हातरी गीता त्याला सोडून निघून जाणार नाही ना, याची त्याला खात्री करून हवी असे. गीताला या परिस्थितीतून तोडगा म्हणून लिलीने सुचवलं त्याप्रमाणे त्याला दत्तक घ्यावं, असं वाटायला लागलं होतं; पण धीर होत नव्हता.

आत्ताही हातात चहाचा कप घेऊन ती डुलत्या खुर्चीत बसली. काचेच्या खिडकीतून बाहेर खेळणारा जय तिला दिसत होता. एकेक घोटाबरोबर तिला दत्तक

घेण्याच्या मार्गातले, त्याला वाढविताना येणारे अडथळे दिसत होते. निर्णयाकडे झुकणारं मन हेलकावे खात होतं. स्वतःच्या भविष्याचे पंखच तर कापून टाकत नाही ना आपण या निर्णयाने, या शंकेने तिचा हात थरथरला. हिंदकळलेल्या कपातून पडलेला गरम चहाचा डाग कपड्यावर उठून दिसत होता. असंच असेल का आयुष्य? अविवाहित मुलीने दत्तक घेतलेला मुलगा म्हणजे डाग? ती दचकली. विचारातल्या संकुचितपणाने शरमली. घाईघाईने तिने तो डाग पाणी लावून चोळला, पुसट केला. मनातल्या वादळाला शांत केल्यासारखी ती खुर्चीवर रेलली. बराच वेळ.

त्या वेळी मनात डोकावलेला विचार आज जयच्या बोलण्याने पुन्हा वर काढला. स्टिअरिंग व्हीलवर टेकलेलं डोकं वर करून तिने जयकडे नजर टाकली. घ्यावं जयला दत्तक? तिने गाडीतच सुन्न बसून राहिलेल्या जयकडे पुन्हा पाहिलं. तो शांतपणे रस्त्यावर नजर लावून बसला होता. मनातलं वादळ लपवण्याच्या प्रयत्नात.

"तुला दत्तक घेऊ मी?"

तिच्या अचानक प्रश्नाने तो दचकला.

"काय?"

"तुला दत्तक घेऊ मी? तू आत्ताच म्हणालास ना की तुझं माझं रक्ताचं नातं नाही. खरंच आहे ते. पण तुला दत्तक घेतलं की माझा होऊन जाशील."

"खरंच? खरंच विचारते आहेस की गंमत?" तो चांगलाच गोंधळला.

"अशी भलतीसलती कशी गंमत करेन जय? पण वाटतं तितकं सोपं नाही हे लक्षात ठेव. तुझी आई खूश होईल; पण तुझे बाबा जेवढे अडथळे आणता येतील तितके आणणार हे नक्की. मला मनःस्ताप होईल, तुला त्रास... प्रचंड त्रास. यातून निभावशील तू? तुझं वय अडनिडं आहे. आपल्याला एखाद्या समाजसेवी संस्थेची मदत घ्यावी लागेल. त्यांच्या मदतीने कोर्टात तुझी, माझी बाजू मांडता येईल. पण तिथे तुला उलटसुलट प्रश्नाच्या कचाट्यात अडकावं लागेल. आहे तुझी तयारी?" तो काही कळत नसल्यासारखा बराच वेळ तिच्याकडे पाहत राहिला.

"अरे, असा बावचळू नकोस. तू नाही म्हटलंस तरी माझ्याकडेच राहशील. फक्त विचार कर मी काय म्हणते आहे त्याचा."

जयने अलगद तिच्या खांद्यावर डोकं टेकलं. तिने त्याच्या खांद्यावर थोपटलं. त्याच्या केसातून हळुवारपणे हात फिरवला. काळोखाने घेरलेल्या त्या गाडीत लांब अंतरावरचे रस्त्यावरचे दिवे तिला प्रकाशाच्या दिशेने मार्ग दाखवत होते. जयला घेऊन तिला त्या दिशेनेच मार्गस्थ व्हायचं होतं.

◆

आकाशाकडे झेपावणाऱ्या झाडाची फांदी प्रणवने रेखाटली आणि पेन्सिल खाली ठेवली. चित्राला जुनं, विटकट रूप आणण्याचा तो कसोशीने प्रयत्न करत होता. १८६०च्या काळातल्या शेताचं, खोपटेवजा झोपडीचं आणि त्या झाडाचं त्याने वेगवेगळ्या बाजूने खूप वेळ निरीक्षण केलं. हिरवागार मळा, कडेकडेला नजर खिळवून टाकणारी फुलझाडं, इकडे तिकडे बागडणारी मुलं. सुंदर चित्र होतं; पण मनात घर करून राहिलेलं त्या शेतात राबणाऱ्या गुलामांचं वर्णन चित्रात काही केल्या जिवंत होत नव्हतं. तो तसाच स्तब्ध उभा राहिला. शेजारच्या खोलीतून येणारे गाण्याचे स्वर आत्ता कुठे त्याच्या मनात झिरपले. अमिता एरोबिक्स करत असावी. एक सुरेल लकेर कानाने टिपली आणि त्या तालावर झाडावर निसटता हात त्याने फिरवला. कलती मान करत प्रणवने चित्र पुन्हा पुन्हा पाहिलं आणि धावत जाऊन अमिताच्या खोलीचं दार ढकललं.

"अमू, तुझ्या त्या गाण्याच्या लकेरीने माझं चित्र बघ कसलं मस्त आलंय."

"अमिता म्हण रे," नाइलाज झाल्यागत पाय ओढत ती प्रणवच्या खोलीत शिरली. पुढचे शब्द तिच्या तोंडून बाहेर पडलेच नाहीत. ती नुसतीच त्या चित्राकडे पाहत राहिली.

"ओ गॉड, कालच पाहिलं आपण हे शेत. तिथेच आहोत असं वाटतंय. फक्त त्या काळातल्या माणसांची कमी होती तिथे. चेहऱ्यावर सुरकत्या पडलेला माणूस केवढा खरा वाटतोय. वॉव! आणि ती बाजूला धुळीने माखलेली चिमुरडी. कूल ड्यूड! आईला दाखव हं."

तिने दोन-तीन वेळा जवळ जाऊन ते चित्र नीट निरखलं. तो विलक्षण खुशीत तिच्याकडे पाहत होता. "आता मध्येच ओढून आणू नकोस मला." ती पुन्हा आपल्या खोलीत गेली. प्रणव ते चित्र घेऊन धावतच वर गेला. पोटमाळ्यावर बाबांच्यासमोर त्याने अतीव आनंदाने चित्र नाचवलं. आकाशभाईंनी त्या चित्राकडे एक नजर टाकली आणि पुन्हा कागदात डोकं खुपसलं.

रिक्त

"कसं आहे?" त्याला तरीही राहवलं नाही.

“किती वेळ लागला हे चित्र काढायला?” उत्तर न देता बाबांकडे खाऊ का गिळू अशा नजरेने तो पाहत राहिला. संतापाने त्याने ते चित्र उचललं आणि कोपऱ्यात शांतपणे काम करत बसलेल्या आईच्या हातात दिलं.

“किती सुंदर रेखाटलंयस रे.” नवऱ्याला त्या चित्रातल्या खुब्या समजावून द्याव्यात, मुलाला प्रोत्साहन द्यायला सांगावं असं वाटूनही उषाबेन गप्प राहिल्या. मुलाने डॉक्टरच व्हायला पाहिजे हा धोशा लावलेल्या माणसाला काय सांगायचं आणि कशासाठी? त्या प्रणवशी कौतुकाने बोलत राहिल्या, चित्र निरखत राहिल्या. बराच वेळ.

“चहा झालाय का गं माझा?” जिन्याच्या पायरीवरून पावलांचा आवाज आला. उषाबेननी चहा आणि नाश्ताही पटकन टेबलावर ठेवला.

“काल दोन-तीन नवीन लोकांशी बोलणं झालं आहे. पन्नास हजारपर्यंततरी गुंतवतील. जेवायलाच बोलवू शनिवारी सगळ्यांना.”

“फोन करून अंदाज घ्यायला हवा किती जणांना रस आहे पैसे गुंतवण्यात. नंतर जेवायचं बघता येईल.” या जेवणावळीत उषाबेनना अजिबात रस नव्हता. पन्नाशी जवळ आली होती. मुलं मोठी होत चालली होती. त्यांचे वेगळे प्रश्न समोर येत होते.

“...या देशात राहायचं म्हणजे सोपं काम नाही. पैसा कमावायचा तर डॉक्टरच व्हायला हवं प्रणवने. चित्राबित्राचा नाद सोडा म्हणावं आता.” काहीतरी आठवल्यासारखं आकाशभाई म्हणाले. उषाबेन काहीच बोलल्या नाहीत. नाश्ता पटापट संपवून आकाशभाई पुन्हा पोटमाळ्याकडे वळले.

उषाबेनच्या कपाळावरच्या आठ्या गडद झाल्या. विरळ झालेल्या केसाच्या एक-दोन बटा कपाळावर रुळत होत्या, त्या ओढल्यासारख्या करत त्यांनी मागे ढकलल्या. शरीर, मन दोन्ही उभारी नाकारत असलं, तरी घरातलं आटपून कामाला लागणं भाग होतं. कागदाच्या चळतीत बुडालेले आकाशभाई आणि त्यांच्या इच्छा त्यांचा पाठलाग करत राहिल्या ते मुलं समोर येईपर्यंत.

“मला जायचं नाही आज त्या संस्कारवर्गाला.” पॅनकेकचे तुकडे काट्याने तोंडात टाकत अमिता कुरकुरली.

“रविवारची सकाळ फुकट घालवू नकोस. आपली संस्कृती, तिचा अभिमान सुरू होईल बाबांचं.” फाफड्याचा तुकडा तोंडात टाकत प्रणवने तिला थांबवलं.

“काय रे काय कुचुकुचू चाललंय? माझ्याबद्दल की बाबांबद्दल?” उषाबेननी विचारलं.

“बाबांबद्दल.” अमिताने सांगून टाकलं.

प्रणव वैतागला. "मूर्ख कुठची. आता बस ऐकत बाबापुराण.''

"शांत हो प्रणव. जायचं नाही का आज संस्कारवर्गाला?''

"अमिताची इच्छा नाही.''

"तुझं काय?''

"मला नाही माहीत मला काय वाटतं ते, तुम्ही जा म्हणालात तर जातो, नाही तर नाही... पण आम्ही काही आता लहान नाही.''

"खरं आहे रे. बघ अजून थोडीच वर्षं. एकदा कॉलेजला गेलास की बंदच होईल आपोआप.''

"दर रविवारी संस्कृतीवर भाषणं, भारतीय खेळ, रामायण, महाभारत, योगासनं आणि श्लोक. जबरदस्ती का करता तुम्ही? आम्ही सांगितलेलं का तुम्हाला इथे यायला? सारखं कशाच्या तरी मागे लागलेले असता. हिंदी गाणी वाजव पियानोवर, गुजराती गरब्यात भाग घे, देवळात जायचं आहे, गुजराती पुस्तकं वाच... संपतच नाही काही. घरात आलो की ह्या गोष्टी करायच्या. बाहेर पडलं की जग आमचा रंग विसरू देत नाही. देवळंबिवळं बंद करून पुढच्या वेळेस मी चर्चमध्येच जाणार आहे...'' आपण काय बोलून गेलो ते प्रणवच्या लक्षात आलं आणि तो एकदम गप्प झाला. आईकडे बघण्याचं धाडस होईना त्याचं. समोरच्या फुलपात्रावर नजर खिळवून तो तिथेच बसून राहिला. उषाबेननाही पटकन काही सुचेना. अमिता तिच्या खोलीत निघून गेली. त्या दिशेने त्या पाहत राहिल्या. इतका कडवटपणा साचलेला असेल मुलांच्या मनात या गोष्टींचा याची कल्पनाच नव्हती त्यांना. त्यात प्रणव वर्णभेदावर का घसरला तेही लक्षात येईना. दार वाजल्याचा आवाज झाला तसं त्यांना एकदम मोकळं वाटलं. प्रणवचा मित्र आला होता. सलीलला पाहिल्यावर प्रणव सगळं विसरला.

"तू काय रे सांगत होतास लाराबद्दल? कोण ही नवीन मुलगी? आणि काल वर्णाबद्दल काहीतरी भडकून बोलत होतास.'' सकाळी चहाचे घुटके घेत आकाशभाईंनी अचानक प्रश्न टाकला. मागे कधीतरी पुसटसा उल्लेख केला होता त्याने लाराचा, तो या दोघांच्या लक्षात आहे याचंच त्याला आश्चर्य वाटलं.

"ती चिडवते मला. स्मेली आणि ब्राऊन बॉय म्हणून.''

"कधी ऐकलं नाही लाराचं नाव. गुजराती आहे?''

"लारा आणि गुजराती? अमेरिकन आहे. आपल्या शेजारीच राहते. तीन घरं सोडून कोपऱ्यावर. पण या गोष्टीलाही खूप महिने झाले आहेत.''

"तीच का? तिच्या अंगणात खेळू नको सांगणारी?'' आईच्या तो प्रसंगही लक्षात आहे हे पाहून तो सुखावला. पण त्या सुखावलेपणाची जाणीव होण्याआधीच

आकाशभाई बोलले, "जाऊ दे रे, दुर्लक्ष करायला शीक. आहोत आपण त्यांच्यापुढे सावळे. काय करणार?"

"दुर्लक्ष कर कसं सांगता? मी काही लहान नाही आता. दोन लगावून देऊ शकतो मी तिला."

"नको रे असलं काही करू." आईने त्याला थोपवलं. बाबा अशा गोष्टी जाऊ दे करून सोडून देतात, ह्याचा त्याला भयंकर राग यायचा. त्यात आईचं हे काहीतरी. सतत कसलीतरी काळजी, नाहीतर धास्ती. आजचं नव्हतं हे. पुन्हा असं काही झालं तर घरात सांगायचं नाही, हे त्याने मनाशी पक्कं केलं. वर्ष उलटल्यावर जाग आल्यासारखं काहीतरी विचारतात अचानक. उठलाच तो तिथून.

त्याच्या खोलीत शिरल्यावर हलकेच प्रणवने दार लावून घेतलं. त्याला एकटेपणा हवा होता. लाराबद्दलची चीड व्यक्त करायला दोघांनीही त्याला संधी दिली नव्हती. विषय निघाल्यावर बरेच दिवस दाबून ठेवलेल्या भावनांवर त्याला काबू ठेवता येईना. खसकन कोरे कागद ओढून त्याने चित्र काढायला सुरुवात केली. समोर उठणाऱ्या एकेका रेषेने त्याचं मन शांत होत होतं. हळूच त्याने गादीखाली जपून ठेवलेली सगळी चित्रं काढली. प्रत्येक चित्राखाली त्याबद्दलच्या भावना व्यक्त करणारे शब्द. पण आज काढलेलं चित्र... चित्रातली लाराची झडलेली जीभ. तो अस्वस्थ झाला. लारामुळेच होतंय हे. काळ्या खडूने लाराचं तोंड तो बरबटत राहिला. विक्षिप्त हसू त्याच्या चेहऱ्यावर उमटलं. काल शाळेतून परत येताना लाराने त्याला नको नको त्या शिव्या घातल्या होत्या. मध्यंतरी हे थांबलं होतं. आणि अचानक काय झालं पुन्हा हिला? त्याच्या सावळ्या रंगावरून ती काहीतरी बोललीच, तेव्हा त्याचा राग अनावर झाला. त्यानेही तिचा हात रागाने पिरगळला. ती बिचकली; पण क्षणात स्वत:ला सावरून काहीच न झाल्यासारखा पळ काढला तिने. त्याचा मात्र भडका उडाला. आता काढलेल्या त्या चित्राकडे पाहताना स्वतःच्या मनातल्या विचाराची त्याला आतून आतून शरम वाटली, पण अंतर्मनावर वर्तमानाने मात केली. अनामिक आनंदाने सगळा पसारा प्रणवने पलंगाखाली सरकवला. पलंगाला पाठ टेकत तो विसावला तेवढ्यात अमिता धाडकन दार उघडून खोलीत आली. त्याच्या छातीचे ठोके वाढले.

"माझ्या खोलीत का आलीस? बाहेर हो, आधी हो बाहेर." अमिता समोरच्या कागदाला हात लावणार हे दिसताच प्रणवने तिला जवळजवळ ढकललंच. ती दाणदाण पाय आपटत खाली निघून गेली, तेव्हाच आता आई वर येणार याचा त्याने अंदाज बांधला. भराभर त्याने खोलीची अवस्था नीटनेटकी केली. तेवढ्यात ती आलीच. अमिताच्या अंगावर ओरडायला नको होतं हे मान्य करत तो आईला

बोलण्यात गुंतवत राहिला. त्यालाही मित्रांच्या नादात अमिताला सारखं आपण कटवत राहतो, बऱ्यांचदा एकदम तोडून टाकतो ते थांबवायला हवं, असं वाटायला लागलं. उद्या तिच्या खेळाच्या तासाला जमलं तर जायचं, हे प्रणवने मनाशी नक्की केलं.

"आज तुझा आणि माझा खेळाचा तास साधारण एकाच वेळेस आहे. जमलं तर मी येईन तुझा खेळ बघायला."

"दादल्या, का रे मस्काबाजी? काम असेल तर सांगून टाक. का माझी मैत्रीण आवडली आहे एखादी? खेळ बघायला नाही आलास तरी देईन ओळख करून." तिचे केस विस्कटत तो नुसताच हसला. केस विसकटले म्हणून चिडलेली अमिता तरातरा निघूनही गेली. जाताजाता सलील आल्याचं तिने ओरडून सांगितलं.

सलील अस्वस्थ हालचाली करत खाली उभा होता. घाईघाईने बॅकपॅक पाठीवर अडकवत प्रणव बाहेर पडला. रस्ताभर सलील इकडचं-तिकडचंच बोलत राहिला. तो अस्वस्थ आहे, हे प्रणवच्या लक्षात आलं होतं. दोघंही निमूटपणे चालत राहिले. शाळेपाशी पोचल्यावर मात्र सलीलने तास चुकवायची गळ घातली. मैदानावर ते दोघं बोलत राहिले.

"बहुधा आम्ही इथून कायमचं जातोय."

"कुठे?"

"कॅनडा."

"काय? अचानक ठरलं का?" प्रणवला एकदम धक्काच बसला.

सलील बोटांच्या अस्वस्थ हालचाली करत तिथल्या तिथे फेऱ्या मारायला लागला. प्रणव नुसताच त्याच्याकडे पाहत उभा राहिला.

"आईला नाही राहायचं इथे. तिला कॅनडालाच जायचं आहे परत. बाबांच्या मागे लागली आहे ती. तिच्या वडिलांच्या व्यवसायात भागीदार व्हा म्हणून. बरेच दिवस चालले होते वाद. आता मला घेऊन जाणार म्हणते."

"असं कसं चालेल करून?"

"ते तिला नको समजायला? मला नाही जायचं कॅनडात."

"पण कॅनडा का?"

"तुला माहीत आहे ना, माझ्या आईने आणलंय बाबांना इथे?"

प्रणवने अशा गोष्टी घरात बऱ्याचदा ऐकल्या होत्या. इथेच वाढलेल्या मुलींसाठी त्यांच्या आई-वडिलांना नवरे मात्र भारतातले हवे असतात. मग अमेरिकेत यायला आतुर झालेली मुलं नागरिकत्व मिळणार म्हटल्यावर अशा लग्नांना तयार होतात. सलीलचे बाबा त्यातलेच. पण त्यांनी इथे उत्तम जम बसवला होता. आता हे

काहीतरी नवीनच.

"पण तू राहा ना इथे तुझ्या बाबांबरोबर."

"मला कोण विचारतंय रे? बाबादेखील मूग गिळून गप्प. मला इथलं घर, मित्र-मैत्रिणी सोडून नाही रे जायचं कॅनडाला. आणि खरं सांगू का, बाबांनी नाही ऐकलं आईचं तर घटस्फोट घेतील ती दोघं असं वाटायला लागलंय मला."

दोघंही एकमेकांकडे काही न बोलता नुसतेच बघत राहिले. अस्वस्थ होत सलीलने बॅकपॅकमधली पाण्याची बाटली काढली. पाण्याच्या बाटलीबरोबर काहीतरी पडलं. प्रणव ते उचलायला खाली वाकला, पण त्याचा हात बाजूला ढकलत सलीलने पटकन खाली पडलेली ती छोटीशी पुडी उचलली.

"काय आहे ते? बघू ना मला." घाईघाईत सलीलने काय उचललं ते त्याला समजेना. सलीलचा चेहरा इतका का पडला, तेही त्याला समजत नव्हतं. त्याच्या आढ्यावेढ्यांना न जुमानता प्रणवने सलीलच्या हातातून पुडी ओढली. मान खाली घालून सलील पुटपुटला, "तुला आठवतंय का रे, मागे एकदा काही मुलं मारोवाना घेण्यासाठी आपल्यामागे लागली होती?"

"तू घ्यायला सुरुवात केली आहेस?" प्रणवने त्याचा हात एकदम पिरगळला. हात दुखला; पण भरून आलेल्या डोळ्यांतून पाणी बाहेर येऊ न देता सलील नकारार्थी मान हलवत राहिला.

"नीट सांग ना रे."

"नाही अजून. सगळं विसरायला होतं ना थोडीशी पावडर हुंगली की, म्हणून घेतली पावडर विकत. घरात एवढी भांडणं चालू असतात त्याची भीती वाटते रे. मला माझे आई, बाबा दोघंही हवे आहेत."

"तू घेतोस का ते सांग आधी?"

"नाही. धाडस नाही झालं."

"पण मिळाली कुठे तुला?"

"शाळेच्या मुतारीत मुलं एकदा मागे लागली होती आपल्या. आठवतंय?"

प्रणवला सगळं आठवत होतं. तो काही न बोलता चुळबुळत उभा राहिला. अस्वस्थ, सैरभैर. न भंगणाऱ्या शांततेला तडा गेला तो दुसऱ्या तासाच्या घंटेने. दोघंही न बोलता वर्गात गेले. तासावर लक्ष केंद्रित करणं प्रणवला जमेना. सलीलची त्याला चिंता वाटायला लागली होती. हा तास संपला की त्याला अमिताचा खेळ बघायला जायचं होतं, पण इथून उठूच नये असं त्याला वाटत राहिलं.

प्रणव मैदानाच्या कडेला राहून खेळ पाहत होता. जोरजोरात आरडाओरडा करून अमिताला प्रोत्साहन देत होता. अमिता चेंडू घ्यायला खाली वाकली आणि

साराचा आवाज घुमला, "कमी खात जा अमिता. पाव वाढले आहेत." प्रणवचे कान एकदम लाल झाले. अमिता आता काय करेल ते त्याला समजेना.

अमिताने रागाने साराला ढकललं आणि काहीच न झाल्यासारखं तिने बॉल दुसऱ्या मुलीकडे फेकला. खेळात गर्क झालेल्या मुलींच्या अमिताने साराला ढकललेलं लक्षात आलं नाही; पण दात-ओठ चावत सारा अमिताच्या अंगावर धावली. जोरात धक्का मारत तिने अमिताला पाडलं. ताडकन उठून अमितानेही साराचे केस ओढले. सगळ्या मुली खेळ सोडून त्यांच्या दिशेने धावल्या. त्या दोघींभोवती कडं करत मुलींचा गोंधळ चालू झाला. टाळ्या वाजवत एकदा अमिताच्या नावाने तर एकदा साराच्या नावाने सगळ्या ओरडत होत्या. वर्गशिक्षिका दोघींच्या दिशेने धावली. मुली आजूबाजूला पांगल्या, वर्गात जाण्यासाठी रांग करून उभ्या राहिल्या. अमिता, सारा आपापली बाजू कळकळीने मांडत होत्या. अचानक अमिताच्या मनात भीतीने घर केलं. मान खाली घालून ती रांगेत उभी राहिली. प्रणव तिच्याकडे धावला; पण त्याला तिने ढकलूनच दिलं. त्यानंतर घडलेलं अनपेक्षित होतं. लेखी कबुलीजबाब, शिक्षा, पालकांसाठी चिठ्ठी. अमिताला तिथून धावत सुटावं, तोंड लपवावं असं वाटायला लागलं. घरी जायच्या कल्पनेने तिचे हात-पाय गळले. शिक्षकांना तिच्याबाबतीत घरी चिठ्ठी द्यावी लागेल, याची अमिताने स्वप्नातही कल्पना केली नव्हती. पुढच्या तासावरून तिचं लक्ष उडालं. कसं दाखवायचं तोंड घरी? तिचं डोकं एकदम भणभणून गेलं. उलटसुलट विचारांच्या चक्रात जीव थकून गेला.

आईच्या हातात चिठ्ठी ठेवली आणि हमसूनहमसून अमिताला रडायलाच आलं.

"मला बारीक व्हायचं आहे आई." हुंदक्यांनी तिचं अंग गदगदत होतं.

"अगं, मला आधी वाचू दे. आणि नुसतं रडत राहून काही साधणार आहे का?" ती थोडीशी शांत झाली.

"तू वाच, मी खोलीत जाते माझ्या." उषाबेननी नुसतीच मान हलवली.

अमिताने जोरात पलंगावर अंग टाकलं आणि एकदम ती दचकली. आपल्या वजनाने हा पलंग मोडला की काय अशी शंका तिला चाटून गेली. पुन्हा उठून तिने खात्री करून घेतली. पलंगावरच भिंतीला टेकून ती तशीच बसून राहिली. पाव वाढले आहेत, हे काय बोलणं झालं? आणि हे असे बदल तर होणारच ना? मुलीच मुलींना का चिडवतात माहीत असूनही? पाळी सुरू झाल्यानंतर शरीरात बदल होणारच. एक अख्खा तास झाला की याच विषयावर दोन वर्षांपूर्वी. कुणी आहे तसंच राहिलं आहे, तर कुणी खूप जाड, काही जणी खूप बारीक. मनातल्या प्रश्नांबरोबर तिचे हात देहाच्या रेषा चाचपडत राहिले. झटकन उठत ती आरशासमोर उभी राहिली. दहा वेळा तिने तिचा आखूड शर्ट खाली ओढला. केस सारखे केले. वेगवेगळ्या कोनातून

स्वतःला निरखत राहिली; पण समाधान होत नव्हतं. शर्ट वर करत तिने पोटाचा भाग ओढून पाहिला आणि निराशेने तिला ग्रासलं. तिचे डोळे एकदम भरून आले. हातात मावणारी छोटीशी वळी ती दाबत राहिली. जोडीला साराचे शब्द मनात घुमत होतेच. उषाबेन खोलीत येताना दिसल्या, तसं तिला परत रडायला यायला लागलं.

"त्या मुलींकडे कसलं लक्ष देतेस? आणि चांगली बारीक आहेस तू." उषाबेननी अमिताच्या पाठीवर थोपटलं; पण अंग आक्रसत अमिता बाजूला झाली. तिची अशी प्रतिक्रिया त्यांना अनपेक्षित होती. त्या संकोचल्या. लांबून लांबूनच तिच्याशी जवळीक साधायचा प्रयत्न करत, मनाचा अंदाज घेत राहिल्या. एक न बुजणारी दरी दोघींमध्ये उभी राहिल्यासारखं वाटून गेलं त्यांना. कितीतरी बोलायचं होतं त्या चिमुकल्या जिवाशी. मुलींचं चिडवणं इतकं मनावर घेऊन कसं चालेल. कुठल्या शब्दात सांगावं, कशी समजूत घालावी तेच समजेना. त्या तशाच बसून राहिल्या. अमिता रडूनरडून झोपूनदेखील गेली, हे खोलीत अंधाराने प्रवेश केल्यावरच त्यांच्या लक्षात आलं. आवाज होऊ न देण्याची काळजी घेत त्या खोलीतून बाहेर पडल्या. खोलीतला अंधार आता मनावरही दाटून राहिला होता.

"किती वेळ त्या आरशासमोर?"

"तू का माझ्यावर लक्ष ठेवून असतेस?"

"बराच वेळ तिथेच उभी होतीस म्हणून म्हटलं गं." सकाळच्या गडबडीत उगाच वादाला तोंड फुटायला नको म्हणून उषाबेननी पडतं घेतलं.

"मी जाड झालेय खूप." उषाबेन नुसत्याच हसल्या.

"हे बघ अमिता, एकमेकांना शाळेत चिडवणं हे प्रकार होतच असतात गं. जेवढं तू मनावर घेशील, तितका अधिक त्रास देतील त्या मुली तुला."

"नाही. मलाही वाटायला लागलं आहे बारीक व्हायला हवं म्हणून."

"काहीतरीच काय गं. चांगली बारीक आहेस तू. अशानं सुकून जाशील."

"तुझी समजूत घालायची हीच व्याख्या आहे का? बारीक आहेस म्हटलं की झालं?"

"अगं, खरं तेच सांगतेय मी."

"कळलं. जाऊ दे मला शाळेत." अमिता एकदम चिडली.

"ही उडवाउडवीची आणि आगाऊपणाची उत्तरं बंद कर. मी इथे जीव तोडून समजावून सांगायचा प्रयत्न करते आहे, तर उपकार केल्यासारखं ऐकायचं."

"जाऊ दे ना गं मला. बस निघून जाईल शाळेची." त्यांच्या चढ्या आवाजाकडे दुर्लक्ष करत अमिता बाहेर पडली.

ती गेलेल्या दिशेने उषाबेन बघत राहिल्या. बारीक व्हायचं एवढं वेड तेही कुणी

एका मुलीने चिडवलं म्हणून. कशी समजूत घालायची? कसं परावृत्त करायचं या मुलीला या वेडापासून? एवढा वेळ शांतपणे नाश्ता खात बसलेल्या प्रणवला एकदम तोंड फुटलं.

"शाळेत चिडवत असतील तिला."

"काय?" प्रणवचं अस्तित्व त्या विसरल्याच होत्या.

"चिडवत असतील तिला. सकाळी सकाळी चिडचिड, रागारागाने निघून जाणं अशीच असतात लक्षणं अशा वेळेस." पुस्तकं उचलत प्रणव म्हणाला.

"जाड म्हणून चिडवतात तिला. काल मारामारी झाली तिची शाळेत." उषाबेनच्या आवाजात कमालीचा थकलेपण आलं.

"बघितली मी ती मजा. मांजरीसारख्या फिसफिसत होत्या एकमेकांवर."

"प्रणऽऽव!"

"चुकलं माझं. आणि मी गेलो होतो अमिताला समजावायला; पण ढकलून गेली ती मला वर्गात." प्रणव पडेल आवाजात म्हणाला.

"तू बघ ना जरा तिचं काय बिनसतंय शाळेत."

"शाळेत ओळख नाही दाखवत आम्ही एकमेकांना. मी फक्त माझ्या अनुभवावरून सांगतोय ती का असं वागत असेल ती."

"तुझा अनुभव? तुलापण चिडवतात? सांगत नाहीस तू काही."

"कधी ऐकतच नाही तुम्ही तर काय सांगणार?"

"असं तोडून नको बोलूस. सांग, आम्ही काय ऐकत नाही ते."

"आत्ता नाही. मलाही शाळेत वेळेवर पोचायचं आहे." प्रणवने दप्तराचं धोपटं काखोटीला मारलं आणि तो निघालाच. उषाबेनना काय करावं तेच सुचेना. एकाच वेळेस दोन मोठी प्रश्नचिन्हं सोबतीला ठेवून पोरं पसार झाली होती. आता कुठेही लक्ष लागणार नाही, हे त्यांचं त्यांनाच जाणवलं. त्या उगाचच इकडे-तिकडे करत राहिल्या. काय चुकत होतं तेच कळत नव्हतं. पण प्रणव सारखा तोडून बोलतोच, आता अमिताचंही वागणं बदलतंय. खूप जास्त लक्ष घालतो म्हणून, की त्यांच्या अडचणी समजत नाहीत म्हणून चिडचिड करतात ही मुलं? आकाशभाईंना सांगायला गेलं की त्यांचं एकच, सकाळी ध्यान धरा आणि संस्कारवर्गात जाऊन श्लोक म्हणा. पंधरा-सोळा वर्षांच्या मुलांना हे धडे रोज उठून देणं हेच त्यांना हास्यास्पद वाटायचं. पण बोलणार कोण? उषाबेननी सवयीने भांडी घासायचं, कपडे धुवायचं अशी दोन्ही यंत्रं हातासरशी चालू केली. त्या यंत्रांची घरघर शांत घरात घुमत राहिली.

आकाशभाई कागदावर भराभर कसलीतरी आकडेमोड करत तयार झाले. गाडीची किल्ली बोटावर गोल फिरवत ते गराजमध्ये आले. आरशातून मागे पाहत

त्यांनी गाडी रस्त्यावर आणली. आता अर्धा तास नाकासमोर गाडी चालवायची होती. हिशोबाचे आकडे त्यांच्यासमोर नाचायला लागले. प्रणवला वैद्यकीय शाखेत घालायचं तर भरपूर पैसा हाताशी लागणार, अमितापण हुशार होतीच. दोन्ही मुलं उशिरा झालेली. एकदम त्यांना पहिला गेलेला मुलगा आठवला. बऱ्याच वर्षांनी दिवस गेले होते उषाबेनना. काही धोका नको म्हणून शस्त्रक्रिया करायची हेही ठरलेलं. सगळं व्यवस्थित ठरवूनही फसवलं त्या छोट्या जिवाने. जगात आला तो फक्त तुम्ही आईबाप होऊ शकता, हा दिलासा द्यायला. जे झालं त्यात कुणाची चूक होती की आपलं नशीब, हा प्रश्न त्यांना अजूनही सोडवता आला नव्हता. वीस वर्षांपूर्वीची ही गोष्ट दर वेळेस त्या त्या क्षणी अनुभवल्यासारखी अवस्था होई. आत्ताही ते सवयीने गाडी चालवत होते, पण आतूनआतून अस्वस्थपणा शरीराचा ताबा घेतोय, हेही त्यांना समजत होतं. समोरचे दिवे अंगावर धावून आल्यासारखे पिवळे झाले आणि त्यांनी गाडी करकरत थांबवली. विचारांची साखळीही त्याबरोबर तुटली.

आकाशभाईंनी अर्जावर स्वाक्षऱ्या घेतल्या. पैसे गुंतवायचे म्हटलं की सगळं कसब पणाला लावून वेगवेगळ्या योजना समोरच्याला पटवून द्याव्या लागत, लॅपटॉपवर प्रात्यक्षिक दाखवावं लागे. पुन्हा त्याच वेळेस व्यवहार होईलच याची शाश्वती नसे. आजची पाचवी खेप झाली आणि सत्तर हजार डॉलर्सचा चेक आणि एक नवीन व्यवहार हातात आला. मगाशी आलेला त्यांचा अस्वस्थपणा, हुरहूर अलगद दूर पळाली. तो दिवस मजेत घालवायचा ठरवलं त्यांनी. उषाबेनना फोन करून 'ऑलिव्ह गार्डन' रेस्टॉरंट मध्येच भेटायचं ठरवलं त्यांनी. त्या दिसल्यावर किती बोलू न काय बोलू असं होऊन गेलं आकाशभाईंना; पण उषाबेन गप्प गप्प होत्या.

"काय झालं? तुझं लक्ष नाही दिसत."

"अमिताला शाळेत चिडवतात." आकाशभाईंनी विचारण्याचीच वाट बघत असल्यासारखं त्या म्हणाल्या.

ते नुसतेच हसले. इतक्या छोट्याछोट्या गोष्टींना ती स्वतःचा ताबा घेऊ देते याचं त्यांना आश्चर्य वाटलं. "आपल्याला नाही का कुणी कधी चिडवलेलं? तेवढ्यापुरतं असतं गं ते." फार खोलात शिरायची इच्छा नव्हती त्यांची.

"अमिता स्वतःला जाड समजायला लागली आहे. बारीक राहावं म्हणून धडपड चालली आहे तिची. अशाने अंगावर मांस उरणार नाही तिच्या." बरेच दिवस केलेलं निरीक्षण त्या बोलून दाखवत होत्या. कळवळून सांगत होत्या.

"भलतीसलती नाटकं तू तरी कशाला करू देतेस तिला?"

"जी काय शिस्त आहे मुलांना ती माझ्यामुळे आहे, हे विसरू नका."

"तिच्या खाण्यापिण्याच्या वेळेतच आपणही बसू तिच्याबरोबर, म्हणजे आपोआप

लक्ष राहील.'' शिस्तीचा विषय आकाशभाईंना अजिबात आवडत नसे. मुलांसमोर नियमांवर बोट ते मनापासून ठेवायचे, पण अजूनपर्यंत त्याबद्दल ठाम राहणं त्यांना कधी जमलं नव्हतं.

''आपल्यासमोर खाते व्यवस्थित ती; पण नंतर ओकून टाकते, नाहीतर दिवसभर दोरी उड्या, पोटाचे व्यायाम. हसाखेळायचं वय हे आणि ही मुलगी कायम कसल्यातरी चिंतेत वाटते मला.''

''शाळेत प्रणवला लक्ष ठेवायला सांग. दोघांचे वर्ग जवळजवळच आहेत ना?''

''शाळेत ही मुलं एकमेकांना ओळखही दाखवत नाहीत. लक्ष कुठला ठेवतोय तो. पण चिडवत असणार मुली तिला. त्यालाही चिडवतात म्हणे.''

''तू बघ बाबा काय ते. नाहीतर असं करू, दोघांशी एकदम बोलू.'' त्यांनी आपलं लक्ष खाण्यावर केंद्रित केलं. आत्ता त्यांना मिळालेल्या सत्तर हजाराच्या व्यवहाराचा आनंद मनापासून साजरा करायचा होता. त्यात हे मुलांचे प्रश्न आणू नयेत एवढंही उषाबेनना समजू नये, ह्याचंच दु:ख झालं त्यांना. मुलांकडे त्यांचं लक्ष नाही असं अजिबात नव्हतं, पण प्रसंगाचं भान असलं पाहिजे या मताचे होते आकाशभाई. उषाबेनही न बोलता समोरच्या पदार्थांवर काटे मारत राहिल्या. समोरासमोर बसलेल्या त्या दोघांना एकमेकांच्या विचारांचा थांगपत्ताही नव्हता.

''अमिताऽऽऽ'' उषाबेननी जोरात दोन-तीन वेळा हाका मारल्या. इंटरकॉमचं बटण दाबलं; पण इतकी खरखर येत होती की नेहमीप्रमाणे त्या वैतागल्या. इतकी मोठी घरं कशाला असतात कोण जाणे इकडे. वर-खाली करावं लागू नये म्हणून अशा सोयी, पण त्याचा उपयोगतरी करता यायला हवा नं आमच्यासारख्यांना. त्या जिन्यापाशी जाऊन उभ्या राहिल्या. बारा पायऱ्या चढून वर जायचं अगदी जिवावर आलं. खालूनच जोरजोरात हाकांचा सपाटा त्यांनी चालू ठेवला. काही प्रतिसाद नाही म्हटल्यावर मान वर करून दाराकडे नजर टाकली.

''खोलीचं दार बंद करायचं नाही, हजार वेळा सांगितलंय.'' पुटपुटत, तिरमिरीत वर जाऊन त्यांनी बंद दार जोरजोरात वाजवलं.

अमिताने रागारागाने दार उघडलं.

''काय आहे गं? एरोबिक्स करत होते मी.''

''दार बंद कशाला करायचं त्यासाठी?''

''तो मूर्ख येतो ना चिडवायला.''

''काय भांडत असता दोघं तुम्ही.'' त्या तिथेच बसल्या तसं अमिताने एरोबिक्स करणं थांबवलं. नाइलाजाने ती गप्पा मारत राहिली. लाराबद्दलही उषाबेननी तिलाच विचारून घेतलं. हळूहळू अमिता आईशी गप्पा मारण्यात रमली. तिच्या मैत्रिणींबद्दल

काही ना काही सांगत राहिली. हा क्षण मुठीत पकडावा, आईला आपल्या मनातली खळबळ सांगून टाकावी, असं खूप वाटलं अमिताला. पण मनात भीतीही दाटून आली. आईला सांगितलं तर ती मागे लागणार, ती बारीक कशी आहे हेच पटवत राहणार, विश्लेषण, चर्चा, उपदेश नकोच ते.... मनात असूनही ती बोलू शकली नाही. पुन्हा उठून ती दोरी उड्या मारायला लागली.

"अगं, एरोबिक्स करत होतीस ना?"

"हो, आता दोरीउड्या माराव्या असं वाटतंय."

"कुठल्याही गोष्टीचा अतिरेक चांगला नाही. मला तर तुझी काळजी वाटायला लागली आहे अमू."

"तू मला अमू म्हणणं थांबव आधी. आणि मारतेय उड्या तर मारू दे की नीट." अमिता एकदम चिडलीच.

"अगं, पण बाहेर मैत्रिणींबरोबर खेळायचं वय तुझं. घरात कोंडून घेतेस स्वत:ला असं, ते बरं नाही वाटत."

उत्तर न देता दाणदाण पावलं आपटत अमिता खोलीबाहेर पडली. मनातलं काही सांगितलं नाही ते बरंच केलं, असं तिला वाटलं. काही झालं तरी सर्वांना हे बारीक राहायचं वेडच वाटत असेल, तर कशाला सांगायचं काही. आईने मागे येऊन समजूत घालावी असं अगदी आतूनआतून तिला वाटून गेलं; पण आई विचार करत पलंगावर बसून राहणार हे पक्कं ठाऊक होतं तिला. धाडधाड जिने उतरत ती खाली आली. फ्रीज उघडून तिने आइस्क्रीमचा डबा उघडला. गारगार आइस्क्रीमने हाताला झिणझिण्या आल्या, तसं चमच्याने भराभर ती आइस्क्रीम खात सुटली. उष्टा चमचा पुन्हा आइस्क्रीममध्ये घातलेला घरात समजलं, तर कुणी त्याला हात लावणार नाही ह्याची कल्पना असूनही तिने ते विचार दडपून टाकले. बाजूलाच पडलेल्या खोबऱ्याच्या वड्यांवर तिने ताव मारला. आता यापुढे एक घासही खाऊ शकणार नाही हे जाणवलं, तेव्हाच ती थांबली. रिकाम्या झालेल्या आइसक्रीमच्या डब्याकडे, उरलेल्या वड्यांच्या तुकड्यांकडे पुन्हा लक्ष जाताच ती शून्य, पराजित नजरेने पाहत राहिली. पोटात ढवळलं तिच्या. आपोआप हात पोटाकडे वळले. तिने पोट घट्ट दाबलं. हाताच्या चिमटीत पोटाचा भाग आला नाही, तरी एक-दोन दिवसांत आइस्क्रीम, वड्यांचे परिणाम तिथे उमटणार ह्या जाणिवेने तिचे हातपाय गळले. बाथरूमच्या दिशेने धावलीच ती. दोन्ही बोटं घशात घालून खाल्लेलं सगळं बाहेर काढायचं होतं. भडभडा ओकल्यावर अमिताला एकदम शांत झाल्यासारखं वाटलं. प्रणवने येऊन पाठीवर हात फिरवला, तशी ती त्याच्या कुशीतच शिरली. तो तिला थोपटत राहिला.

"शाळेतच जायचं नाही मला आता. वर्गात मुलींमध्ये मी बुटकी आणि जाड आहे."

"बुटकोबा आहेसच तू इथल्या मुलींसमोर. पण जाड काय समजतेस तू स्वत:ला? एक जादू सांगू? तू एखाद्या थोराड मुलीशी मैत्री कर, म्हणजे तिच्यासमोर एकदम चवळीची शेंग असशील तू."

"तेच करावं लागणार असं दिसतंय." चवळीची शेंग दिसण्याच्या कल्पनेने तिला हसायला आलं.

"चल, आई वर एकटीच बसली आहे काळोखात."

दोघंही वर आले. पलंगावर पाठ टेकून बसलेल्या आईच्या थकलेल्या चेहऱ्याकडे पाहून दोघांना काय करावं ते सुचेना. उषाबेनच्या कानावर अमिताने सोडलेल्या जोरदार नळाच्या आवाजातूनही ओकण्याचे आवाज घुमत राहिले होते. अमिता लहान होती तेव्हा भरवायचो तसे घास भरवावे, पाठीवर हात फिरवून ढेकर काढावा अशी तीव्र इच्छा त्यांना झाली; पण काहीही न करता त्या नुसत्या बसून राहिल्या. प्रणव धावत खाली गेलेला त्यांच्या कानांनी टिपलं होतं. सगळे आवाज शांत झाल्यावरही खोलीतल्या काळोखाची संगत सोडावी, असं मात्र वाटत नव्हतं. प्रणवने दिवा लावला तसं कसनुसं हसत त्या उठल्या. काही न बोलता त्या सावकाश खाली आल्या. आई खाली गेल्याची खात्री झाल्यावर अमिता दोरी उड्या मारायला लागली. विचारांचा तीव्रपणा जेवढा वाढत होता, तेवढा उड्यांचा वेग वाढत होता. तिच्याच पलंगावर पडून प्रणव शांतपणे टी.व्ही. बघत होता. अमितासाठी काय केलं तर तिचा हा वेडेपणा जाईल, तेच त्याला कळत नव्हतं. गेल्या सात-आठ महिन्यांत तिच्या या वेडाने टोक गाठलं होतं. अमिताही अधूनमधून प्रणवकडे पाहत होती. घरात कुणालाच तिचं मन कळत नव्हतं. प्रत्येकाला हा तिचा वेडेपणाच वाटत होता. वेगवेगळ्या मार्गाने अमिता तिला तिच्या जाडीबद्दल वाटणारी चिंता व्यक्त करत होती. घरातलं कुणीतरी उपाय सुचवेल, त्यांच्याशी बोलून मन मोकळं होईल, धीर मिळेल या तिच्या अपेक्षा फोल ठरल्यासारखं तिला वाटत होतं. गालाची हाडं बाहेर यायला लागली होती. तिने खायचं टाळलं तरी घरातली सगळी व्यवस्थित सर्व पदार्थांवर ताव मारत. ते बघितलं की अमिताला खावंसं वाटे. खाल्लं की आता वजन वाढणार ही काळजी, मग ओकून टाकायचं. ओकारीचे आवाज, वास घरात येऊ, पसरू नयेत यासाठी तारेवरची कसरत होतीच. फरसाण, चीजचे पदार्थ, तळकट खाणं नियंत्रणात येईल असं काहीतरी व्हायला हवं होतं. आईला हे समजत कसं नाही, हेच तिला कळत नव्हतं. सगळे जण तिच्या नादिष्टपणाला, वेडेपणाला हसत होते. दोनशे दोन, दोनशे तीन, दोनशे चार... पाचशे उड्या मारल्याशिवाय ती थांबणार नव्हती.

संध्याकाळी उषाबेन टी.व्ही.वर निवांत कुठलातरी कार्यक्रम बघत होत्या. थोड्या वेळाने सर्वांनी एकत्र चक्कर मारायला बाहेर पडायचं होतं.

"अमिताला बोलाव ना खाली." त्यांच्या बाजूला बसलेल्या प्रणवला त्या म्हणाल्या.

"ती हुलाहु खेळतेय."

"हुलाहु?" आकाशभाईंच्या चेहऱ्यावर आश्चर्य पसरलं.

"हा कुठला खेळ?"

"बारीक होण्याचा. दोरी उड्या, स्टेपर, एरोबिक्स... हेच चालू असतं दिवसभर तिचं. डॉक्टरांकडे घेऊन जा तुम्ही तिला. एवढी बारीक झाली आहे, तरी स्वतःला जाड समजते. मला तर वाटतं, तिला काहीतरी आजार आहे." प्रणवचा चेहरा बहिणीच्या चिंतेने गंभीर झाला.

"काहीतरी खूळ घेतलं असेल डोक्यात. जाईल हळूहळू. चला, निघू या आता." आकाशभाईंनी दुर्लक्ष केलं.

"काय सारखं खूळ असेल, जाईल हळूहळू म्हणता? हाडं दिसायला लागली आहेत तिची. खायचं, ओकायचं आणि सारखा व्यायाम. उरलेला वेळ अभ्यास. तरुण मुलगी ही, पण एकही मैत्रीण नाही हिला. आपल्या डोळ्यादेखत हा प्रकार. अजून एक-दोन वर्षांत कॉलेजला जायला लागेल, तेव्हा कसं लक्ष ठेवणार आपण. आणि आत्ताच काहीतरी करणं भाग आहे नाहीतर हातातून जाईल अमिता." उषाबेनचे डोळे भरून आले. आकाशभाईही गप्प झाले. कुणीच काही बोलेना. प्रणवनेच फिरायला जायची आठवण करून दिली.

घरातल्या प्रत्येकाचा तळ्याकाठचा तो रस्ता आवडीचा होता. दाट झाडीतून पायवाटा धुंडाळत ती सगळी खूप आतवर पोचली. मध्येच धावत गेलेलं हरीण, झाडाच्या बुडाशी बसलेला ससा बघत अमिता, प्रणव गप्पांमध्ये रमले. आकाशभाई थकून लहानशा ओढ्याकाठच्या दगडावर बसले. अमिताची त्यांनाही हळूहळू काळजी वाटायला लागली होती, पण हा तिढा कसा सोडवायचा ते मात्र समजत नव्हतं. उषाबेन संथपणे चालत होत्या, पण त्यांच्या मनात विचारांचं आवर्तन चालू होतं. अमिताला खरंच न्यायला हवं का डॉक्टरांकडे? का एकदा शाळेत जाऊन तिच्या शिक्षिकेशी बोलून घ्यावं. हे चक्र वेळीच थांबायला हवं. प्रणव म्हणाला तसा हा काहीतरी विकार तर नसेल ना? त्यांना काही केल्या ते नाव आठवेना.

एकदम कुणीतरी पाठीमागून त्यांच्या पाठीवर मारलं. त्या प्रचंड दचकल्या. अमिता, प्रणव कशी केली मजा अशा थाटात उभे होते.

"बाई! ठोके थांबले असते हृदयाचे. केवढ्याने धडकता अंगावर."

दोघंही त्यांना लगटून, हातात हात घालून परत फिरले.

आकाशभाई बसले होते त्यांच्या बाजूलाच सगळी बसली. निवांतपणे ती सगळी

तळ्यातल्या बदकांना, त्यांच्या पिलांना निरखत राहिली. किती वेळ झाला होता कोण जाणे.

परत फिरताना अमिताचा अस्वस्थपणा वाढत चालला होता. म्हटलं तर किती जवळीक होती एकमेकांमध्ये! प्रणवसारखा भाऊ होता, आईही दोघांच्या मनातलं जाणून घेऊन तसं वागायचा प्रयत्न करत होती, बाबांनी कधी दर्शवलं नाही तरी जीव होताच की त्यांचा. असं असूनही अमिताला फार एकटं वाटत होतं. आजचा हा दिवस इथेच थांबावा असं तिला मनापासून वाटत होतं. आई, बाबा आणि प्रणवबरोबरचे हे आनंदाचे क्षण संपतील या भीतीने तिचा जीव दडपत होता. त्यात उद्या सहामाही परीक्षेचा निकाल. परीक्षा देताना तिला इतर मुलं चिडवतायत असंच वाटत राहिलं होतं. बसल्यावर पोटाच्या वळ्या दिसतात म्हणून अगदी ताठ बसून लिहिण्याच्या कसरतीत तिची पाठ दुखायला लागली होती. चार वेळा ती ओकारी होतेय या भावनेनं उठली होती. तिची शिक्षिका परतपरत घरी कळवू का विचारत होती, पण तिने ते नाकारत परीक्षा पूर्ण केली होती. आतादेखील निकाल लागल्यावर घरात काय प्रतिक्रिया होणार या चिंतेने तिचा चेहरा झाकोळला.

प्रगती पुस्तक हातात घेतलं तसा अमिताचा चेहरा उजळला. आईच्या प्रश्नांना उत्तरं द्यावी लागणार नव्हती. तिने जाडाभरडा कोट अंगावर चढवला. आतमधलं शरीर जाड आहे की बारीक हे समजण्याची आता शक्यताच नाही. कडाक्याची थंडी पूर्वी तिला नकोशी वाटे, पण हल्लीहल्ली सतत गारठवून टाकणारी थंडी पडावी असं तिला मनोमन वाटायला लागलं होतं. ती घरी आली; पण घर शांत होतं. प्रणव परत आलेला नव्हता अजून. बहुधा आज त्याला थांबावं लागलं असणार शाळेत. स्पेलिंग बी, वादविवाद, भाषणं काही ना काही सतत चालू. या वेळेला तो विद्यार्थी अध्यक्षपदासाठी उभा राहणार होता. कधी करणार या गोष्टी आपणही, का आयुष्य सगळं बारीक राहायच्या नादातच संपणार? अजून दोन वर्षं. मग कॉलेज. कदाचित तेव्हा हे चित्र बदलेल. तिथे या शाळेतली मुलं नसतील. कुणी चिडवणार नाही. अचानक अंगात उत्साह संचारल्यासारखं वाटलं तिला. उत्साहाने तिने स्वत:साठी पास्ता करायचं ठरवलं. पास्तासाठी उकळत ठेवलेल्या पाण्याकडे ती ओट्याला टेकून एकटक नजरेने पाहत राहिली. उकळणाऱ्या पाण्यासारखेच तिच्या मनातले विचार बुडबुड्यासारखे उडी मारत होते. विद्यार्थी आणि स्वप्रतिबिंब या विषयावरचं शाळेत नुकतंच ऐकलेलं भाषण तिला आठवत राहिलं. लक्षणं आणि त्यानुसार त्या त्या विकाराची नावं तेव्हाच समजली. या सर्व लक्षणांना रोग म्हणत नाहीत, विकार म्हणतात हेही त्या गृहस्थानी बजावून सांगितलं. काही वेळेला अशी मुलं भरपूर खातात तर काही वेळेला उपाशी राहतात किंवा नंतर सगळं ओकून टाकतात.

आहाराच्या अशा सवयीबद्दल ते गृहस्थ बोलायला लागले, तशी नकळत अमिता अस्वस्थ व्हायला लागली. ऐकता ऐकता अमिताला आपण या सर्वंच विकारांचे बळी आहोत असंच वाटत राहिलं. बाजूला बसलेल्या तिच्या मैत्रिणीचा हात तिने घट्ट पकडला. नीनाने तिच्याकडे चमकून पाहिलं, तसा तिने आपला हात हळूच सोडला. तुमच्यापैकी कुणाला स्वतःमध्ये किंवा आपल्या मित्रमैत्रिणींमध्ये अशी लक्षणं दिसत असतील, तर वेळीच सावध व्हा असा इशारा त्या गृहस्थानी दिल्यावर वर्गात क्षणभर शांतता पसरली. अमिता अस्वस्थ झाली. प्रत्येक जण आपल्याकडेच बघतोय या भावनेने ती त्रस्त झाली. तिच्या बोटांच्या अस्वस्थ हालचाली व्हायला लागल्या. पाय थरथर कापायला लागले. त्या गृहस्थांबरोबर आलेल्या त्या नाजूक, भुरकट केसांच्या मुलीने, सुझीने जेव्हा तिला एनोरेक्सिया नर्वोसा हा विकार कसा जडला ते सांगितलं, तेव्हा मात्र अमिताच्या डोळ्यांतून घळघळा अश्रू वाहायला लागले. नीनाने चमकून तिच्याकडे पाहिलं. अमिताने मान खाली घालत डोकं लपवलं तसं नीनाने डोकं खाली वाकवलं.

"अमिता?" प्रश्नार्थक नजरेने नीना अमिताकडे पाहत राहिली. तिला काय विचारायचं आहे, हे अमिताला कळलं.

"हळू, हळू बोल. सगळे बघायला लागलेयत. नाहीतर असं करू, आपण नंतर बोलू." नीनाने मानेने होकार दर्शवला, तसं अमिताला हायसं वाटलं. पण नंतर नीनाला टाळूनच ती घरी परतली. गूगल करून तिने सगळी माहिती मिळवली.

'बापरे! असं असेल तर आपण लवकरच मरणार की काय?'

समोरचं पातेलं चर्र चर्र वाजायला लागलं तशी ती भानावर आली. पास्तासाठी उकळत ठेवलेलं पाणी संपत आलं होतं. तिने भांडं तसंच बाजूला ठेवलं. पोटात प्रचंड भूक होती; पण आता पुन्हा पाणी उकळायला ठेवावं लागणार. ती तशीच टेबलावर बसून राहिली. जिन्यावरून उषाबेनच्या पावलांचा आवाज तिने ऐकला, पण आत्ता तिला अगदी कुणी म्हणजे कुणी नको होतं आसपास. अंगाभोवतीचं जॅकेट आवळत तिने कोशात शिरण्याचा प्रयत्न केला.

"अगं, घरातसुद्धा कसले ते जाडेभरडे कपडे चढवतेस? आणि आलीस कधी तू? हाकतरी मारायचीस."

"आत्ताच आले. खायला कर ना काहीतरी."

"वा! भाग्यं उजळलं आमचं, खायचं सुचतंय म्हणजे." उषाबेनना मनापासून आनंद झाला.

"राहू दे. भूकच मेली माझी एकदम."

"अगं, मजेत बोलले मी. काय करू सांग. गोड शिरा की बटाटे पोहे तुझ्या आवडीचे?"

"नको म्हटलं ना."

"अमिता, हे जास्त होतंय." उषाबेन वैतागल्याच. काही बोलायची खोटी, मुलं कसा अर्थ काढतील तेच सांगता येत नव्हतं. पण अमिताच्या तारवटलेल्या डोळ्यांकडे त्यांचं लक्ष गेलं आणि त्या स्तब्ध झाल्या. पुढे होऊन अमिताला जवळ घ्यायचा मोह त्यांनी टाळला. 'बाजूला ढकललं तर...'

"अमू, काय झालं बेटा? का रडतेयस?"

"अमिता, अमिता म्हण. स्टॉप दॅट 'बेटा' थिंग."

"चुकलं माझं, पण सांगतेस का आता का रडतेयस ते." खरं तर चुकलं म्हणायची आवश्यकता नव्हती असंही तितक्यात वाटलं त्यांना. अमिता गप्प बसून राहिली. ती काही बोलत नाही हे बघून न बोलता त्यांनी पोहे केले. तिच्यासमोर बशी ठेवली. कोथिंबीर, खोबरं, लिंबाची फोड... अमिताची भूक चाळवली. ती न बोलता खात राहिली. उषाबेन मग तिथून निघूनच गेल्या.

आई गेलेली पाहिल्यावर अमिता झटक्यात उठली. आत्ताच खाल्लेल्या पोह्यांनी ती अस्वस्थ झाली होती. स्वयंपाकघरालगतच्या बाथरूममध्ये शिरत घाईघाईत तिने नळ जोरात सोडला. पाण्याच्या आवाजात ओकारीचे आवाज विरून जातील याची तिला खात्री होती. घशात अगदी आतपर्यंत तिने बोटं खुपसली आणि खाल्लेलं सगळं बाहेर टाकल्यावर तिचा जीव शांत झाला. बाहेर येऊन पटकन ती तिच्या खोलीत गेली. गादीच्या खाली लपवलेली पिशवी तिने बाहेर काढली. पुदिन्याची गोळी खाल्ल्यानंतर सुवासिक वासाने तिचं तिलाच बरं वाटलं.

आकाशभाई घरी परतले तेव्हा सगळं घर शांत होतं. मुलांचा आरडाओरडा, गोंधळ नाही म्हटल्यावर एकदम चुकल्यासारखं झालं त्यांना. उषाबेनचीही चाहूल लागली नाही तसे ते थोडेसे चिडलेच. तेवढ्यात प्रणव धावत खाली आला.

"सोडताय ना मला?"

"मी? मी कुठे सोडणार तुला? आई कुठे आहे? मी आत्ता येतोय घरात."

"कालच ठरलं होतं की आज खेळाच्या सरावासाठी तुम्ही सोडणार."

"काय उपयोग आहे का या खेळांचा. पैसा मिळणार आहे का खेळून?".

"कॉलेजमध्ये प्रवेश मिळवताना उपयोग होतो. नुसत्या अभ्यासावर प्रवेश मिळत नाही, म्हणून तुम्हीच खेळायला सुरुवात कर म्हणून सांगितलं होतं. आठवतंय?"

"बरं चल, च्यायला काय कटकट आहे." ते स्वतःशीच पुटपुटले.

"काय म्हणालात?"

"काही नाही. अमिता येतेय का आपल्याबरोबर?"

“नाही. ती खोलीत आहे तिच्या. मला गाडीत बोलायचं आहे तिच्याबद्दल.”

“भांडण झालं?”

“नाही; पण तिचं लक्षण चांगलं नाही वाटत मला.”

“काय?”

“गाडीत सांगतो.”

गाडीत बसल्याबसल्या प्रणवने अमिताबद्दल बोलून टाकलं. “बहुधा एनोरेक्सिया किंवा बुलेमिया झालाय तिला.”

“म्हणजे?” हे शब्ददेखील कधी ऐकले नव्हते आकाशभाईंनी.

प्रणवने शाळेत यासंदर्भात ऐकलेल्या भाषणाचा तपशील सांगितला. त्याने गूगल करून एकत्र केलेली माहिती दिली.

“बारीक होण्यासाठीचे सहजसाध्य उपाय म्हणून सुरू झालेल्या गोष्टीचा अतिरेक झाला की माणूस या विकाराला बळी पडतो असं म्हणतात. अमिताचं वागणं मलातरी तसं वाटतं.”

“आईशी बोललास तू?”

“नाही. तिला बारीक व्हायचं वेड लागलंय असंच समजतोय आपण बरेच दिवस. पण शाळेतलं ते भाषण ऐकल्यापासून मी लक्ष ठेवून आहे तिच्यावर. तिला आपण लगेच डॉक्टरकडे न्यायला हवं.”

“छे, काहीतरीच काय? बारीक राहायची धडपड म्हणून घाबरायचं कशाला?”

“माणूस मरूपण शकतो, असं सांगितलं भाषणात.”

“हो, पण अमिताने एवढं टोक गाठलेलं आहे असं नाही वाटत मला.”

“तिचं वजन किती कमी झालंय ते पाहा तुम्ही. मी आईलापण सांगणार आहे.” पुढे बोलायला काही नसल्यासारखे दोघही गप्प झाले. आकाशभाईही मुकाट गाडी हाकत राहिले. प्रणव म्हणतो तसं खरंच असलं तर...?

आकाश आणि उषाबेननी प्रणवच्या मदतीने अमिताला समजावलं. डॉक्टरांकडे अमिताला नेल्यावर तिचे रक्त निघणारे ओठ, हिरड्या पाहून उषाबेन आतल्या आत आवंढे गिळत राहिल्या. अमिताचे सुजलेले गाल लक्षात आले नाहीत, म्हणून स्वतःला दोष देत राहिल्या. कामाच्या रगाड्यात मुलांकडे निरखून बघणंही होत नाही? अनेकदा अमिताने वेगवेगळ्या मार्गाने व्यक्त केलेली चिंता गंभीरपणे का घेतली नाही, या विचाराने त्या मनातल्या मनात खजील झाल्या. अमिताला रुग्णायलात महिनाभरतरी राहावं लागणार होतं. तिघांचा जीव तीळतीळ तुटत राहिला तिच्या काळजीने.

रुग्णालयातून दिलेली माहिती आकाशभाई, उषाबेन दोघंही परतपरत वाचत होते. दर दोन-चार वाक्यानंतर त्यात लिहिलेली लक्षणं आणि अमिताच्या बाबतीत घडत गेलेल्या घटना आठवून आपल्याला कशी संगती लावता आली नाही, याचा काथ्याकूट चालला होता. मुलांना वाढवण्यात आपण कमी पडलो, ही भावना उषाबेनच्या मनात मूळ धरत होती. आकाशभाईसमोर आपलं मन मोकळं करावंसं वाटूनही त्यांच्या तोंडातून शब्द फुटेनात. त्या हरवल्या नजरेने माहिती वाचण्यात गढलेल्या आकाशभाईंकडे पाहत राहिल्या. आकाशभाईंनी उषाबेनकडे पाहिलं. त्याचं मनही आतल्या आत जाब विचारत होतं. दोन मुलांची जबाबदारी पार पाडता येत नाही, तेही घरातच कार्यालय असून. मुलं समोर दिसतच नाहीत असं नव्हतं आणि तरीही समोर घडणाऱ्या गोष्टी दिसल्या का नाहीत? त्यांनी स्वत:लाच विचारलेला प्रश्न उषाबेनना नेमका समजला.

"दोनच मुलं असूनही ही वेळ यावी ना आपल्यावर? आणि म्हटलं तर आपण सतत घरातच असतो की." त्यांच्या डबडबलेल्या डोळ्यांकडे ते नुसतेच पाहत राहिले. त्या गदगदून रडायला लागल्या. आकाशभाईंनी त्यांच्या हातावर थोपटल्यासारखं केलं आणि ते झटक्यासारखे उठले. तिथून निघूनच गेले. माहितीचं पुस्तक डोळ्यावर आडवं टाकत उषाबेननी डोकं खुर्चीवर मागे टाकलं. किती वेळ गेला कुणास ठाऊक; पण दणकट, मायेचा स्पर्श त्यांच्या माथ्यावर जाणवला. प्रणवचा हात धरत त्यांनी डोळे उघडले. कर्त्या पुरुषासारखा तो आईला सावरत होता.

"तुला लॅपटॉपवर काहीतरी दाखवायचंय."

अनिच्छेनेच त्यांनी तो काय दाखवतोय ते बघण्याची तयारी दर्शवली.

कधीही न ऐकलेल्या त्या विकाराची इतकी विस्तृत माहिती त्या प्रथमच बघत होत्या. अमिता आणि त्यांच्या कुटुंबासारखे अनेक जण यातून गेलेले पाहून आपण एकटेच नाही हा दिलासा मिळत होता. पण तरीही 'देसी' लोक यातून जात असतील का, ही शंका पोखरत होती. कुणाला विचारणार हा प्रश्न होताच; पण हळूहळू मुलीचा विकार, उपाय, इतरांचे अनुभव अशा माहितीच्या विश्वात त्यांच्या मनातल्या शंका अंधूक झाल्या.

अमिताला रुग्णालयात भेटून आलं की त्यांचा वेळ संगणकावर या विकाराची माहिती वाचण्यात जात होता. आकाशभाईंनी स्वत:ला कामाभोवती वेढून घेतलं होतं. अमिताच्या उपचारावर पाण्यासारखा पैसा चालला होता. त्यात एकदा नर्सने अमिताचं वजन वाढतंय असं दिसावं, म्हणून अमिता कपड्यांच्या आत काहीना काही कोंबून वजनाला उभी राहते, हे सांगितलं. आशा-निराशेचा लपंडाव चालू होता. अमिताला यातून बाहेर काढायचं, तर ती घरी परतल्यावर मानसोपचार तज्ज्ञाकडे खेपा घालणं भाग होतं. प्रणव आई-वडिलांच्या धडपडीत त्यांना हात देण्याचा प्रयत्न

करत होता. एकदा उषाबेननी त्याला जवळ घेऊन मनातली भीती व्यक्त केली होती.

"प्रणव, आम्ही पोळलोय अमिताच्या बाबतीत. असं नको व्हायला की, तिला सावरतासावरता तू निसटून गेलास हातातून."

"नाही गं, तसं नाही होणार." तो हसून म्हणाला.

"खरं सांग बाबा काय ते. नंतर मनाला चुटपूट नको."

"बरं तू विषय काढलाच आहेस, तर तुला राग येणार नसेल तर मला काहीतरी बोलायचं होतं."

त्या लहान मुलीसारख्या अकाली पोक्त झालेल्या त्यांच्या तरुण मुलासमोर बसल्या.

"अमिता घरी आली की आपण तिला काही विचारायचं नाही."

"तेवढं कळतं रे आम्हाला." उषाबेन दुखावल्या सारख्या पुटपुटल्या.

"तेवढंच नाही. तुम्ही आधीपासून आम्ही काय सांगतो ते ऐकलं असतंत, तर समजलं असतं गं तुम्हाला, किती आणि काय काय प्रसंगातून जावं लागतं बाहेर आम्हाला."

"का? वेळोवेळी विचारत नव्हतो आम्ही?"

"विचारत होता, पण ऐकत नव्हता आम्ही काय सांगतोय ते. कितीतरी वेळा अमिता आणि मी बोललोय याबद्दल."

"आता तूच शिकवायचा राहिला आहेस."

"तू शांतपणे ऐक. चिडू नकोस."

त्या गप्प राहिल्या. आपल्याला बोलायला ही संमती आहे हे गृहीत धरून प्रणवने मुद्दा सोडला नाही.

"मला एवढंच सांगायचंय, जे अमिताच्या बाबतीत झालं, ते माझ्या बाबतीतही झालंय. प्रसंग वेगळे फक्त."

त्या न समजल्यासारखं उजवा हात डाव्या हातात घेऊन पालथ्या पंज्यावर बोटं फिरवत राहिल्या.

"एकदा दोनदा मुलांनी मला मारोवाना घ्यायला जवळजवळ भाग पाडलं होतं. बऱ्यांचदा समलिंगी म्हणूनही चिडवलंय. लारानेही बराच त्रास दिला होता."

"लाराबद्दल तू बोलला होतास, पण मारोवाना? म्हणजे ते गर्द वगैरे म्हणतात ते? धुंदीत नेतं ते? बापरे! घेतलं होतस की काय तू ते?"

"नाही गं. मला तेच सांगायचं होतं. तुम्ही दोघं एकमेकांना सारखे आपण कसे कमी पडलो मुलांच्या बाबतीत ते सांगताना ऐकलंय मी अमिता आजारी पडल्यावर. पण तुम्ही तुमच्यापरीने खूप केलंय. कदाचित तुमचे मार्ग वेगळे असतील आम्हाला समजून घेण्याचे. मी मारोवाना घेतलं नाही ते त्यामुळेच ना? लारा किती त्रास

द्यायची. दोन लगावून द्याव्या असं वाटूनही कधी हात उगारला गेला नाही, ते तुमच्यामुळेच. अमिताचीही तीच इच्छा असावी, की तुम्ही तिला मदत कराल. पण तिने मलाही कधी विश्वासात नाही घेतलं. त्याचं काय कारण असावं, ते मीही समजावून घेण्याचा प्रयत्न करतोय. कधीकधी वाटतं आम्ही तुम्हाला काही सांगितलं की जाऊ दे, दुर्लक्ष कर, तुझंच चुकलं असेल असं म्हणायचात ना, नाहीतर सारखा उपदेश; म्हणून तर झालं नसेल हे? आम्हाला दोघांनाही त्याचं फार वाईट वाटायचं गं. मग वाटायचं, आमचं दुःख तुम्हाला समजतच नाही. उगाच भानगडी नकोत परक्या देशात राहून, हे घोषवाक्य भिनलंय तुमच्या मनात, त्याचे नकारार्थी परिणाम होत असतील हे कधी लक्षातच घेतलं नाही तुम्हा दोघांनी.''

''असेल. मला तर काही कळेनासं झालंय. यातून अमिता बाहेर पडली की झालं.''

''पडेल. मी रुग्णालयात बसतो ना तिच्याबरोबर, तर आम्ही लहानपणापासूनच्या सगळ्या आठवणी काढतो. अमिता तर मागे लागलीय लिहून काढ, संगणकावर टाक. आणि आई, आमच्या बोलण्यात आपण पूर्वी किती मजा करायचो तेपण येतं सारखं.''

''मला तर आत्तापर्यंत तुम्ही मुलं मला सगळं सांगता असा विश्वास होता.''

''हळूहळू सगळं बदलत गेलं ते.''

''खरंच लक्षातच आलं नाही आमच्या. काय काय आणि किती वेगवेगळे प्रश्न येतात मुलं मोठी व्हायला लागल्यावर. मुलीच्या बाबतीत वयात येणं आणि मुलाच्या बाबतीत व्यसनं याबाबत किती सावध राहायला हवं एवढंच माहीत होतं. आमच्यापरीने आम्ही याबाबत बोललो होतो. पण हे असलं आजारपण, कल्पनाही नव्हती. अमिता पडेल ना यातून बाहेर? तिला एकदा बरी होऊ दे. मग तुम्ही दोघं शिकवा आम्हाला कसं वागायचं ते तुमच्याबरोबर.'' त्या एकदम बोलायच्या थांबल्या. प्रणवचा हात हातात घेऊन नुसत्याच त्याच्याकडे पाहत राहिल्या. तोही निःशब्दपणे त्यांच्या हातावर थोपटत राहिला. त्याचा थोपटणारा हात हातात घेऊन उषाबेननी घट्ट दाबून धरला. अचानक त्यांना धाय मोकलून रडावंसं वाटायला लागलं. बेभानपणे रडणाऱ्या आईला प्रणवने घट्ट मिठीत ओढलं. कर्त्या पुरुषासारखा तो त्यांना थोपटत राहिला. समजावत राहिला. त्या शांत झाल्या तसं न राहवून त्याने सलीलबद्दल सांगितलं. त्याच्याबद्दल प्रणवला वाटणाऱ्या चिंतेने उषाबेनचा जीव गलबलला.

महिनाभराने अमिता घरी आली. दोघंही जास्तीत जास्त वेळ मुलांबरोबर घालवत होते. त्यांचे प्रश्न समजावून घ्यायचा प्रयत्न करत होते. अमिता माणसात आल्यासारखी वाटायला लागली, तरी घरातल्या प्रत्येकाचं तिच्यावर बारीक लक्ष

होतं. कधीतरी ती या मार्गाकडे का वळली ते सांगेल, या आशेवर उषाबेन होत्या.

प्रणवचा आणि अमिताचा जास्तीतजास्त वेळ हल्ली संगणकावर जात होता. बालपणाची स्मरणयात्रा संकेतस्थळावर लिहिण्यात दोघं गर्क होते. अमिताला कधी एकदा प्रणव शाळेतून येतो असं होऊन जाई. तिची शाळा बंद होती. घरी अभ्यास करून ती परीक्षा देणार होती. त्यातूनही आई, बाबांचा मिळणारा सहवास तिला सुखावत होता. सारख्या पैशाच्याच गोष्टी करणारे बाबा तिचा शब्द झेलायला एका पायावर तयार असलेले बघून तर हल्ली हल्ली तिला बरं होऊच नये, असं वाटायला लागलं होतं.

"आईचं प्रेम ती बोलून दाखवते म्हणून समजतं, पण बाबांचापण किती जीव आहे ते मी आजारी पडल्यावरच समजलं." न राहवून तिने प्रणवपाशी हे बोलून दाखवलं.

"हेपण लिहायला हवं आपल्या त्या स्मरणयात्रेत. तुझ्या किंवा माझ्या वाढदिवसाला आपण आई, बाबांना दाखवू हे."

"हो, आई सारखी येरझाऱ्या घालते आपण लिहीत असलो की."

"आता प्रत्येक गोष्ट माहीत पाहिजे आपल्या आयुष्यातली असा निर्धार आहे तिचा. धन्यवाद तुला त्याबद्दल." प्रणवने चेष्टा केली, पण आपल्या शब्दांनी ती दुखावली तर नाही ना असंही त्याला वाटून गेलं. अमिता नुसतीच हसली.

"खरं आहे रे तिचं. तुझ्या लक्षात नाही आलं?" काही न कळल्यासारखा तो पाहत राहिला.

"आपल्याकडे जेवायला येणारे पाहुणे कमी झाले आहेत."

"अगं, तू आत्ता तर बरी होते आहेस."

"नाही, आई तिच्या मैत्रिणींबरोबरही जात नाही बाहेर."

"तुझ्या सरबराईत आहोत ना आम्ही." तो हसून म्हणाला; पण अमिता गंभीर होती.

"खरं कारण आहे लोकांच्या प्रश्नांना उत्तरं देणं जमत नाही तिला. फार प्रश्न विचारतात आणि प्रत्येकाच्या नजरेत मुलांकडे इतकं कसं दुर्लक्ष केलं, असा भाव दिसतो तिला."

"हे तुला आईने सांगितलं?"

"छे, बाबा तिच्याशी बोलत होते. आता पुन्हा लोकांना बोलावलं पाहिजे घरी तरच व्यवसाय वाढेल असं त्यांना वाटतं. पण आईने लोकांना घरी बोलवायचं नाही जेवायला असं सांगितलं."

"मग वादावादी का दोघांची?"

"नाही. शांतपणे ऐकून घेतलं बाबांनी. माझ्या आजारपणाने बाबांमध्ये बराच

बदल झालाय. मी मेले ना या आजारामुळे, तर तेवढंच समाधान असेल मला. आईला आणि सर्वांनाच समजून घेतात आता बाबा.''

''पण तू का मरणाच्या गोष्टी करतेस?''

''मला पुन्हा नव्यानं सगळं सुरू करायची भीती वाटायला लागली आहे.''

''असं म्हणून नाही चालणार अमिता. कॉलेजला जाशील आता तू लवकरच. किती सदिच्छा पत्रं येतायत तुला सर्वांची. तुला उगाचच चिडवणाऱ्यांनी क्षमा मागितलेली पत्रं आई नाही का वाचून दाखवत. सगळे जण कधी एकदा तू परत येतेयस म्हणून वाट बघतायत. या शाळेतलं अजून एक वर्ष.'' अमिता प्रणवचं बोलणं मन लावून ऐकत होती. तिला स्वत:लाच तिने हे टोक का गाठलं या प्रश्नाचं उत्तर सापडत नव्हतं. कॉलेजचं कुणी पाहिलं आहे, तिथे आणखी काहीतरी निघायचं... आईची हाक ऐकू आली तसं दोघांचं बोलणं थांबलं. अमिता संथपणे जिना उतरून खाली आली.

सप्टेंबरपासून प्रणवचं कॉलेज सुरू झालं. अमितानेही परत शाळेत जायला सुरुवात केली; पण मन रमत नव्हतं. तिला चिडवणाऱ्या मुली आता तिच्या वाटेला जात नव्हत्या. कुणी ना कुणी सतत तिच्या आजूबाजूला राहत होतं; पण तिला त्याचाच त्रास व्हायला लागला. सगळे जण आपल्याकडे सहानुभूतीने बघतात, कीव करतात हेच तिच्या मनाने घेतलं. ती खंगत चालली. एक महिना, दोन महिने... अजून सात-आठ महिने, नंतर कॉलेज. पण हे चार महिने काढता काढता नकोसं झालं होतं. त्या दिवशी उतरलेल्या चेहऱ्याने ती घरात आली आणि उषाबेनचा तोल सुटला.

''हे काय गं सारखं चेहरा पाडून वावरणं. स्वत:ला सुख लागू द्यायचं नाही आणि आमचीही फरफट तुझ्याबरोबर. अगं, काय करायचं तरी काय आम्ही तुझ्यासाठी बाई? डॉक्टर झाले, मानसोपचारतज्ज्ञ झाले. समजून घ्यायचं, समजून घ्यायचं म्हणजे किती? आणि तुला नाही आमची तगमग समजत? काय अवदसा आठवली आहे तुला भरल्या घरात ही? तुझ्या भावाला तुझ्या काळजीने झोप लागत नाही रात्र रात्र. त्याचंही हेच वय आहे ना मित्रमंडळीत रमायचं? पण सगळं सोडून तो तुझ्या काळजीत. बाबांच्या जिवाला घोर आहेच, पुन्हा त्यांना तुझ्या उपचाराच्या खर्चासाठी रात्रीचा दिवस करावा लागतोय. आणि का हे सगळं, तर कुणी एक मुलगी काहीतरी चिडवते आणि तुझ्यासारखी मूर्ख मुलगी ते मनावर घेते. इतकं की तिला स्वत:च्या जिवाची पर्वा वाटत नाही. अगं, पण आमचं काय? का हा असा छळ चालवला आहेस तू तुझाही आणि आमचाही?''

घरात आल्याआल्या आपल्यावर आई इतकी चिडेल याची अमिताला पुसटशीही कल्पना नव्हती. ती सुन्न होऊन आईकडे पाहत राहिली. पाठीवरची बॅकपॅक खाली

टाकून अमिता डायनिंग टेबलवर डोकं टेकून हुंदके द्यायला लागली. उषाबेनच्या मनातला संताप खदखदायला लागला. पुढे होऊन त्या वेड्यासारख्या तिच्या पाठीवर गुद्दे मारायला लागल्या. आईला थांबवायचं त्राण त्या जिवात राहिलं नव्हतं. मारतामारता केव्हातरी अमिताचं स्तब्ध पडून राहणं उषाबेनच्या लक्षात आलं. थकून उषाबेन तिच्या बाजूला बसून मान खाली घालून रडत राहिल्या. माय-लेकी एकमेकींच्या बाजूला बसूनही शेकडो कोस दूर होत्या.

अमिताला प्रणवच्याच कॉलेजमध्ये प्रवेश मिळाला. शाळा, वातावरण, मित्र-मैत्रिणी सर्वच नवंकोरं. नवीन वातावरणाशी जुळवून घ्यायला प्रणव होता. अमिताची खास मैत्रीण नीनाही होती. कोऱ्या पाटीवरची सुरुवात सुलभ होईल याची खात्री होती उषाबेन आणि आकाशभाईंना. अपेक्षेप्रमाणे बस्तान बसतंय असं वाटत होतं. वसतिगृहात स्वतंत्र राहण्याऐवजी प्रणव आणि अमिता खोली भाड्याने घेऊन एकत्र राहत होते. आकाशभाई आणि उषाबेन दर आठवड्याला भेटायला जात, नाहीतर दोघं भावंडं कपड्याचं गाठोडं धुवायला शुक्रवारी घरी घेऊन येत. दोन-चार महिने बरे गेले. अमिता रुळतेय असं वाटायला लागलं. त्यातूनही अमिताच्या खाण्याबद्दल विचारलं नाही की दिवस चांगले जात. ती दोघंही प्रणवकडेच तिची खुशाली विचारत. पण या सुरळीतपणाला खीळ बसल्यासारखं वाटायला लागलं. वाटलं होतं तशी सुधारणा उषाबेनना अमितामध्ये वाटत नव्हती. अलीकडे तर ती फार असंबद्ध बोलायला लागली होती. एक-दोन महिने अमिता नाहीतर प्रणवकडूनच काही समजेल ह्या अपेक्षेत गेले, पण आणखी थांबून चालणार नव्हतं. उषाबेननी नीनाला, अमिताच्या मैत्रिणीला गाठलं. दोघी एका खोलीत राहत असल्या, तरी प्रणव आणि अमिता तासन्‌तास लॅपटॉपसमोर असतात एवढंच सांगू शकली ती.

"पार्ट्या, हल्लागुल्ला अशा प्रकारात रस नाही तिला आंटी. फार अभ्यासू मुलगी आहे तुमची. आणि भावाची लाडकी."

"खाते ना गं ती व्यवस्थित? तू मैत्रीण आहेस तिची. एकदा कशी तिला परत मिळवली आहे ते माहीत आहेच नं तुला?"

नीनाने मान डोलवली. अगदी पहिल्यांदा तिलाच तर शंका आली होती. शाळेतल्या त्या भाषणानंतर नीनाला टाळायचं म्हणून पळच काढला होता अमिताने. तेव्हाच एक नकोसा दुरावा निर्माण झाला दोघींच्या मैत्रीत. त्या वेळेस सांगावंसं वाटूनही ना अमिता बोलली, ना नीनाने तिला काही खोदूनखोदून विचारलं, ना मदतीचा हात पुढे केला. अमिता टाळते या रागात ही महत्त्वाची बाब दुर्लक्षित केली होती तिने. पण मैत्रिणीच्या आजारपणातमात्र ती सावलीसारखी मागे होती.

"खायच्या गोष्टींमध्ये रसच नाही तिला. एकेक घास बराच वेळ चिवडत

बसते. बाथरूममध्येही असते खूप वेळ. पण तुम्ही काळजी करू नका. हळूहळू लागेल मार्गाला.''

''तुझा कसा चाललाय अभ्यास?'' काहीतरी विचारायचं म्हणून उषाबेननी विचारलं.

''चांगला चाललाय. पहिलंच वर्ष आहे ना तर जरा मजापण करतेय. अमितालाही न्यायचा प्रयत्न करते मी जिथे जाईन तिथे.'' अमिताला कसं जपतेय ते नीना सांगत राहिली. खरं तर इतक्या नवीन मैत्रिणी, मित्र मिळाले होते तिला, की अमिताच्या आशा-निराशेच्या लपंडावांच्या मागे लागणं तिने कधीच सोडून दिलं होतं. जिवाभावाची मैत्रीण असली, तरी तिचंही वय नवीननवीन अनुभव उपभोगायचं होतं.

उषाबेननी त्यांची चिंता मानसोपचारतज्ज्ञाकडे व्यक्त केली. पण असे चढउतार होतच राहतात आणि जोपर्यंत ती नियमितपणे घरी येतेय, तोपर्यंत काळजीचं कारण नाही हाच दिलासा मिळाला. आता यापलीकडे काय केलं की शांती मिळेल जिवाला, हे त्यांना समजेना. कॉलेजच्या जवळ घर घेणं हा पर्याय दोन्ही मुलं स्वीकारणं निव्वळ अशक्य होतं. असं घरी राहून कुणी शिकतं का इथे, हाच प्रश्न आला असता दोघांकडून. प्रणवच्या भरवशाशिवाय पर्याय नव्हता.

नेहमीसारखाच तोही शुक्रवार. कपड्यांचा ढीग धुवायला टाकला आणि कधी नव्हे ते अमिता सोफ्यावर आई-बाबांच्या मध्ये येऊन बसली. आश्चर्य लपवत उषाबेननी तिच्या गळ्याभोवती हात टाकला. तीही लहान मुलीसारखी त्यांच्या मांडीवर डोकं टेकून पडून राहिली. त्या तिला थोपटत बराच वेळ दूरदर्शनवरचा कार्यक्रम पाहत राहिल्या. आकाशाभाईही मायेने तिच्या डोक्यावर हात फिरवत राहिले. अमिताचा डोळा कधी लागला ते उषाबेनच्या लक्षातही आलं नाही. आकाशभाईंनी पटकन जाऊन चादर आणली. हळुवार हाताने अंगावर पांघरूण घालून दोघं तिच्याकडे एकटक नजरेने पाहत राहिले. तिला उठवून वर झोपायला लावणंही त्यांच्या जिवावर आलं. अमिता गाढ झोपल्यावर अलगद तिचं डोकं मांडीवरून उचलून त्या तिथून उठल्या.

सकाळी तिला जाग आली ती आकाशभाईंच्या घाबरलेल्या हाकेने.

''अमिता कसंतरी करतेय. बहुधा झोपेच्या जास्त गोळ्या घेतल्या.'' प्रणव जिवाच्या आकांताने शाळेत शिकवलेल्या प्रथमोपचाराने तिचा श्वास चालू करण्याचा प्रयत्न करत होता. धावत खाली आलेल्या उषाबेन ते दृश्य पाहून कपाळावर हात मारून मटकन खाली बसल्या. आकाशभाईंनी हात पुढे केला.

"हातपाय गाळायची ही वेळ नाही, उषा.'' आधार देण्यासाठी पुढे केलेला त्यांचा हात थरथर कापत होता.

रुग्णालयातल्या पलंगावर पडलेल्या अमिताच्या देहाकडे तिघंही व्याकूळ नजरेने पाहत राहिले. ती शुद्धीवर कधी येणार या काळजीने सर्वांचाच जीव दडपून जात होता. आईचा श्वास कोंडताना बघून प्रणवने बाबांना तिला मोकळ्या हवेत न्यायला लावलं. डॉक्टरांनी त्यालाही बाहेर जायला सांगितल्यावर नाइलाजाने प्रणवही बाहेर येऊन बसला. तिघंही वाट पाहत राहिले.

"हार्ट ॲटॅक!''

"हार्ट ॲटॅक? ती फक्त एकोणीस वर्षांची आहे डॉक्टर.''

"हो, पण एनोरेक्सिक आहे पेशंट. झोपेच्या गोळ्या घेतल्यामुळे एकेक यंत्रणा निकामी झाली आहे शरीराची.''

"पण तिच्या डॉक्टरांनीच दिल्या होत्या झोपेच्या गोळ्या.'' गडबडून आकाशभाईंनी उत्तर दिलं.

"शक्य आहे. पण त्या सतत घेतल्यामुळे किडनी खराब झाली आहे. मेंदूलाही रक्तपुरवठा होत नाही असं वाटतंय. दोन दिवस वाट पाहून ठरवावं लागेल.''

"काय ठरवावं लागेल?''

"तिला इथे आणल्यापासून ती कृत्रिम श्वसनावरच आहे. शरीराकडून प्रतिसाद नाही.''

"आम्ही हात फिरवतो तेव्हा तो स्पर्श तिला कळतो.''

"हो, पण त्याला पूर्णार्थाने प्रतिसाद म्हणता येत नाही...'' डॉक्टर काय सांगतायत ते आपापल्या परीने प्रत्येक जण समजून घेण्याचा प्रयत्न करत होता.

"किती दिवस कृत्रिम श्वसनावर पेशंटला ठेवायचं ते तुम्हीच ठरवायचं आहे. निर्णय तुम्हालाच घ्यावा लागेल. यातून ती वाचली, तरी त्या वाचण्याला काही अर्थ नाही.''

निर्णय घेणं सोपं नव्हतं. अमिताच्या बारीक होण्याच्या नादाने हे टोक गाठलं जाईल असं क्वचित वाटलं तरी ते तेवढ्यापुरतं होतं, तिला सांगण्यापुरतं, तिनं त्यातून बाहेर पडावं म्हणून. खरंच असं काही होईल असं कुणालाच वाटलं नव्हतं. एक अंधूक आशा मनात तेवत होती. आज ना उद्या ती शुद्धीवर आली तर? असा कसा निर्णय घ्यायचा? डॉक्टर म्हणतायत म्हणून ठरवून टाकायचं... छे, इतकं सोपं आहे का हे? प्रश्नचिन्हांच्या जाळ्यात तिघंही अडकले. पण अमिताने फारसा वेळ दिलाच नाही, निर्णय घेण्याची वेळच आणू दिली नाही. त्याच रात्री तिने या जगाचा निरोप घेतला.

आकाशभाई आणि उषाबेन कपाळाला हात लावून बसले. 'हे काय आलं आपल्या नशिबात, का?' विचाराचं थैमान चालू होतं. 'कळलं होतं का भविष्य मुलीला? काल रात्री दोघांच्या मध्ये येऊन बसली लहान मुलीसारखी ते आधारासाठीच असेल का? लहानपणी बोट धरून राहायची, घाबरली की कुशीत शिरायची, तसंच वाटत असेल का तिला?' भंडावून गेलं डोकं आकाशभाई आणि उषाबेनचं. प्रणव आई-बाबांजवळ बसून हमसाहमशी रडला. दोघंही त्याला समजावत राहिले, कोरड्या चेहऱ्याने, अस्वस्थ मनाने. पुढच्या तयारीला लागायला हवं...

कॉफीनमध्ये ठेवलेल्या अमिताला हलवावं, तिथून बाहेर पडायला लावावं असं उषाबेनना वाटत होतं. चालताबोलता देह असा एकदम निष्प्राण, थंड, निर्जीव. सुन्न मनाने ते तिघं चर्चमध्ये येणाऱ्यांना भेटत होते. केवढी ही गर्दी. भरल्या डोळ्यांनी उषाबेन त्यांच्या सांत्वनासाठी रांग लावून उभ्या असणाऱ्या मुलांकडे, मुलींकडे पाहत होत्या.

'यातलं कोण चिडवत होतं तिला? कुणामुळे सुरू झाला हा जीवघेणा खेळ?' एखाद्या मुलीकडे बघून वाटत होतं, 'हीच, हीच असेल ती मुलगी. हिच्यामुळेच गमावलं मी माझ्या लेकीला'. दुसरा चेहरा बघितल्यावर ती मुलगी त्यांना उगाचच अमिताची जवळची मैत्रीण असेल असं वाटून जात होतं.

'तुझ्याच मैत्रिणी ना या? त्यांना नाही वाटतं कुणी काही चिडवलं? आणि त्या का नाही गं भांडल्या तुझ्यासाठी, का नाही तुला चिडवणाऱ्यांना प्रतिकार केला? का नाही गेल्या तक्रार घेऊन शिक्षकांकडे? निदान आम्हालातरी सांगायचं.' आता हे निरर्थक आहे हे समजत होतं; पण हेच प्रश्न तेव्हा का पडले नाहीत या विचाराने व्याकूळ व्हायला होत होतं. तिच्या शाळेतले शिक्षक, महाविद्यालयातले मित्र, मैत्रिणी तिच्याविषयी एक दोन वाक्य बोलत होते ते ऐकताना वाटत राहिलं.

'का वाटलं असेल अमिताला या माणसांच्या गर्दीत एकटं? केवळ आपण जाड आहोत ही भावना पार मृत्यूपर्यंत नेऊ शकते, हीसुद्धा या देशाचीच देणगी म्हणायची का? इतके मित्र-मैत्रिणी असूनही नाही ना कुणी वाचवू शकलं माझ्या मुलीला. आम्हीतरी काय असून नसल्यासारखेच. पण हिच्या भावाने काय केला होता गुन्हा. त्याला का दिलं तिने हे अपयश?' प्रणवने खांद्यावर टेकलेल्या आईला कुशीत ओढलं आणि दुसऱ्या हाताने आकाशभाईंच्या खांद्यावर आधाराचा हात टेकवला.

एकमेकांच्या सोबतीने पुन्हा ते घर सावरू पाहत होतं. महिनाभराने आज प्रणव

निघणार होता. सकाळपासून उषाबेनचे डोळे भरून येत होते. आकाशभाईंनाही तो आता आपल्याबरोबरच राहिला तर बरं, असं वाटत होतं. पण असं करून कसं चालणार होतं? निघण्याच्या आधी तो लॅपटॉप घेऊन आला. दोघांना त्याने समोर बसवलं.

"मला काहीतरी दाखवायचं होतं तुम्हाला दोघांना."

ती दोघं नुसतीच पाहत राहिली.

"अमिताच्या नावाचं संकेतस्थळ केलं आहे आम्ही दोघांनी. मी गेल्यानंतर बघा तुम्ही म्हणजे अमिता जवळ असल्यासारखं वाटेल. मी उद्या बोलेनच तुमच्याशी."

मागे वळून पाहतपाहत तो गाडीत बसला. आई, बाबा दारात त्याला निरोप द्यायला उभे होते. त्यांच्या हालचालींना वेढलेल्या पराभूतपणाने प्रणवचे डोळे ओलावले. हात हालवत, दूर जाणाऱ्या गाडीकडे ठिपका होईपर्यंत पाहत ती दोघं त्याला नजरेत साठवत राहिली.

आत आल्याआल्या घाईघाईत दोघांनी ते संकेतस्थळ उघडलं.

पहिल्याच पानावर अमिताचा हसरा चेहरा पाहून उषाबेन हरखल्या. अमिताच्या शब्दातलं तिचं लहानपण, प्रणव बरोबरचे फोटो, आई, बाबांच्या आठवणी काय नव्हतं त्या पानांमध्ये. कितीतरी प्रसंग, अमिताचे नाच, गाणी, खेळ, सहली. सगळं जिवंत झालं होतं. दोघा भावंडांनी फार छान लिहिलं होतं. प्रसंग खुलवले होते. भावना सुंदर ओळींनी गुंफल्या होत्या. शेवटच्या पानावर ते कधी आले ते कळलंच नाही दोघांना. पण अमिताच्या फोटोऐवजी तिथे होती फक्त रिक्त चौकट. उषाबेनच्या थरथरणाऱ्या हातावर अलगद हात ठेवला आकाशभाईंनी.

"मी वाचून दाखवतो."

'आश्चर्य वाटलं ना अमिताच्या फोटोऐवजी रिकामी चौकट म्हणून? आत्तापर्यंतचे फोटो ती जायच्या आधीच्या काही महिन्यांपर्यंतचे होते. शेवटीशेवटी आमची अमू, रागावेल अमिता अमू म्हणतोय म्हणून, पण मला फार आवडायचं तिला असं चिडवायला. फार थकली होती. अगदी बाजूला, हाताच्या अंतरावर असूनही फार दूर गेली, परकीच झाली ती अखेरीला. बरी होतेय, बरी होतेय या भ्रमात तिने ठेवलं सर्वांनाच. अप्रतिम अभिनय करून चक्क फसवलं तिने आम्हाला. का? याचं उत्तर आता कधीच मिळणार नाही. तुम्ही तिच्या, माझ्या बरोबरीने या संकेतस्थळावर प्रवास केलात; पण आता तिला तुमचा निरोप घ्यायचा आहे. तिच्या शेवटच्या दिवसातली छबी नाही ठेवायची मला तुमच्यासमोर. माझी इच्छा आहे की शेवटी तुम्ही तिचा निरोप घ्यावा, ते आधीच्या सुंदर फोटो आणि स्मृतीतून; म्हणूनच ती चौकट कोरी आहे, रिक्त! ती चौकट तुम्ही तुमच्या आठवणीतल्या अमिताने पूर्ण करा. अमू,

आमच्या कुणाच्याच आयुष्यातला एकही क्षण असा नसेल की तुझी आठवण झाली नाही. तूही ठेवशीलच आमची आठवण कुठे असशील तिथे. पुढचा जन्म असेलच, तर मला पुन्हा एकदा तुझा भाऊ व्हायला आवडेल गं. मला ठाऊक आहे आई-बाबाही पुढच्या जन्मात तूच पोटी यावीस असं म्हणत असतील. तेव्हा तरी असं फसवून निघून जाऊ नकोस अचानक. अमूच्या स्मृतीला हे संकेतस्थळ वाहतोय. हा वेदनेचा प्रवास, तिचा आणि आमचाही... तिच्या भावाचा, आई, बाबांचा... वाचून कुणाला परावृत्त होता आलं, करता आलं, तर आमची अमूच परत मिळाल्यासारखं वाटेल आम्हाला. असं झालं, तर कळवायला विसरू नका मला. माझ्या आधाराची आवश्यकता असेल, मदत पाहिजे असेल, तर जिथे असेन तिथून येईन मी... – प्रणव'

आकाशभाई, उषाबेन दोघंही डोकं हातात धरून तसेच बसून राहिले बराच वेळ. आतल्या आत घुसमटत. भावनावेग आवरत. किती वेळ, किती तास, किती दिवस गेले...

त्या दिवशी उषाबेननी आकाशभाईंसाठी कॉफी करून आणली. हात-पाय गळून गेलेल्या उषाबेनच्या डोळ्यांतली चमक आकाशभाई पाहत राहिले.

''मला वाटत होतं, आता अमिता गेल्यावर जगणं म्हणजे यंत्रवत. पण प्रणवच्या या संकेतस्थळाने मला मार्ग दाखवलाय. गेले कितीतरी दिवस मी विचार करतेय. मला माहीत नाही सगळं सांभाळून तुम्हाला किती जमेल, पण मला फक्त पाठिंबा हवाय.''

''तू काय करायचा विचार करते आहेस ते सांग ना आधी. नंतरच ठरवता येईल ना मला.''

''मी शाळा, महाविद्यालयात जाऊन प्रणवबरोबर या विकाराबद्दलची माहिती द्यायचा विचार करतेय. आपल्याला काय जमलं नाही, अमिता कुठे कमी पडली, आपण काय करू शकलो नाही, खूप काही आहे सांगता येईल असं. मुलांनाही कळेल त्यांच्यामध्ये हे न्यूनत्व कसं येत जातं, त्यामुळे घरात नातेसंबंधावर कसा परिणाम होतो आणि मुख्य म्हणजे वेळीच मदत घेतली, तर हे कसं टाळता येतं. बरंच काही करता येईल, कदाचित कितीतरी मुलांना वेळीच सावध करता येईल आपले अनुभव सांगितले तर...'' त्या बराच वेळ बोलत होत्या. आकाशभाई मन लावून ऐकत होते.

''करता येईल. मीही मदत करेनच जमेल तशी. आपली अमिता नाही वाचवू शकलो आपण. पण कुठल्यातरी आई-बाबांचे जिवलग त्या वाटेवरून परत येणार असतील, तर हरकत नाही हे करून बघायला. प्रणवच्या मदतीने तुला स्वरूप

ठरवता येईल. पुन्हा नव्याने संसाराला सुरुवात करतो तसं एक नवीन आयुष्य जगायचा प्रयत्न करू आपण.'' उषाबेनकडे आश्वस्त नजरेने पाहत आकाशभाई म्हणाले.

उषाबेन आकाशभाईंकडे पाहत राहिल्या. आकाशभाईंच्या पाठिंब्यामुळे त्या हरखून गेल्या. त्यांच्या साथीने नव्या उमेदीने जगायला हवं, असं इतक्या वर्षांच्या सहप्रवासात त्यांना पहिल्यांदाच आतून आतून वाटून गेलं. प्रणवला फोन लावायला आकाशभाई उठले, तेव्हा त्यांच्याकडे पंख फुटलेल्या परीसारख्या त्या पाहत राहिल्या.

◆